Ngô Thị Vân
xin thân biếu

5-3-23

NHỮNG KỶ NIỆM
ĐỂ NHỚ ĐỂ THƯƠNG

NHỮNG KỶ NIỆM ĐỂ NHỚ ĐỂ THƯƠNG
Ngô Thị Vân

Nhóm thực hiện:
Nguyễn Thị Ngọc Diễm
Cao Văn Duy
Ngô Khắc Trí

Bìa: Uyên Nguyên Trần Triết
Dàn trang: Quận Lê
Đọc bản thảo: Trần Thị Nguyệt Mai

Nhân Ảnh xuất bản **2023**
ISBN: 978-1-0881-7207-0

NGÔ THỊ VÂN

NHỮNG KỶ NIỆM
Để Nhớ Để Thương

Nhân Ảnh
2023

VÀI LỜI PHI LỘ

Tác giả và phu quân,
hình chụp cách nhau 20 năm.

Tôi đâu có ngờ ước vọng ấp ủ mấy chục năm trời, nay đã thành hiện thực! Phần chính là nhờ sự góp công góp sức của nhiều người thân quen, và một phần nào đó qua may mắn, qua tình cờ của những bước "trùng trùng duyên khởi".

Trước tiên cho tôi gửi lời cám ơn đến em Nguyễn Thị Ngọc Diễm (nghệ sĩ-tác giả) đang trú ngụ tại Pháp, cựu nữ sinh trường

Nữ Trung Học Lê Văn Duyệt Gia Định. Tôi còn nhớ, ngày 14 tháng 5 năm 2021, buổi sáng thức dậy bỗng cảm thấy trong lòng thoải mái, vui vui, mà không hiểu duyên cớ từ đâu? Đến khi mở email, đọc thư của Ngọc Diễm, niềm vui ngập tràn và quá xúc động! Ngọc Diễm báo tin là em đã gom góp được vài chục bài, vừa văn, vừa thơ của tôi từ trang nhà trường Nữ Trung Học Lê Văn Duyệt (nguồn: *https://www.levanduyet.net/*) cũng như trên mạng Internet nói chung. Em có ý định sẽ in thành sách và tặng tôi hai cuốn để giữ làm kỷ niệm.

Sau khi xem lại danh sách những bài mà em đã thu thập được, tôi hứa với em sẽ cung cấp thêm những bài được in trong Tập San Khải Định 48-55. Thật may mắn là nhờ anh Cao Văn Duy, bạn học cùng khóa, đã có lần vô tình nhìn thấy tấm hình chụp một căn phòng nhà tôi, xếp ngổn ngang trên kệ sách, vài cuốn trong số những tập san nói trên. Anh viết thư báo cho biết, anh có đủ bộ từ cuốn đầu tiên đến cuốn cuối cùng. Mừng húm, vội năn nỉ anh chụp hình tất cả những bài tôi viết đã được in trong tập sách đó. Thế là ngày ngày anh cùng với người cháu, dùng máy ảnh, cố gắng chụp hết các bài rõ ràng chi tiết rồi gửi qua cho tôi. Em trai tôi, Ngô Khắc Trí, lo việc đánh máy lại, sau đó chuyển tiếp cho Ngọc Diễm.

Tôi không bao giờ có thể quên những khó nhọc của Ngọc Diễm, đã mất bao công lao và thời gian lục tìm, mọi chuyện liên quan đến các bài viết của tôi. Tất cả sáng tác và ý tưởng của tôi, hiện diện, tồn tại trên trang mạng Diễn Đàn Lê Văn Duyệt, dưới đề mục *"Mạ Vân Gia Trang"* (nay là *"Ai Ra Xứ Huế"*, nguồn: *https://www.levanduyet.net/cgi-bin/yabbSP1/YaBB.pl?board=NgoVan*), là do sự chung tay góp sức của các em Đặng Mỹ, Túy Vân, Đậu Đỏ, Tuyết Ngô, Thu Ngô, Phượng Trần, Ngọc Đóa. Ngọc Đóa là người đã bỏ công trau chuốt những sáng tác của tôi qua hình ảnh sắp xếp rất mỹ thuật. Tôi thật sự cảm kích khi em biếu tôi một video với mấy trăm hình ảnh mùa thu lồng trong tiếng hát mà tôi đã trình bày dựa vào nhạc phẩm Buồn Tàn Thu của Văn Cao.

Một thành viên khác của trang mạng Diễn Đàn Lê Văn Duyệt, mà tôi phải nhắc đến là Phú De. Không chỉ riêng gì cá nhân, mà cả đại gia đình chúng tôi đều mang ơn Phú De vô cùng, người đã luôn luôn giúp đỡ không bao giờ quản ngại điều gì, kể cả việc mở đề mục *"Đốt Lò Hương Cũ Ngâm Vần Thơ Xưa"* (nguồn: *https://www.levanduyet.net/cgi-bin/yabbSP1/YaBB.pl?num=1180144777*) về cụ ngoại của tôi là cố bác sĩ kiêm thi sĩ Kỉnh Chỉ Phan Văn Hy để giới thiệu cuộc đời thơ văn của Người.

Dĩ nhiên tôi cũng phải nhắc đến hai cuộc gặp – ban đầu chỉ là gián tiếp qua điện thư, về sau mới may mắn tiến đến cụ thể bằng xương bằng thịt. Giữa bao nhiêu bận rộn ngổn ngang, tháng 7-2022 cả hai đã cất công lặn lội đến tận xứ "Ngàn Cây Sồi" ghé thăm tôi tại nhà. Trước tiên là "gặp" Lê Hân, bạn với Hoàng Ngọc Biên, người em họ mà tôi rất quý mến. Lê Hân vào năm 2019 đã giúp in tác phẩm cuối đời của Biên *"The Train - a novella and selected writings"*. Lê Hân cũng là một trong những người chủ chốt trong Ban Biên Tập của tạp chí Văn học Nghệ thuật Ngôn Ngữ, và Giám đốc nhà xuất bản Nhân Ảnh.

Cuộc "gặp" thứ hai là mối duyên tình cờ vô cùng độc đáo. Đây là cuộc hội ngộ bất ngờ với Trần Thị Nguyệt Mai - em cầm bút đã lâu, và hiện nay thường xuyên cộng tác với tạp chí Thư Quán Bản Thảo và Ngôn Ngữ. Trong cuốn sách quý bạn đọc đang cầm trên tay, có *"Duyên Hạnh Ngộ"* của Nguyệt Mai, với bài thơ *"Còn Mãi Trong Tim"* em sáng tác từ năm 1972 - vào ngày cuối cùng của niên học tại trường Nữ Trung Học Lê Văn Duyệt - để tặng riêng tôi; cứ mỗi lần đọc, cảm xúc và nước mắt lại trào lên không có gì ngăn nổi.

Qua hai cuộc "gặp" nói trên, tôi có kể "khổ" với Lê Hân và Nguyệt Mai về một vài khó khăn trong việc in sách. Thế là cả hai đã hăng hái nhận lời sẵn sàng góp sức với Ngọc Diễm và em trai tôi trong việc này. Như Nguyệt Mai đã viết *"Cuốn sách này được thành hình từ những tình cảm quý mến yêu thương Cô của những người thân trong gia đình và các cựu nữ sinh"*.

Tuy nhiên một số chuyện bất ngờ xảy ra đã tạm thời đình chỉ mọi dự định. Trong bài "Duyên Kỳ Ngộ", Ngọc Diễm đã tâm sự *"Lúc đó, vào 'chiến trường thực tế' mới biết khó khăn dẫy đầy"*. Ngoài ra, *"cũng trong khi tiến thoái lưỡng nan vì sự việc kéo dài khá lâu từ giữa năm 2021 đến nay, lại thêm vấn đề cước phí nếu in sách xong sẽ gửi bưu điện cho cô Vân thì rất đắt tiền. Chi phí gửi đắt gấp ba lần giá thành sách"* nên Ngọc Diễm không chỉ rất hoan nghênh, mà còn đánh giá sự góp sức của Nguyệt Mai là một duyên may kỳ diệu, vì cả hai em đều là cựu nữ sinh trường Nữ Trung Học Lê Văn Duyệt.

Anh Tôn Thất Kỳ, bút danh Trúc Chi, người bạn thâm giao với gia đình tôi, đã gửi tặng bài viết nhan đề *"Chữ Nghĩa Của Bạn"*, đọc tới đọc lui mãi mà vẫn thấy thích thú. Tôi xin được trích một đoạn ngắn: *"Đi vào văn thơ của Chị Ngô Thị Vân là đi vào một khung trời đầy... Huế. Huế của tuổi học trò, của tình bạn đồng môn. Học trò đây nói chung là nữ sinh Đồng Khánh. Tình bạn đây là cái quấn quýt của "mi tau", nó vương vấn mãi trong lòng, trong tim, trong chữ nghĩa của các cô nữ sinh dọc đường Lê Lợi, trong lớp, trên những chuyến đò ngang qua sông Hương: đò Thừa Phủ, đò Đập Đá... Loại tình bạn này sống bền bỉ từ khi lìa trường cho đến khi các cô làm vợ, làm mẹ, bà nội bà ngoại."*

Xin cám ơn anh Cao Văn Duy với lời giới thiệu *"Góp Ý Của Một Người Bạn"* mặc dầu ngắn gọn, nhưng chứa đựng biết bao mối thâm tình đậm đà của khóa học 48-55 Khải Định.

Ngoài ra tôi cũng cám ơn Lê Thị Kinh Hoàng tức Kahat, đã đôi lần giúp tôi chỉnh sửa những lỗi lầm trong Vần Thơ Tiếp Nối Vần Thơ.

Dĩ nhiên không thể quên Người Em Kết Nghĩa với bài *"Chúc Mừng Chị Ngô Thị Vân"* - đọc tới đâu ấm lòng tới đấy - đã bỏ công và thời giờ quý báu, chịu khó đọc những vần thơ và giúp hiệu đính nói chung.

Sách này được góp mặt với đời, là sự kết tủa mọi công lao khó nhọc của bao người thân quen. Có thể trong *"Vài Lời Phi Lộ"* này, bài viết quá cô đọng và ngắn ngủi, đã vô tình thiếu sót một hai tên tuổi không được nhắc đến. Dù có hay không, cũng xin tất cả mọi ân nhân lượng thứ cho và hãy cùng tôi vui mừng mở rộng vòng tay, đón chào đứa con tinh thần thai nghén sau bao nhiêu năm, bây giờ mới mở mắt chào đời!

Ngô Thị Vân
Tháng 12-2022

CHỮ NGHĨA CỦA BẠN

Cách đây không lâu, lúc chị Vân ngỏ ý, qua điện thoại, muốn tôi viết vài hàng nhân dịp chị sắp xuất bản tập thơ và văn của chị, tôi hăng hái nhận lời ngay. Hăng vì nhiệt tình sẵn có riêng đối với bạn đã đành, mà cũng vì mối giao tình giữa gia đình của bạn và gia đình tôi. Một mối giao tình bền bỉ cho đến nay đã được non một thế kỷ, qua bốn thế hệ.

Rồi khi ngồi vào bàn mới thấy rằng... hơi khó viết. Biết chọn điều gì để nói giữa trăm nghìn câu chuyện, bao nhiêu là hình ảnh, bao nhiêu là kỷ niệm từ thời ở Huế, qua đến bao lần gặp mặt, họp bạn ở California sau tháng Tư '75. Thôi thì cứ bắt đầu ở chỗ bắt đầu: đó là câu chuyện văn tự, chữ nghĩa.

Đi vào văn thơ của Chị Ngô Thị Vân là đi vào một khung trời đầy... Huế. Huế của tuổi học trò, của tình bạn đồng môn. Học trò đây nói chung là nữ sinh Đồng Khánh. Tình bạn đây là cái quấn quýt của "mi tau", nó vương vấn mãi trong lòng, trong tim, trong chữ nghĩa của các cô nữ sinh dọc đường Lê Lợi, trong lớp, trên những chuyến đò ngang qua sông Hương: đò Thừa Phủ, đò Đập Đá... Loại tình bạn này sống bền bỉ từ khi lìa trường cho đến khi các cô làm vợ, làm mẹ, bà nội bà ngoại.

Chị Vân là em ruột của anh Ngô Khắc Thuật. Thuật (1933-2017) là bạn cùng lớp với tôi từ năm 1950 đến năm 1953, nên tôi biết chị Vân như vậy hơn 70 năm, sau nhiều lần ghé nhà bạn Thuật ở trong Thành gần cửa Đông Ba. Nhưng phải đợi đến sau tháng Tư '75, tôi mới thật sự quen chị Vân. Cũng là nhờ chút tình đồng học giữa Thuật và tôi. Sau khi Miền Nam rơi vào tay Cộng Sản, đồng bào di cư chúng ta "chạy" ra khỏi nước và được nhiều quốc gia năm châu nhận làm dân tị nạn. Cũng may mà sau cái **tán** ấy còn có cái **tụ**.

Cho nên không hẹn mà gặp lại: Thuật, dăm bạn đồng học khác nữa và tôi dần dà khám phá ra là chúng tôi cùng định cư ở miền Nam California. Sau đó, kể như gặp nhau hàng tháng, có khi hàng tuần tại nhà Thuật ở Thousand Oaks, cách Los Angeles khoảng trên dưới 60 cây số, (gần bằng đoạn đường Quảng Trị - Huế). Chính vào khoảng thời gian ấy (1978-79) mà tôi làm quen với chị Vân và mấy người em khác của Thuật.

Rồi qua các ấn phẩm xuất bản ở California có liên hệ đến Huế, đến hai trường Quốc Học và Đồng Khánh, dần dà tôi mới biết chị Vân có làm thơ, có viết văn.

Biết mà không ngạc nhiên là vì chị Vân mang sẵn trong huyết quản dòng máu văn chương nghệ sĩ của cụ Kỉnh Chỉ Phan Văn Hy[1]. Chị là cháu ngoại cụ Kỉnh Chỉ, một kiện tướng trong Hương Bình Thi Xã bên cạnh các cụ Ưng Bình Thúc Giạ Thị[2], Thảo Am Nguyễn Khoa Vy... Với cái "chất" nghệ sĩ ấy trong người thì nếu chị Vân có viết ra những xúc cảm rào rạt của mình, sau khi có được cái tạm yên nơi đất khách, nói cho văn vẻ một chút thì, nếu chị có gửi lòng trên trang giấy những lúc rung cảm nội tâm nó thúc đẩy, thì quả cũng không có chi lạ. Tôi nghĩ đối với chị Vân thì động lực của sáng tác là cái thúc đẩy của nội tâm. Cho nên chữ nghĩa của chị không có cái chuyện "làm dáng". Ngược lại chị thành thật và giản dị khi nói về bạn bè, bà con, về kỷ niệm ở trường Đồng Khánh và Quốc Học. Và cũng chính cái thành thật giản dị ấy nó khiến cho tác phẩm của chị hấp dẫn.

Có lần, đã lâu lắm rồi, nhân nói chuyện với bạn Thuật về một bài viết của chị trong một ấn phẩm của trường Quốc Học thì phải, tôi nói với bạn Thuật:

- Rứa mà lâu ni chị Vân giấu nghề.

Bạn tôi cười:

- Nghề mô mà giấu!

Dĩ nhiên, người ta khen em mình thì không lẽ đồng ý ngay

nên Thuật phải nói vậy. Nhưng mà, xin nhường lời cho văn thơ của chị Vân. Mời bạn đọc ghé thăm Huế, về thăm Huế để cùng với chị Vân, trong một vài giây phút, sống lại một nếp sinh hoạt nay không còn nữa ở chốn cố đô.

Trúc Chi Tôn Thất Kỳ
Tháng 06/2022

---

(1) *Xin xem bài của chị Vân, tường thuật buổi ra mắt tập Thơ Kỉnh Chỉ.*

(2) *Thân phụ của nhà thơ Tôn Nữ Hỷ Khương.*

CHÚC MỪNG CHỊ NGÔ THỊ VÂN

Chúc mừng Chị, giấc mơ đà thành tựu,
Gặp người thân và bạn hữu hôm nay,
Mắt nhìn mắt, tay tìm tay,
Lòng tở mở trong ngày ra mắt sách.

Đã mấy chục năm trời nơi đất khách,
Bạn bè thân xa cách bấy lâu nay,
May có dịp sum vầy,
Kỷ niệm cũ giờ tranh nhau trỗi dậy.

Chị đem trải hồn mình lên trang giấy,
Để người xem được thấy rõ tấm lòng
Của Chị cùng với các bạn đồng song,
Với con, cháu, học trò, Ông, Dì, Mẹ...

Ngọn bút Chị thật vô cùng vui vẻ,
Khi miệt mài ngồi vẽ lại thời xưa,
Tuổi học trò, dù trời nắng hay mưa,
Vẫn nghịch ngợm không thua gì "ma quỷ".

Với lời lẽ vui tươi giản dị,
Chị nhẹ nhàng kể lể chuyện gần xa,
Chuyện làm dâu người Bắc, lạ thói nhà,
Chuyện lái ẩu, bay vèo qua đèn đỏ!

Rồi đến chuyện mắt thôi miên gần nổ,
Chuyện làm bà, nuôi cháu nhỏ bao năm,
Chuyện kính râm, bị người khác hiểu lầm...
Tất cả được Chị thì thầm nhắc lại.

Nhưng khi đến Mẹ hiền cùng Ông Ngoại,
Giọng văn vùng lấy lại nét trang nghiêm,
Thiết tha bộc bạch nỗi niềm
Dâng lên các bậc bề trên đáng kính.

Kìa ông ngoại, một lương y chân chính,
Luôn xả thân, lo chữa bệnh cứu đời,
Lúc rảnh rang cùng thơ phú thảnh thơi,
Tài nhả ngọc được bao người kính phục.

Kìa người mẹ, ngoài vai trò bếp núc,
Vẫn tìm ra những giây phút riêng tư,
Để âm thầm sáng tác những vần thơ,
Một thích thú bất ngờ cho con cháu.

Tình bè bạn, điều thiêng liêng quý báu,
Được Chị luôn đau đáu giữ trong tim,
Thoáng nghe hơi, đã sốt sắng đi tìm,
Chỉ hy vọng không là tin thất thiệt.

Lòng Chị luôn tha thiết,
Nhớ từng ly, từng chi tiết mỗi người,
Nhớ từng câu, từng giọng nói, tiếng cười
Từng hình ảnh của một thời đã khuất.

Khi nghĩ đến tuổi đời nay chồng chất,
Bạn bè xưa nay kẻ mất người còn,
Tiếng gọi đàn trong ngày tháng héo hon
Vẫn vang vọng dù mỏi mòn vô hạn.

Đọc những bức thư gửi Thầy gửi bạn,
Mấy ai ngăn được xúc cảm bồi hồi.
Dẫu ngàn trùng hay vạn lý xa xôi,
Tâm tình đó chẳng hề thôi sáng rỡ.

Qua từng trang sách mở,
Sẽ thấy rằng, dù cách trở non sông,
Dù thời gian khiến con nước thay dòng,
Con tim Chị vẫn đong đầy nghĩa nặng.

*

* *

Em tạm mượn mực đen cùng giấy trắng,
Nhân ngày vui, viết tặng Chị đôi dòng,
Chúc Chị được toại lòng
Ra mắt sách thành công như ý nguyện:
人頭髮似霜,
懷念寄文章.
慥慥思親屬,
愔愔憶學堂.
魂留於故土,
身苦在他鄉.
百歲今生止,
此心意永長.

Âm:
Nhân đầu phát tự sương,
Hoài niệm ký văn chương.
Tháo tháo tư thân thuộc,
Âm âm ức học đường.
Hồn lưu ư cố thổ,
Thân khổ tại tha hương

Bách tuế kim sinh chỉ,
Thử tâm ý vĩnh trường.

Nghĩa:
Người tóc (trắng) như sương,
(Đem) hoài niệm gửi vào văn chương.
Trung hậu nghĩ về người thân thuộc,
Vui vẻ nhớ đến trường học (xưa).
Hồn để lại ở quê cũ,
Thân khổ tại xứ người.
Trăm năm đời sống hiện tại (sẽ) ngưng,
(Nhưng) tâm ý này mãi mãi (còn) dài.

Phỏng dịch thơ:
Tóc đà bạc trắng như sương,
Chút hoài niệm mượn văn chương thay lời.
Người thân, xót chẳng hề ngơi,
Bạn bè xưa cũng trọn đời nhớ thương.
Lòng đà trót gửi quê hương,
Tấm thân còm cõi tha phương đếm ngày.
Trăm năm một thoáng vèo bay,
Đèn đời dẫu tắt, tình này nào phai.

Một người em kết nghĩa
California, mùa Thu 2022

PHẦN I

Văn

BUỔI RA MẮT TẬP THƠ KỈNH CHỈ

Chúng tôi: con, cháu, chắt, chiu của Cụ cố bác sĩ Phan Văn Hy, tức Kỉnh Chỉ tiên sinh, một thành viên của Hương Bình Thi Xã và Tao Đàn Diêu Trì, đã từ khắp nơi (Gia Nã Đại, Pháp, Maryland, Michigan, Oklahoma, Texas, Utah, Virginia, và các tỉnh miền Bắc Cali cũng như Nam Cali) đều đổ về thành phố Garden Grove của Nam Cali, tụ tập tại chùa Việt Nam, tọa lạc trên đường Magnolia vào ngày 25 tháng 7 năm 1998 để tham dự buổi ra mắt tập Thơ Kỉnh Chỉ.

Trước ngày hôm ấy, chúng tôi đã phải đến chùa để kê dọn bàn ghế, sẵn sàng cho ngày hôm sau. Thượng tọa Pháp Châu đã xác nhận một tin mừng là chùa có hệ thống máy lạnh, vì ngày hôm sau trời sẽ rất nóng.

Ngày thứ bảy 25 tháng 7 chúng tôi đã có mặt tại địa điểm từ sáng sớm lo chăng băng đón mừng quan khách, sắp đặt hệ thống âm thanh, phân công người chụp hình, kẻ quay phim, đón tiếp và trao tặng sách cùng bày bánh trái sẵn sàng trên các đĩa giấy.

Di ảnh Cụ Kỉnh Chỉ (1890-1970)

Trên chiếc bàn trước mặt quan khách là bức di ảnh của Cụ Phan với hai câu thơ nổi tiếng của Người:

Thử lấy dây tình giăng mặt nước
Tình dài dằng dặc, nước vơi vơi.

Bên cạnh là khung hình lồng bút tích của Cụ, chiếc bàn được tô điểm bằng một chậu trúc và các bình hoa, lẵng hoa rất mỹ thuật do cháu rể và các bạn thân của các cháu Cụ mang đến.

Trên chiếc giá là tấm hình các Cụ chụp chung, mà chúng tôi hy vọng hậu duệ của các Ngài sẽ giúp chúng tôi trong việc nhận diện, nhưng cho đến giờ này, chúng tôi cũng chỉ biết thêm được năm Cụ ngoài ông ngoại chúng tôi, trong số 15 người có mặt trong bức ảnh.

Di ảnh của 15 Cụ từ trái qua phải theo thứ tự số đánh
Hàng đầu: 6. Cụ Nguyễn Khánh Trường,
7. Cụ Kỉnh Chỉ Phan Văn Hy,
8. Cụ Đỗ Phong Thuần, 9. Cụ Phan Ngọc Hoàn.
Hàng sau: 2. Cụ Nguyễn Huy Tiễn, 5. Cụ Tạ Thúc Khải,
6. Ông Phạm Văn Nhu.

Buổi lễ bắt đầu vào lúc 2:30 như mong muốn với sự điều khiển chương trình rất dí dỏm của nhà văn kiêm thi sĩ Trúc Chi Tôn Thất Kỳ. Dưới sức nóng nung người, mà hệ thống máy lạnh thình lình bị hỏng, khiến chúng tôi không thể chuẩn bị quạt máy kịp. Đấy là một điều đáng tiếc.

Quý thân hữu, quan khách và đại gia đình của Cụ Kỉnh Chỉ

Lực lượng hùng hậu các cháu, chắt, chiu từ Michigan về dự lễ

Khán giả tham dự

Tuy nhiên, số khán thính giả với tinh thần thưởng thức văn thơ rất cao đã chịu khó ngồi theo dõi chương trình được lần lượt giới thiệu: đặc biệt là Lyn, vợ của Công Thành, anh họ của tôi, Vic, em rể tôi và nhất là Leo, em rể, họ là ba người ngoại quốc đã tỏ ra say sưa, chăm chú theo dõi từng diễn tiến của buổi lễ. Tôi tự hỏi không biết ba người này có hiểu gì không?

Trước tiên MC Trúc Chi lên giới thiệu sơ lược chương trình. Thứ nam của ông tôi là ông Phan Văn Thính thay mặt cho trưởng nam là ông Phan Văn Nghị vì lý do sức khỏe đã không thể tham dự, ngỏ lời cảm tạ Thượng Tọa Trụ Trì, các vị đã viết tựa cho tập Thơ Kỉnh Chỉ, các văn nghệ sĩ sẽ lên phát biểu cảm tưởng về tác phẩm và tác giả và ngâm vịnh các bài thơ chọn lọc cùng tất cả quan khách tham dự. Ông Thính cũng nêu ra một vấn đề là vì chúng tôi chỉ căn cứ trên di bút của Cụ chúng tôi, nên sợ rằng có thể có bài là trước tác của các thi nhân khác mà Cụ chúng tôi đã ghi chép lại trong những buổi cùng nhau xướng họa: vì vậy chúng tôi ước mong nếu quý vị nào tìm thấy có sự nhầm lẫn xin phủ chính và chỉ giáo cho.

Ông Phan Văn Thính

Nhà văn Võ Phiến

Vì Cụ Hoàng Trọng Thược bị bệnh thình lình, đã không thể đến được như dự tính nên nhà văn Võ Phiến được mời lên đầu tiên để phát biểu ý kiến. Ông Võ Phiến đã nhấn mạnh về sự khác biệt giữa hai danh từ "văn nhân" và "văn sĩ". Văn nhân là cốt cách của con người, văn sĩ là cái nghiệp văn chương của họ. Có người là văn nhân nhưng có thể không phải là văn sĩ, có kẻ là văn sĩ nhưng chưa chắc đã có cốt cách của một văn nhân. Cụ Phan Kỉnh Chỉ xứng đáng vừa là văn sĩ vừa là một văn nhân.

Nữ sĩ Minh Đức Hoài Trinh

Nữ sĩ Minh Đức Hoài Trinh lên máy vi âm tiếp nối chương trình. Bà ca tụng con cháu của Cụ Kỉnh Chỉ đã góp sức, góp trí nhớ để tạo thành tập thơ. Buổi lễ không chỉ có tình mà còn có hiếu nữa. Bà lại nêu ra một điều đáng tiếc về tập thơ là chỉ thấy phần thơ họa mà không có những bài thơ xướng. Bà bảo rằng nếu có những bài ấy chắc cuốn sách sẽ hay hơn nhiều.

Chúng tôi xin thưa cùng quý vị, sự thiếu sót nêu trên là do sự cố ý của chúng tôi, vì trong tờ giấy có hình các Cụ đính kèm thơ mời họp, chúng tôi đã nhắc đến phần này. Trong tương lai, chúng tôi dự định sẽ in tiếp tập Thơ Kỉnh Chỉ thứ hai với những bài thơ xướng và họa giữa các Cụ trong Hương Bình Thi Xã, cũng như Tao Đàn Diêu Trì hoặc các nhóm thân hữu mà thôi. Trước khi thực hiện dự định này, chúng tôi cầu mong sự trợ giúp nhiệt tình của hậu duệ các Cụ cũng như bất cứ ai có biết những bài thơ xướng và họa giữa các Cụ và Cụ chúng tôi, chúng tôi sẽ vô cùng cảm tạ.

Chúng tôi cũng xin thưa với quý vị rằng những tháng trước buổi ra mắt tập thơ, chúng tôi phải chạy đôn chạy đáo đi tìm địa điểm: có nơi rất vừa ý lại không đủ sức chứa đựng số người chúng tôi muốn mời, có chỗ rộng rãi khang trang thì ngày giờ lại không được chấp thuận. Chúng tôi nghĩ rằng duyên may run rủi đã khiến chúng tôi tìm được chùa Việt Nam và được Thượng Tọa Trụ Trì chấp nhận ngay, có lẽ đấy là ý muốn của ông chúng tôi đã đưa đẩy chúng tôi đến ngôi chùa này.

Nhà văn Đỗ Quý Toàn

Chương trình buổi lễ được tiếp nối với nhà văn Đỗ Quý Toàn. Ông đã nhắc đến bài thơ "An nhiên" mà tác giả đã sáng tác trong những ngày cuối cuộc đời tại chùa Già Lam, chứng tỏ tác giả đã thấm nhuần tư tưởng đạo pháp rất hợp với khung cảnh buổi lễ được tổ chức tại ngôi chùa hôm nay.

Nữ sĩ Thiên Thanh Như Lý được giới thiệu lên máy vi âm, bà nói về sự tương quan liên hệ tình cảm giữa hai gia đình họ Phan và họ Thái. Bà cũng nhắc đến bài thơ "Giọt sương trên lá" mà tác giả đã sáng tác vào năm 1956 và bà sẽ ngâm tặng trong phần hai của chương trình.

Nữ sĩ Thiên Thanh Như Lý

Thi sĩ Trần Hồng Châu

Giáo sư Nguyễn Khắc Hoạch tức thi sĩ Trần Hồng Châu bảo rằng ông rất cảm động được dự một buổi họp văn chương rất là Huế, rất là Thần Kinh. Ông lại càng cảm động hơn nữa vì đây không phải là một cuộc hội họp văn nghệ đơn thuần mà là một buổi họp có tình nghĩa, đạo lý.

Thi sĩ Huy Trâm

Tiếp theo giáo sư Hoạch là thi sĩ Huy Trâm. Ông bảo rằng cố thi sĩ Kỉnh Chỉ là một nhà nho, một tao nhân mặc khách và nổi bật hơn hết là tấm lòng nhân hậu, thương yêu gia đình, thương yêu xã hội, thương yêu những người nghèo khổ, những bệnh nhân người Mọi, những người lính ngoài trận mạc...

Trước khi giới thiệu thi sĩ Cao Tiêu, nhà văn Trúc Chi đã nhắc đến một câu chuyện xảy ra giữa Cụ Kỉnh Chỉ và Trúc Chi để thấy rõ tài xuất khẩu thành thơ của Cụ, khi Trúc Chi được sai vào nhà lấy dùi ba toong ra cho Cụ:

Đọc sách đeo gương thành bốn mắt
Ra đường chống gậy hóa ba chân

Nhà thơ Cao Tiêu khi nhìn vào hai câu thơ treo cạnh bức di ảnh, ông đã đọc rồi thốt ra như sau: "Ôi chao ôi! Nước sông và nước biển như thế mà không đo được cái tình của Cụ, chứng tỏ rằng khi còn trẻ Cụ là người đa tình số một!" Ông lại bàn về bút hiệu "Kỉnh Chỉ", ông bảo đã tra cứu nhiều bộ tự điển, nhưng ở đâu cũng chỉ thấy chữ "Chỉ" chứ chữ "Kỉnh" thì không có. Ông đưa ra một giả thuyết có lẽ Cụ Kỉnh Chỉ đã nói lái Kỉnh Chỉ thành "chỉnh kỹ" chăng, vì người quân tử xưa thường hay tự chỉnh mình.

Nhà thơ Cao Tiêu

Thi sĩ Trúc Chi

Thi sĩ Trúc Chi góp ý kể rằng trước kia ông có gặp Cụ Hồng Liên Lê Xuân Giáo, khi bàn về bút hiệu Kỉnh Chỉ, Cụ Hồng Liên đã thốt ra như sau: "Có chữ cả đấy, nó ở trong bốn chữ Hán: Thấp Hy KỈNH CHỈ, nhưng đến bây giờ ông đã không còn nhớ xuất xứ của bốn chữ ấy từ đâu ra. Tối hôm kia, khi tôi nói chuyện với Trúc Chi qua điện thoại, ông bảo với tôi rằng có một câu chuyện liên hệ với bút hiệu của ông tôi, nhưng hôm buổi lễ không dám kể vì sợ mang tội hỗn láo. Tôi cũng xin viết ra đây để hầu quý độc giả: Nhân một buổi trà đàm giữa cụ thân sinh Trúc Chi và ông tôi, ông tôi được hỏi về ý nghĩa của bút hiệu, ông tôi cười và nói đùa rằng vì ông tôi không phải là người cao lớn nên mới gọi là "thấp Hy Kỉnh Chỉ".

Ngoài ra bác sĩ kiêm học giả Lê Văn Lân, người mà gia đình chúng tôi vô cùng biết ơn, vì chính ông là người đã đốc thúc chúng tôi phải bằng mọi giá sớm ấn hành tập Thơ Kỉnh Chỉ, ông đã gởi bài "Đôi dòng ghi chép tìm hiểu ý nghĩa về bút hiệu Kỉnh Chỉ của Bác sĩ Phan văn Hy" cho cậu tôi.

Qua di bút của Cụ, tôi thấy bút hiệu được viết ra chữ nho như sau:

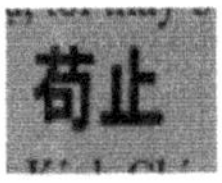

Đọc là Kính Chí, nhưng cũng đọc là Kỉnh Chỉ vì cung kính hay cung kỉnh đều đọc thay cho nhau.

Trong thơ điếu Cụ năm 1970, có bài thơ bằng chữ Hán của Minh Chu KTS Ngô thi hào như sau:

Tiễn *biệt thi nhân liễu thế trần*
Lão *du Phật cảnh dự phong vân*
Bối *trung trí huệ thường tinh tấn*
Kỉnh *ái tao đàn niệm bảo trân*
Chỉ *dẫn hậu sinh hà thi bá*
Đại *thừa đạt đạo đắc Nam huân*
Thi *đàn tổng niệm nam trần ảnh*
Hào *khách tam thiên khấp cố nhân*

Ráp những chữ đầu câu, người ta đọc thành: 苟止

Tiễn lão bối Kỉnh Chỉ đại thi hào

Như vậy CHỈ đây là chỉ dẫn, phải viết là

nghĩa là ngón tay, chỉ, bảo, biểu thị ý kiến cho người ta biết. CHỈ còn có nhiều nghĩa:

1/ Dừng lại (chỉ bộ) như hình bàn chân ...

2/ Thôi, cấm (cấm chỉ)

3/ Ở vào chỗ nào đó, ví dụ như trong câu chữ Nho: Tại chỉ ư chí thiện (tự đặt mình vào chỗ rất phải làm)

4/ Dáng dấp, cử chỉ, đi đứng

5/ Tiếng giúp lời (trợ ngữ) như: Ký viết quy chỉ, hạt hựu hoài chỉ (Đã nói rằng về, sao lại còn nhớ)

6/ Có nghĩa là duy chỉ như vậy

Thành ra Kỉnh Chỉ có thể chọn nghĩa số 3, số 4 là hay nhất. Có thể Cụ Kỉnh Chỉ thâm Hán Học đã dựa vào một điển tích hay một câu nói trong sách Nho nào đó có nghĩa thâm thúy.

Giáo sư Nguyễn Sỹ Tế

Giáo sư Nguyễn Sỹ Tế được mời lên tiếp tục chương trình. Giáo sư cũng bàn về sự "an nhiên" trong thơ Kỉnh Chỉ. Ông phân tích rằng cái "an nhiên" này là cái an nhiên siêu hình của Đông phương chứ không phải cái an nhiên của Tây phương, cái an nhiên của người suốt đời nghĩ về con người, về xã hội, về ý nghĩa cuộc đời, cái an nhiên chỉ những người thiền mới có được, và để kết thúc ông đã ngâm bài thơ "Thánh Tích" của ông:

Song lạnh âm thầm nhện kéo tơ
Ngoài hiên chim đợi với hoa chờ
Từng mùa tiếp nối mùa, canh giữ
Cùng bụi thời gian một quyển thơ

Rồi ông bảo rằng chúng ta đang là nhện, đang là chim, đang là hoa, chúng ta đang làm bổn phận canh giữ tập thơ của Cụ Kỉnh Chỉ.

Bác sĩ Tôn Thất Niệm

Nối lời giáo sư Nguyễn Sỹ Tế là bác sĩ Tôn Thất Niệm. Bác sĩ Niệm đã ca tụng phong cách văn nhân và sự nghiệp của Cụ Kỉnh Chỉ. Ông xác nhận rằng hoài bão của các vị thầy thuốc là cứu người, cứu đời.

Nữ nghệ sĩ Minh Trang

Nữ nghệ sĩ Minh Trang mặc dầu trong người không được khỏe, cũng cố gắng đến dự và lên máy vi âm để tỏ lòng ngưỡng mộ thi văn của "dượng Đốc Hy".

Từ trái sang phải:
Nhà báo Viên Linh (X), chủ nhiệm kiêm chủ bút Tạp chí Khởi Hành, giáo sư Nguyễn Khắc Hoạch, thi sĩ Cao Tiêu, một thân hữu, giáo sư Nguyễn Sỹ Tế

Trong số quan khách tham dự chúng tôi nhận thấy sự có mặt của các thi, văn, nghệ sĩ và các phóng viên nhà báo sau đây: Long Ân, Phong Đăng, Nguyễn Đồng, Trần Đại Hiền, Nguyễn Thị Hợp, Nguyên Khai, Trần Sĩ Lâm, Viên Linh (chủ nhiệm kiêm chủ bút tạp chí Khởi Hành), Hoàng Mai, Mai Kim Ngọc, Trần Nhân Ngôn, Nguyễn Quỳnh, Nguyễn Công Trường Sơn, Ngự Thuyết, Cao Thanh Tùng, Lê Tú Vinh, cùng một số các văn và thi sĩ của khóa 48-55 Khải Định.

Khóa 48-55 Khải Định
Nguyễn Hữu Bào, Lê Tú Vinh, Tôn Thất Ngự, Trần Ngọc Tôn

Ông chủ tịch Hội Ái Hữu Quảng Trị và một số rất đông đồng hương của Kỉnh Chỉ tiên sinh cũng hiện diện trong buổi lễ. Quý vị này đã nhắc lại về người lương y đã săn sóc cho ba thế hệ trong gia đình họ.

Sau phần phát biểu cảm tưởng về thân thế, sự nghiệp và bình giảng văn thơ của cố thi sĩ Kỉnh Chỉ là phần ca ngâm với sự trình diễn qua giọng ngâm thơ điêu luyện của nữ nghệ sĩ Bích Thuận và Hà Minh Nguyệt với sự phụ họa bằng tiếng sáo réo rắt của nghệ sĩ Ngọc Nôi.

Nam nghệ sĩ Ngọc Nôi và nữ nghệ sĩ Bích Thuận

Nữ nghệ sĩ Hà Minh Nguyệt

Ngoài ra chúng ta còn được thưởng thức giọng ca truyền cảm của nữ sĩ Thiên Thanh và giọng ngâm thơ trầm ấm của nam nghệ sĩ Hà Phương.

Nam nghệ sĩ Hà Phương

Chỉ tiếc rằng chúng tôi nhận thấy quan khách chắc cũng đã thấm mệt vì sức nóng của buổi trưa hè nên đành thay đổi chương trình. Thay vì mời quan khách dùng tiệc trà trong khi đại diện gia đình thuộc hàng cháu là Ngô Khắc Thuật lên trình bày về sự hình thành tập Thơ Kỉnh Chỉ và những dự tính trong tương lai cho tập thơ thứ hai, chúng tôi đành phải bỏ tiết mục này và phần ẩm thực đã thực hiện trong lúc các nghệ sĩ đang trình diễn: đấy là một lỗi lầm lớn mà chúng tôi tha thiết mong các nghệ sĩ vui lòng tha thứ cho.

Ông Ngô Khắc Thuật

Ngoài ra chúng tôi đã dự định trước khi chia tay chúng tôi sẽ phát bài hát "Giữ chặt mối dây" (bài này đã do cựu Châu Trưởng Hướng Đạo Phan Mạnh Lương cung cấp) để toàn thể hội trường cùng hát với chúng tôi, vì chúng tôi muốn dùng lời của bài hát để nhắn nhủ với tất cả thế hệ trẻ trong đại gia đình chúng tôi như sau:

Chúng ta hôm nay hiệp vầy
Cùng nhau nắm tay
Nét thương yêu nhau tỏ bày,
Giữ chặt mối dây.

Tâm trí ta chung cùng nhau,
Thanh khí ta luôn tương cầu,
Mến nhau ta nên hằng ngày
Giữ chặt mối dây.

Dẫu khi xa xôi đường dài,
Lòng ta không phai,
Sớm khuya không quên giờ này,
Giữ chặt mối dây.

Nét thương yêu nhau tỏ bày,
Cùng nhau đến đây,
Gắng công anh em họp bầy
Giữ chặt mối dây.

Người ta thường bảo: "Mưu sự tại nhân, thành sự tại thiên". Sức nóng của miền Nam Cali đã không chiều lòng những người có thiện chí, nên chúng tôi đã không thể thực hiện chương trình như dự tính.

Buổi lễ được hình thành là do sự góp công, góp của, góp sức của đại gia đình chúng tôi. Tuy nhiên, buổi lễ được thành công là nhờ sự hiện diện và lòng ưu ái của Thượng Tọa Trụ Trì, các bậc trưởng thượng, các văn nghệ sĩ cũng như bạn bè thân hữu đã dành cho đại gia đình chúng tôi và nhất là đối với Kỉnh Chỉ tiên sinh. Quý vị đã giúp chúng tôi có cơ hội để báo hiếu phần nào công ơn sinh thành, dưỡng dục của người quá cố. Như lời của cậu tôi đã thưa cùng quý vị, vì chúng tôi quan niệm buổi lễ ra mắt tập Thơ Kỉnh Chỉ như một buổi họp mặt thân hữu trong không khí gia đình, ắt hẳn việc tiếp đón không tránh được nhiều điều sơ suất thiếu sót, xin quý vị lượng tình bỏ qua. Xin chân thành cảm tạ tất cả quý vị.

GHI CHÚ:

Một người bạn không muốn nêu danh tánh đã gửi phần bình luận nhân đọc bài "BUỔI RA MẮT TẬP THƠ KỈNH CHỈ", bàn về bút hiệu "Kỉnh Chỉ".

Nhưng chúng tôi quyết định, trong tương lai, khi đại gia đình chúng tôi in tiếp những bài thơ chữ Hán, mà cố thi sĩ Cao Tiêu và thi, văn sĩ Nguyễn Đức Cung đã phiên dịch và giải thích, cùng những bài thơ xướng họa giữa các Cụ trong TẬP THƠ KỈNH CHỈ số II, sẽ đưa phần bình luận này vào, cho phù hợp.

Ban Biên Tập THƠ KỈNH CHỈ.

Con cháu tề tựu khá đầy đủ tại chùa Việt Nam, tọa lạc trên đường Magnolia vào ngày 25.7.1998 để dự lễ ra mắt tập Thơ Kỉnh Chỉ.

HỜN VONG QUỐC

Đúng ra đây là một bài luận văn. Thầy Đãi đã cho điểm tối đa và nói chị Quế Hương đọc cho cả lớp nghe. Tặng tất cả các em LVD niên khóa 1972-1973.

Đồng hồ gõ mười hai tiếng mà tôi vẫn còn phải thức viết một câu chuyện, để mai kịp lên khuôn báo. Bỗng vang lên từ xa một điệu trúc ai trỗi khúc Nam Bình nghe não nùng quá. Nghe tiếng trúc, tôi lại chạnh nhớ đến lão Thành. Người lão bộc của ba me tôi - đã chết vì lạc đạn.

Lão Thành – anh tôi thường ví là kho truyện vô tận của chúng tôi – vào những đêm lạnh lẽo, thường kể cho chúng tôi nghe nhiều câu chuyện cổ tích. Truyện của lão thường thường là những chuyện buồn, nhưng chỉ có một chuyện mà không bao giờ tôi có thể quên được. Nó đã gieo vào lòng tôi một nỗi buồn vô căn cứ.

Tôi còn nhớ 25 năm về trước, vào một buổi tối mùa đông, anh chị tôi và tôi ngồi quây quần bên bếp lửa để chờ nghe lão Thành kể chuyện. Lão hơ hai tay trên ngọn lửa, mắt nhíu lại như cố tìm một câu chuyện thật hay. Chúng tôi vẫn ngồi xổm cạnh lão, yên lặng chờ đợi. Bỗng từ đâu vẳng lên một tiếng sáo rền rĩ, não nùng. Chúng tôi thú thật chưa bao giờ được thưởng thức một điệu nhạc buồn đến thế. Giọng trúc mỗi lúc một thêm thiết tha, ai oán, ngân dài như lời than của những oan hồn vô chủ. Càng về đêm, giọng trúc càng thêm lâm ly thống thiết. Chúng tôi say sưa lắng nghe. Trong lòng tôi không hiểu từ đâu, một nỗi buồn đột khởi, nỗi buồn tuy phảng phất, nhưng thấm thía tận đáy lòng.

Mắt lão Thành chợt sáng lên, lão gật gù: "À, bây giờ tôi có chuyện kể rồi đây!" Chúng tôi mừng rỡ ngước mắt chờ đợi.

"Các cháu có biết người ta thổi bài gì đó không?"

"Dạ không!" Chúng tôi đồng thanh đáp. Anh tôi hỏi tiếp:

"Bài gì mà buồn thế hở bác? Người nào thổi hay quá!"

"Bài ấy là bản 'Hờn Vong Quốc', một bản nhạc lâm ly thống thiết nhất của người Chàm. Nguyên từ đời nhà Trần, nước ta đem quân qua đánh bại quân Chàm, vì căm thù Chế Bồng Nga, xưa kia tàn sát dân Việt ta, nên bây giờ quân ta đi đến đâu, dân Chàm chết đến đấy. Những nhà ái quốc Chàm đau lòng bỏ nước ra đi, không đành trông thấy cảnh nước nhà bị giày xéo dưới gót chân xâm lăng. Họ ra đi, ôm một hoài vọng cao cả, mong sẽ trở về nước ca khúc khải hoàn. Nhưng họ đã tuyệt vọng, và chết dần bên xứ người. Họ gửi tất cả tấm lòng căm thù dân Việt và hờn mất nước, tạo nên bản nhạc 'Hờn Vong Quốc' mà các cháu vừa nghe đấy. Họ đem bản nhạc ấy phổ vào tiếng trúc, càng thêm bi đát. Bơ vơ trên đất khách quê người, họ mượn tiếng trúc để làm khuây nỗi sầu nhớ nước.

Sau đây tôi sẽ kể cho các cháu nghe chuyện cuộc tình ngang trái của một cặp vợ chồng Chàm Việt...

Thuở ấy, ở đất Thăng Long có vị võ tướng Lê Thân, người đã có công lớn trong trận đánh Việt Chàm. Người ta đã bàn tán nhiều về vị võ tướng trẻ tuổi ấy. Sau khi rút quân trở về nước, Lê Thân đã đem theo một thiếu nữ Chàm, và giới thiệu với các bạn là vợ mình. Người ta ngạc nhiên và lo sợ, vì trong thời kỳ ấy, không ai dám cho người Chiêm Thành ẩn náu.

Vào những buổi chiều đẹp trời, người ta thường thấy đôi vợ chồng son cưỡi ngựa vào rừng săn bắn. Thiếu phụ có một vẻ đẹp kiều diễm, đoan trang, nhưng một nét buồn thường kín đáo phảng phất trên khuôn mặt nàng. Không bao giờ người ta được trông thấy nàng mỉm cười.

Một hôm, nhân lúc Lê Thân vào triều, người thiếu phụ Chiêm

Thành rút ra một cây dao sắc bén, hướng về phía thành Chà Bàn khấn vái trong tiếng nức nở: 'Tôi không xứng đáng làm con dân Chàm, tôi đành chết, chứ không thể nào làm tròn sứ mạng! Tôi không nỡ... Trời ơi, từ nay đành xa quê hương yêu dấu! Tổ quốc hỡi! Hãy tha thứ cho đứa con bán nước này!'. Rên rỉ xong, người thiếu phụ quay mũi dao đâm mạnh vào ngực mình.

"Trời! người ấy có chết không?" Chúng tôi hoảng hốt cùng hỏi.

Chết! Tia máu vọt ra, người thiếu phụ ngã nhào xuống đất. Vừa lúc ấy, Lê Thân đẩy cửa bước vào. Trông thấy cảnh đau lòng trước mắt, Lê Thân hoảng hốt nâng vợ và thảm thiết gọi: 'Trời ơi! Vợ tôi! Làm sao thế này? ... Nàng ơi! Hãy tỉnh lại, nàng nỡ nào bỏ tôi đi cho đành!'. Người thiếu phụ bỗng mở hé cặp mắt đã gần mất hết thần sắc, phều phào: 'Hãy tha thứ cho thiếp ...'

'Không, nàng chẳng có tội gì cả! Hãy ở lại cùng tôi.'

Nàng mỉm một nụ cười gần như mếu, rồi thu hết tàn lực nói tiếp: 'Chàng đừng tìm cách cứu thiếp vô ích, thiếp biết mình sắp chết đến nơi rồi, xin chàng hãy ngồi xuống đây mà nghe thiếp kể. Từ trước đến nay, thiếp vẫn xem chàng như kẻ thù 'bất cộng đái thiên'. Thiếp lấy chàng chỉ vì lòng thiếp muốn trả thù cho quê hương đất nước. Đau đớn cho thiếp lắm... Chàng là người đã đem quân qua giày xéo tổ quốc thiếp... làm cho gia đình thiếp tan nát... Đã bao lần thiếp cố nâng dao lên, để rồi phải hạ xuống... Thiếp không đang tâm giết người... mặc dầu người ấy là kẻ thù của thiếp. Thiếp không thể làm tròn bổn phận của người dân... Đối với đất nước, thiếp là kẻ phản quốc... Đối với cha mẹ, thiếp là đứa con bất hiếu. Bây giờ có chết thì cũng đáng, thiếp chẳng còn ân hận gì nữa... Thiếp nghĩ thương cho số phận dân Chàm, bấp bênh như con thuyền trước sóng, chẳng biết bao giờ mới được trở lại như xưa... Nhưng thôi, từ nay âm dương cách biệt... Nếu chàng còn tưởng nhớ đến thiếp ... thì xin chàng hãy đến bên mồ thiếp thổi bản Hờn Vong Quốc... để linh hồn thiếp được quay về tổ quốc... Xin vĩnh biệt chàng...'

Vì gắng sức quá nhiều, dòng máu ở ngực nàng đã phun lên ướt đẫm cả mặt Lê Thân, nàng cố giương cặp mắt trắng dã nhìn chồng lần cuối rồi tắt thở.

Lê Thân điên cuồng nắm lấy tay vợ, như cố đem sức nóng của mình mong làm cho vợ hồi sinh. Nhưng đã quá muộn, tay nàng dần dần giá lạnh.

Sau khi an táng cho vợ xong xuôi, Lê Thân treo ấn từ quan, mang theo mình cây sáo trúc, suốt ngày ở bên mồ vợ. Người dân ở quanh đó, thường nghe tiếng trúc vang ngân rên rỉ. Về sau tiếng trúc không còn thổi nữa, người ta không hiểu rằng người thổi trúc đã chết, hay bỏ đi đâu?

Đó là một mẩu chuyện liên quan đến bản Hờn Vong Quốc, nay được nghe bản ấy, tôi lại nhớ đến chuyện xưa.

Thôi các cháu đi ngủ đi, khuya lắm rồi!"

Ngoài kia tiếng trúc đã tắt từ lâu, nhưng trong trí tôi, tiếng trúc như còn ngân vang mãi. Đêm hôm ấy, trằn trọc không sao nhắm mắt được, tôi nghĩ xót thương cho người thiếu phụ Chiêm Thành và cảm phục tấm lòng nhân đạo của nàng. Tuy yêu nước, nhưng không nỡ cầm dao hạ sát kẻ thù. Quý báu thay tấm lòng cao thượng ấy.

Tôi ước mong từ đây khắp hoàn cầu, không bao giờ còn diễn ra cảnh nước mất nhà tan, không bao giờ còn phải nghe tiếng Hờn Vong Quốc.

Tôi tưởng chừng người thổi sáo hồi nãy là hiện thân của võ tướng Lê Thân, hay những người dân Chàm còn sót lại trên dải đất Việt này, vào những đêm không trăng lại thổi lên, mượn tiếng trúc gửi hồn về cùng đất nước.

Trong khi lắng tai nghe kể chuyện, đã nhiều lần, tôi lén quay đi để lau trộm những giọt nước mắt chỉ chực trào ra khỏi mi. Đến nay nghĩ lại, tôi không khỏi cười thầm, sao lúc ấy mình lại trẻ con, đa cảm đa sầu đến thế! Đi thương vay khóc mướn một câu chuyện không đâu!

Bây giờ đây, tôi không còn cái thú ngồi nghe chuyện cổ tích nữa. Vả lại, người lão bộc năm xưa cũng đã chết rồi, mang theo cả kho truyện về bên kia thế giới. Nhưng mỗi lần nghe tiếng sáo thổi đêm khuya, tôi lại chạnh nhớ đến lão Thành, và xa xôi hơn nữa, vị võ tướng Lê Thân: một linh hồn đau khổ.

Mải nghĩ đâu đâu, đồng hồ nhà bên cạnh gõ một tiếng, tôi hoảng hốt quay trở về thực tại. Câu chuyện vẫn chưa viết xong, tờ giấy trắng vẫn còn trắng một cách ngao ngán. Quá khuya, bốn bề im phăng phắc, cảm thấy rờn rợn, tôi vội tắt đèn đi ngủ. Còn câu chuyện, thôi thì đành để mai thức dậy sớm viết nốt!

HỒN MA TRONG CON BÚP BÊ NHỒI BÔNG

Robin không chỉ là em bé xinh xắn, đáng yêu, mà còn là một học sinh xuất sắc, ngoan ngoãn của trường. Cha mẹ em chiều em chẳng phải là điều đáng lạ! Vợ chồng bạn của Thúy rất hãnh diện có một đứa con yêu quý như vậy. Nhưng đúng hai ngày trước sinh nhật thứ 9 của Robin, em đã chết tức tưởi trước sân nhà vì một kẻ lái xe say rượu.

Thúy không thể tưởng tượng được nỗi khổ mà gia đình bạn nàng đang chịu đựng! Một tháng sau, khi vừa được nghỉ phép, Thúy vội vàng lái xe lên San Francisco định ở lại với Helen – bạn nàng – và chồng là Dick Torgerson để mong xóa đi phần nào nỗi đau của gia đình bạn.

Khi đến nhà Helen, Thúy bấm chuông, Dick ra mở cửa. Thúy sững sờ khi nhìn thấy một người đàn bà đứng sau Dick, không phải, một bộ xương thì đúng hơn! Hai gò má lõm sâu bị che đi một phần vì mái tóc vàng bù xù không chải. Đôi mắt trũng quầng thâm đen như chực khóc, đôi tay gầy gò đang bế một con búp bê nhồi bông. Thúy biết đấy là con búp bê Robin rất yêu thích khi em còn sống. Em chẳng rời lấy nó một phút, từ khi bước chân vào nhà mỗi khi đi học về. Thúy tự hỏi đấy là Helen thật sao? Còn đâu người thiếu nữ yêu kiều đã làm cho bao nhiêu chàng trai phải say mê thời con gái?

Trước kia Thúy ở cạnh nhà Helen. Từ ngày Thúy đến định cư ở Mỹ, gia đình Helen đã giúp đỡ nàng rất nhiều. Hai nàng cùng học một trường, tốt nghiệp xong lại cũng làm chung một sở, nên tình thân lại càng trở nên thắm thiết. Thuở con gái, Helen là một đóa hoa biết nói, đi đến đâu đám con trai bám theo đến đấy. Cuối cùng nàng đã chọn Dick, một luật sư đẹp trai, con nhà giàu. Helen phải dọn theo chồng lên San Francisco, hai cô bạn thân đành phải chia tay nhau từ đấy.

Một năm sau, Robin ra đời, là nguồn vui lớn cho hai vợ chồng

Helen. Dầu ở cách nhau hàng trăm dặm, hai cô bạn vẫn thường xuyên liên lạc với nhau bằng điện thoại. Vào những ngày lễ nhằm thứ hai hoặc thứ sáu, hoặc Thúy lái xe lên thăm gia đình Helen, hoặc Helen cùng chồng con lái xe xuống ở lại với Thúy. Khoảng cách không gian không bao giờ làm phai nhạt tình thân giữa hai cô bạn gái.

Khi nghe tin dữ, Thúy thật bàng hoàng xúc động. Đã đành là đau xót cho Robin yểu số, nhưng người đáng thương nhiều hơn vẫn là Dick và Helen! Khi gặp lại vợ chồng bạn, Thúy không cầm được nước mắt. Nàng ôm chầm lấy bạn khóc ròng và cũng chẳng biết nói gì đây để an ủi. Cuối cùng Dick phải cố chuyển đề tài, hỏi Thúy về công việc làm ăn và chuyện đi đường xe cộ ra sao... Trong khi Dick và Thúy chuyện trò, Helen vẫn im lặng, hai tay ôm khư khư con búp bê nhồi bông, nâng niu nó như một đứa bé.

Đến bữa ăn tối, Helen dọn bốn phần ăn. Nàng đặt con búp bê lên một chiếc ghế, trước mặt cũng có dao, nĩa, đĩa và thức ăn. Ngồi một lúc, Helen bỗng òa khóc rồi ôm chầm lấy con búp bê, vừa khóc vừa kể lể: “Robin! sao con không chịu ăn? Con phải ăn đi chứ, nếu không con sẽ bị bệnh đấy. Mẹ lo cho con lắm!”

Helen mất trí rồi sao? Thúy đưa mắt hỏi Dick. Anh không trả lời chỉ thở dài não nuột. Sau bữa ăn, Helen bế theo con búp bê vào phòng, vừa đi vừa thì thầm nói chuyện với nó. Dick cảm thấy bất lực trước cảnh tượng đó. Anh bảo với Thúy là cảnh ấy xảy ra hằng ngày từ khi Robin mất đi, anh chỉ cầu mong rồi thời gian sẽ là liều thuốc thần diệu. Thúy hỏi Dick rằng sao không giấu con búp bê đi? Có thể nó đã nhắc nhở Helen rất nhiều về Robin, vì vậy Helen không thể quên cháu được. Dick đồng ý với Thúy và hứa sẽ đem giấu con búp bê đi.

Tối hôm ấy, khi Thúy vừa thiu thiu ngủ, bỗng tiếng kẹt cửa

đánh thức nàng dậy. Có tiếng bước chân nhè nhẹ trong bóng tối mờ mờ, đứng ngay giữa phòng là con búp bê nhồi bông. Và chỉ trong nháy mắt nó biến mất. Thúy dụi mắt cố nhìn, nhưng chẳng thấy gì hơn là cửa phòng đóng kín, trong phòng trống trơn ngoài chiếc giường nàng đang nằm ngủ, chiếc bàn kê cạnh giường và túi xách của nàng ở góc phòng mà thôi. Thúy nghĩ thầm có lẽ nàng đã nằm mơ, nên trở mình ngủ tiếp.

Đêm thứ nhì, khi Thúy đang say sưa trong giấc ngủ, thình lình nàng cảm thấy như có một vật mềm mại đang chạm vào đầu. Thúy mở bừng mắt, nhờ ánh trăng xuyên qua cửa sổ, nàng thấy con búp bê nhồi bông ngồi chễm chệ trên chiếc gối nàng đang kê đầu. Hai bàn tay của nó bắt đầu xoa nhẹ lên mặt nàng rồi đi lần xuống cổ. Thúy thét lớn cố ngồi dậy nhưng đôi tay mềm mại kia bỗng trở thành hai gọng kìm sắt siết chặt cổ nàng. Nghẹt thở, hai mắt trợn trừng, nàng vùng vẫy cố thoát nhưng vô vọng. May sao vừa lúc ấy cánh cửa phòng bật mở, Dick và Helen nghe tiếng thét của Thúy đã vội chạy qua và bật đèn lên. Khi ánh sáng chan hòa khắp phòng, Thúy hãi hùng nhìn quanh, con búp bê nhồi bông đã biến đâu mất. Hai tay nàng vẫn còn ôm lấy cổ đang đau buốt. Khi vợ chồng bạn hỏi lý do tại sao, Thúy quyết định giấu nhẹm chuyện vừa xảy ra, vì chắc hai người sẽ chẳng tin, mà biết đâu nó còn làm cho Helen đau lòng hơn nữa. Thúy phải nói dối là vừa trải qua một cơn ác mộng. Đôi bạn tìm lời an ủi rồi trở về phòng riêng. Sau khi mọi người đi rồi, Thúy không dám tắt đèn và cũng chẳng dám ngủ lại nữa.

Khi ánh dương vừa ló dạng, nàng bảo Helen rằng mình có việc gấp phải trở về nhà. Mặc dầu thương xót cho bạn, nhưng nàng không thể nào đủ can đảm ngủ thêm một đêm trong căn phòng ma quái ấy, nhất là soi bóng mình trong gương, những vết bầm đen còn in hằn trên cổ!

Từ dạo ấy, Thúy bị ám ảnh về sự xuất hiện khủng khiếp của con búp bê nhồi bông. Nàng không thể tìm được một câu trả lời xác đáng cho cái đêm kinh hoàng ấy. Đây chỉ là ác mộng hay hồn ma Robin trở về sống trong con búp bê nhồi bông?

** Bài này đã gửi đăng trong một tạp chí Việt ngữ ở Đức dưới bút hiệu Mây Mùa Thu năm 1990.*

BỨC THƯ GỞI BẠN Ở QUÊ NHÀ

Ngày 28 tháng 1 năm 1991

Minh Cầu thương mến,

Trưa nay tau nhận được thư mi mà tức quá trời! Nhìn bì thư thấy mi phải tốn đến 7400 đồng, lại còn công lao ngồi biên thư, rồi đi bỏ thư, mà ông kẹ mô kiểm duyệt thư mi đã xé ra rách tả tơi. Khi thư qua đến đây, chỉ vỏn vẹn phần trước của phong bì, còn ruột ở trong mô chẳng thấy! Tau nhìn mà ứa nước mắt, khóc vì thương mi đã tốn công tốn của, tức vì không biết trong thư mi đã viết cái chi.

Thôi thì để hôm ni tau sẽ cố gắng viết một cái thơ thiệt dài, kể chuyện kỷ niệm thời học sinh của tụi mình cho mi đọc, để mi đỡ buồn vì cái thơ đã mất.

Tau về lại đây nhớ mi lắm, nhớ mi nói chách chách cái miệng, nhớ con Mộng Hà, nhớ buổi trưa trời mưa tụi mình nằm bên nhau đấu láo trong tiếng mưa rơi. Tau thèm cảnh đó lắm. Ở đây hiếm khi có được một dịp như rứa. Tụi tau như con lật đật, đứng ngồi không yên, làm chi có thì giờ nhàn hạ nằm bên nhau lắng nghe tiếng mưa rơi!

Tau còn nhớ cũng một ngày mưa, mấy mươi năm về trước, khi tụi mình còn cắp sách đến trường Đồng Khánh. Dạo đó học trò hay ở lại buổi trưa tại trường, mấy bà giám thị thường dồn tất cả học sinh vô một lớp cuối, gần văn phòng, để tiện việc kiểm soát. Hôm đó là phiên bà Hiển coi tụi tau. Khi hé cửa nhìn về phía văn phòng không thấy bóng dáng ai, Nguyệt, Quế Hương, Quỳnh Hoa, Mộng Hà, Hoài Nam và tau, rủ nhau len lén xách guốc chạy ù ra khỏi lớp, leo khỏi cổng trường, chạy qua nhà thương nói chuyện với người điên. Trời chỉ còn mưa lất phất nên khỏi cần mang áo tơi. Đến khi trở về, lại cái trò leo cổng trường, may mắn chẳng gặp chướng ngại vật. Nhưng đến khi thập thò ở đầu hành lang nhìn về phía văn phòng, thì hỡi ơi tụi tau nhìn thấy bà Hiển đang đứng nói chuyện với cô Cúc ngay trước cửa lớp.

Tụi tau đành rút lui gấp có trật tự, chạy vòng ra phía sân sau, bàn nhau chui cửa sổ phòng đầu để trốn tạm.

Hoài Nam to cao nhất đám, nên hắn đun tụi tau qua cửa sổ một cách dễ dàng, nhưng hơi gặp khó khăn khi đẩy Mộng Hà. Đến phiên hắn, tụi tau hì hà hì hục, bò lê bò càng mãi mới lôi được qua cửa sổ. Mộng Hà người to lớn như vậy mà yếu xìu, mới bị thấm tí nước mưa đã hách xì, làm tụi tau giật bắn cả người. Sau tiếng hách xì, tụi tau nghe tiếng chân bước vội vã và tiếng mở rồi đóng cửa ở các phòng kế tiếp. Thôi rồi, tung tích đã bại lộ! Bà Hiển có lẽ đang đi lùng coi đứa mô to gan dám trốn ra khỏi lớp. Mi còn nhớ không, học trò dạo đó phần lớn mặc tơi lá, gió chiều mô che chiều đó.

Mỗi đứa đội một cái áo tơi lá lên người, cố ngồi im thin thít, thì cửa sịch mở. Qua khe hở của chiếc tơi lá, tau thấy bà Hiển thò đầu vô, nhìn quanh nhìn quất. Tau ngồi cạnh Mộng Hà, nghe hắn rên ư ử, biết hắn đang cố nhịn đừng hách xì. Tau cầu trời cho hắn nhịn được cho đến khi bà Hiển bỏ đi. Có lẽ sau khi thấy phòng trống không, ngoài bàn ghế và đống tơi lá, bà Hiển yên chí không có ai, đóng cửa định quay gót bỏ đi, thì than ôi con Mộng Hà chắc nhịn không nổi nữa "ách xùm" một tiếng to như súng nổ. Cửa lớp lại mở ra, bà Hiển đi vội đến đống tơi lá, giở lên từng cái một. Dưới mỗi cái tơi lá là Mộng Hà, Hoài Nam, Quế Hương, Nguyệt, Quỳnh Hoa và dĩ nhiên có tau đang ngồi chồm hổm, mặt đứa mô đứa nấy thộn ra đỏ như gấc chín. Bà Hiển nhìn cảnh tượng đó chắc cũng tức cười, nên thấy bà im một lúc mới hắng giọng la: *"Mấy chị còn tái phạm một lần nữa là tui cho đi cấm túc. Về lớp ngay!"*. Tụi tau theo sau bà Hiển như chó ăn vụng bột, lại còn dị hơn nữa là trong đám tụi tau, phần lớn đều có liên hệ bà con xa gần với các bậc thầy cô trong trường.

Ngày mưa năm đó chẳng khi mô tau quên được. Mỗi lần trời mưa, cảnh cũ lại hiện ra rõ ràng trước mắt.

Kỷ niệm thời học sinh của tụi mình còn nhiều kể răng cho hết! À mà răng mi nỡ vội bỏ đời học sinh, bỏ tụi tau để đi lấy chồng? Tau còn nhớ dạo tụi mình mới học lớp đệ lục, còn ngây thơ chán, mà răng mi và con Hoài Nam biết "hoang" sớm rứa? Tụi tau cứ đi rình để coi trộm thơ tình của tụi bây mà không được. Tau nhớ mãi đến đầu năm đệ tứ, tim tụi tau mới bắt đầu biết đập loạn xà ngầu vì người mình si và kẻ si mình. Tụi tau đã có những tên ngộ nghĩnh để đặt cho các chàng trai đó: Ông Sữa, Ông Đồ, Cái Kéo, Màu Áo Thiên Thanh, Người Hùng, Đôi Mắt Huyền, Jody et le Faon... Tiếc rằng lúc đó mi đã đi lấy chồng nên không dự phần trong việc đặt tên.

Tết sắp đến rồi, ngày hôm qua Chủ Nhật, tau đi xuống phố Tiểu Sài Gòn để sắm đồ Tết. Khi mô mi qua đến đây, mi sẽ thấy một hiện tượng kỳ lạ, là có vài bà, vài cô rập một khuôn mặt: cũng cùng đôi mắt ngơ ngác nai vàng, mở hoài không khép kín, sống mũi thẳng và cao như người Tây phương, đôi má lúm đồng tiền. Ờ phải rồi, cái má lúm đồng tiền đã nhắc tau nhớ đến Bạch Nhạn.

Mi còn nhớ một buổi trưa giờ ra chơi, tụi mình chơi "ù mọi". Tau cũng không hiểu tại răng người ta đặt tên cho trò chơi đó là "ù mọi", răng không phải là "ù Tây" hay "ù Mỹ" hỉ? - Đến phiên con Bạch Nhạn qua cứu bạn, hắn chạy răng mà đâm sầm vô góc cột, má bên phải chảy máu chan hòa, tụi mình bị một bữa hết hồn. Có một điều tau tin chắc chắn, hắn là người độc nhất trên cõi đời đã cám ơn vì tai nạn đã xảy ra cho mình. Không mất tiền đi thẩm mỹ viện mà hắn vẫn có một cái má lúm đồng tiền xinh thiệt là xinh!

Bạn bè tụi mình chừ mỗi đứa một nơi, tứ tán khắp bốn phương trời, biết đến khi mô mới có dịp gặp lại nhau đầy đủ cả? Dạo ni mi còn đến Mộng Hà chơi không? Hắn biên thơ cho tau, nói là từ ngày tau trở về đây, mi cũng biệt tăm luôn. Chỉ có tau là cái cầu nối liền tụi bây thôi. Tau mà làm cầu cho con Mộng Hà trèo qua thì e tau sụm!

Thôi tau không nói ba láp nữa. Mong rằng năm mới mi sớm thực hiện mộng đoàn tụ với gia đình. Thương nhớ mi nhiều.

HỒI TƯỞNG

Khi nhận được bức "tâm thư" của anh Tôn Thất Ngự kêu gọi về vụ đóng góp để ra mắt "Đặc San Trung Học Khải Định", tôi nghĩ rằng mình chẳng thể nào viết được một bài gì để gởi đăng. Nhưng trưa nay, sau khi nói chuyện qua điện thoại với anh Trần Sĩ Lâm tôi bỗng đổi ý kiến. Tôi tự nghĩ mình là cựu nữ sinh ban Văn Chương mà không viết được vài dòng cho đặc san trường mình thì "ốt dột" quá!

Mấy chục năm trời đè nặng lên thể xác cũng như tâm hồn, tôi bỗng thấy trí óc mình trở nên mỏi mệt, không thể nhớ được những chuyện quá khứ đã xảy ra chính xác vào những thời điểm nào.

Tôi chỉ nhớ rằng năm đầu tiên bước vào ngưỡng cửa trường Trung học Khải Định đã đem lại nhiều xáo trộn cho đời sống tinh thần của mình. Từ một nữ sinh không phải thuộc hạng dở của trường Nữ Trung Học Đồng Khánh, tôi vẫn nghĩ mình chưa chịu thua kém ai, nhưng sau những năm tháng học chung với các bạn trai, tôi đành phải công nhận các bạn nam học sinh có nhiều người quá giỏi!

Nhiều kỷ niệm vui buồn đã xảy ra trong suốt thời kỳ là nữ sinh trường Khải Định. Chúng tôi ba đứa Võ Thị Nguyệt, Hoàng Quỳnh Hoa, Ngô Thị Vân (mà các bạn thường tặng cho biệt danh là "Les trois mousquetaires") và nhất là tôi, đã gặp nhiều gian truân kém may mắn trên đường thi cử, mặc dù bộ ba này tự xét học chẳng đến nỗi nào! Phải chăng đấy là hậu quả của bộ óc bị chi phối về những vấn đề khác ngoài chuyện học hành?

Những năm học tại trường đã mang lại một dĩ vãng khó quên. Tôi còn nhớ những ngày đạp xe cùng các bạn theo anh trưởng ban xã hội đến các nhà thương thí hoặc các bệnh viện chữa trị cho người cùi, để thi hành công tác tình thương. Những cánh tay run rẩy chìa ra, cùng những ánh mắt cảm kích khi chúng tôi đặt vào lòng bàn tay họ những món quà tuy nhỏ bé nhưng đã gói ghém tất cả tình thương mà chúng tôi đã dành cho họ, khiến lòng chúng tôi ấm hẳn lại và quên đi cái rùng mình thoạt đầu khi chợt nhìn thấy những bàn tay cụt ngón.

Nhớ ngày lớp tôi được cha Cao Văn Luận dẫn đi thăm dòng sông Bến Hải. Tôi đã được nhìn tận mắt dòng sông mà các con cùng một mẹ Việt Nam đã nhẫn tâm dùng để chia rẽ kẻ Bắc người Nam. Lúc bấy giờ tôi chợt nghĩ đến những người xưa khi đứng trước dòng sông Gianh chắc cũng cùng tâm trạng? Họ cũng đã đau cái đau khi nhìn thấy đất nước mình bị chia cắt? Con cùng một mẹ mà sao nỡ xem nhau là kẻ thù?

Nhớ những lần đạp xe đi thăm căn nhà của cụ Phan Bội Châu ở Bến Ngự. Cảnh vẫn còn đây nhưng người xưa đâu còn nữa! Những lúc ấy tôi bỗng tưởng tượng lại khung cảnh trên chiếc thuyền xuôi về Thuận An (mẹ tôi đã kể lại cho chúng tôi nghe), Cụ Phan đã bế mẹ tôi vào lòng và dạy cho mẹ tôi học thuộc lòng bài thơ sau đây:

Có người hỏi thiếp
Mày có chồng chưa?
Thiếp quệt mắt thưa
Rằng xưa vẫn có
Nhà Việt là họ
Nhà Nam là tên
Hơn ba nghìn niên
Tuổi chưa già lắm
Hai bảy vạn dặm
Mặt cũng lớn lao
Mỹ miều biết bao
Rừng vàng bể bạc
Mấy trăm năm trước

Cũng đại trượng phu
Chống Hán, bình Ngô
Anh hùng như thế!
Trời sao nỡ để
Cướp sống chồng tôi
Chồng ơi! Chồng ơi!
Hồn chồng tôi đâu?
Ai hô giùm với!

Nhớ lại lần đi xem kết quả kỳ thi Tú Tài, tôi đã ngỡ ngàng không thấy tên mình trên bảng, tìm tên hai "mousquetaires" còn lại, thấy cũng cùng chung số phận. Thế là ngày hôm ấy tôi đến nhà Nguyệt, gặp Quỳnh Hoa tại đấy, chúng tôi ôm lấy nhau vừa khóc vừa cười. Rồi năm học tới, chúng tôi đau khổ nhìn các bạn cũ chia tay mình, nhưng tuổi học sinh là tuổi dễ quên dễ nhớ, nên chúng tôi dễ dàng hội nhập vào lớp mới, lại có những bạn bè mới. Danh từ "Les trois mousquetaires" lại càng được nhắc nhở thường xuyên trên cửa miệng các bạn cùng lớp, vì chúng tôi ba đứa, sau nỗi bất hạnh vừa qua, bây giờ đi đâu cũng có nhau.

Tôi cũng nhớ đến những bữa tiệc tất niên với những giọng hát non nớt học trò, nhớ những ngày cuối niên học với những tập lưu bút vội vàng chuyền tay nhau. Nhớ những bức ảnh kỷ niệm mà nay nhìn lại đã thấy lỗ chỗ kẻ mất người còn! Nhớ những ngày mưa đã mang lại nhiều kỷ niệm buồn đau nhức nhối và làm sao quên được những lần đi học về vẫn thấy xa xa bóng dáng "chàng" lẽo đẽo đạp xe theo. Kỷ niệm thì nhiều kể làm sao cho xiết!

Bây giờ khi tuổi đã xế chiều, chúng tôi mỗi bận gặp nhau hoặc nói chuyện với nhau qua điện thoại, vẫn thường nhắc đến những kỷ niệm xưa - những người đã có một thời làm tim chúng tôi lỗi nhịp.

Có một điều chúng tôi vẫn thường bảo nhau, "Mấy thằng con trai Huế (xin lỗi các đấng nam nhi xứ Huế! Tôi chắc rằng khi các bạn nhắc đến chúng tôi, các bạn cũng sẽ gọi "Mấy đứa con gái Huế"...) thiệt là vô duyên, thương người ta mà không chịu tỏ thì ai làm răng mà biết được!"

Có thể đấy là lý do tại sao ít có mối tình học trò nào trở thành duyên phối ngẫu! Nhưng theo tôi nghĩ, thà như vậy những mối tình ngây thơ ấy sẽ tồn tại mãi, sẽ còn đẹp mãi để khi chúng ta nhớ lại vẫn còn thương, còn tiếc, chứ như Hồ Dzếnh đã viết:

Đời mất vui khi đã vẹn câu thề
Tình chỉ đẹp những khi còn dang dở

Nếu không có những mối tình éo le trắc trở thì làm sao trong nền văn học có được những áng văn chương bất hủ. Những kỷ niệm của dĩ vãng dù đẹp đẽ hay đau buồn cũng chỉ là một mớ hành trang mà chúng ta phải mang theo đến tận cuối cuộc đời.

Viết xong ngày 11 tháng 10 năm 1995 tại California

TÔI LÀM BÀ MAI

Khi tôi nộp xong bài "Hồi Tưởng" để đăng vào Tập San Trung Học Khải Định theo lời kêu gọi của anh Tôn Thất Ngự, tôi tưởng đã làm xong nhiệm vụ; thế mà ngày hôm qua tôi nhận được "tối hậu thư" bảo phải viết thêm một bài nữa!

Anh Ngự lại còn nhấn mạnh: "Tôi nhớ gặp chị hôm Quốc Học Đồng Khánh tại Sea Food World, tôi có 'năn nỉ xin' và chị đã đồng ý cho bài, cho nên tôi cứ bám vào lời hứa của chị." Tôi thì nhớ hôm ấy chỉ nói rằng: "Nếu được, tôi sẽ viết" chứ có hứa gì đâu, thế mà anh Ngự quá khôn, không hiểu anh ấy đã dùng "chiến thuật" này bao nhiêu lần rồi để gom thêm bài cho tờ báo?

Rốt cuộc rồi tôi cũng phải đầu hàng, nhưng tìm lấy một đề tài để viết mới là chuyện khó! Thôi thì đành viết về những chuyện xảy ra cho các cô bạn thân của tôi vào năm 1952 và 1953 là năm mà chúng tôi chuyển qua học tại trường Khải Định vậy. Nếu những nhân vật trong bài này có tình cờ đọc được cũng xin đừng mắng tôi, chung quy cũng chỉ tại anh Ngự!

Tôi nhớ người xưa thường bảo, không có cái dại nào bằng cái dại đi làm mai mối, nếu duyên có thành họ cũng chẳng cám ơn, đến khi cơm không lành canh không ngọt mình lại bị đưa ra mắng vốn. Thế mà năm đầu tiên khi bước vào ngưỡng cửa trường Khải Định, tôi lại muốn làm nhiệm vụ của Ông Tơ Bà Nguyệt. Số là tôi có mấy cô bạn thân, cô nào cũng xinh xắn và mấy ông anh họ tôi đang tuổi "dậy thì", mình thương bạn thì dĩ nhiên muốn dành bạn mình cho các ông anh, chứ để sểnh ra, nam học sinh Khải Định gặp chắc sẽ không để yên!

Bây giờ tôi xin lần lượt giới thiệu các ông anh họ của tôi: anh Phan Văn Đàm tự Quý, là người cao lớn đẹp trai nhất trong đám anh họ của tôi, tôi nhắm cho Võ Thị Nguyệt. Tôi đưa ảnh của Nguyệt cho anh tôi xem, lại còn chỉ rõ những đặc điểm của bạn cho anh tôi dễ nhận. Nguyệt hay chắp bín để đi học, nên tôi vẫn gọi đùa bạn là "lùng tung tiên nữ". Tôi dặn anh Quý hễ thấy ai có hai "con rít" trên đầu, đấy là Võ Thị Nguyệt! Dạo ấy Cụ Hoài - cha ghẻ của anh Quý - đang làm Tổng Giám Thị tại trường Khải Định nên được cấp chỗ ở tại trường. Anh tôi ở Bến Ngự đi học tại trường Pellerin, thế mà từ khi biết Nguyệt, ngày nào cũng đến trường Khải Định để "nghễ" người đẹp. Cụ Hoài chắc cũng lấy làm lạ không hiểu tại sao dạo này đứa con ghẻ lại đâm ra hiếu thảo với mình đến thế!

Một ngày nọ, anh Quý bỗng năn nỉ tôi làm thế nào để anh ấy được đi ciné với Nguyệt. Tôi hứa sẽ giúp, nhưng với điều kiện là tôi sẽ mời bạn đến nhà tôi cho anh gặp mặt, còn Nguyệt có bằng lòng đi hay không là tùy tài hùng biện của anh ấy. Anh Quý chấp thuận, thế là tôi phải nghĩ ra một cái cớ để mời bạn tôi đến nhà vào ngày chủ nhật. Nguyệt nhận lời, tôi báo ngay tin mừng cho ông anh. Nhưng than ôi, đúng ngày hẹn hò, Nguyệt bận việc bất ngờ nên đành lỗi hẹn. Ăn làm sao nói làm sao với ông anh? Đàng sau nhà tôi có cái chòi tranh xây vắt trên cây ổi, thế là trước giờ hẹn, tôi trèo lên chòi trốn biệt, dặn người nhà nói với anh Quý là tôi đi vắng. Từ ngày ấy trở về sau, hễ thấy bóng dáng anh tôi ở đâu là tôi lẩn tránh đến đấy. Riết rồi anh Quý không thèm nhờ đến tôi nữa. Sau này mỗi bận gặp tôi, anh vẫn hỏi thăm "lùng tung tiên nữ".

Người anh họ thứ hai cũng khá bảnh bao là Thái Văn Chương, đang học tại trường Providence, mà tôi muốn giới thiệu cho Tôn Nữ Mộng Hà. Khi chơi "ù mọi" tôi thường chia cho anh Chương về phe Mộng Hà, khi nàng bị bắt, anh sẽ là người đi cứu bạn. Không biết hai người đã "cảm" nhau chưa, nhưng về sau tôi khám phá ra anh tôi thuộc loại "ba trợn", ỷ có bộ mặt giống Tây lai nên đã đi "cua" không biết bao nhiêu nữ sinh ở khắp các ngôi trường tại Huế. Tôi sợ bạn tôi khổ nên cấm không cho anh tôi liên lạc với Mộng Hà nữa. Để bù lại lỗi lầm đó, sau này nhờ sự hỗ trợ của ông xã tôi, tôi đã cố giới thiệu bạn tôi cho một chiến sĩ Không quân "hào hoa phong nhã" Phạm Đình Giang. Tôi không hiểu hai người này có bao giờ réo gọi tên tôi để mắng vốn không, nhưng dù sao mối duyên này cũng là sự thành công đầu tiên và độc nhất trong nghề "làm mai" của tôi.

Đối với cô bạn thân Hoàng Quỳnh Hoa, tôi còn phân vân chưa biết chọn ai trong đám anh họ của tôi, thì anh Thái Văn Toại – em ruột của Thái Văn Chương – tuy là hai anh em ruột mà tính tình khác nhau một trời một vực; anh này nhút nhát như con gái nhà lành, yêu ai chỉ yêu lặng lẽ, để rồi làm thơ đau khổ một mình. Anh Toại "cảm" Quỳnh Hoa mà không dám tỏ. Tôi biết ý, nên nhờ anh đem một chú chó con đến tặng bạn tôi, anh tôi bằng lòng vội vã đi ngay. Vài tiếng đồng hồ sau, anh trở về, mặt mày đỏ gay, ấp a ấp úng, nói chẳng ra lời. Tôi hỏi duyên cớ, anh tôi thú thật khi đem con chó nhỏ đến nhà Quỳnh Hoa, bạn tôi trong phòng chưa kịp mở cửa, thì con chó lớn của bạn tôi xông ra đuổi theo anh Toại, anh sợ quá nên ôm chú chó nhỏ chạy tuốt vô phòng Quỳnh Hoa. Tôi trêu: "Anh chọc cho con chó hắn sủa để lấy cớ chạy vô phòng Quỳnh Hoa chớ chi". Anh Toại tưởng tôi nói thật cứ gân cổ lên cãi. Thế rồi cuộc tình không hiểu vì sao cũng chẳng thành, để anh tôi cứ ra ngẩn vào ngơ, lại làm thơ tương tư người tình lỡ?

Đến lượt ông anh họ Bắc kỳ của tôi mà sau này trở thành "ông xã" mới là chuyện hi hữu. Tôi gặp ông anh này từ khi tôi còn bé, theo mẹ ra Hà Nội để thăm bà con bên ngoại. Từ đấy về sau chúng tôi vẫn biên thơ liên lạc với nhau cho đến khi anh tôi bỏ trường Albert Sarraut đầu đơn vô không quân đi học tại Maroc. Anh được tôi giới thiệu cho Nguyễn Thị Hoài Nam, nhưng than ôi ngày anh "vinh quy bái tổ" trở về Việt Nam lại là ngày Hoài

Nam lên xe "bông" về nhà chồng! Tôi được đọc những bức thư đầy tình cảm mà Hoài Nam đã viết cho ông anh họ Bắc kỳ của tôi. Tôi cũng chính là người đi mua quà cho anh tôi tặng người tình lỡ nhân ngày cưới. Tuy anh tôi được tiếng là "không quân hào hoa phong nhã", nhưng chỉ là lính tàu bay, đâu có thể sánh bằng vị sĩ quan bộ binh, nên đành để người tình vượt khỏi tầm tay! Rồi chuyện oái ăm đã xảy ra; người được làm mai quay lại "cảm" người làm mối, còn tôi hiểu tâm trạng của những kẻ bị phụ tình hơn ai hết nên từ thương hại trở thành thương thật lúc nào không hay! Chúng tôi đã gặp không biết bao nhiêu sự chống đối trong đại gia đình phía bên tôi, nhưng về sau nhờ sự hỗ trợ nhiệt tình của ông Vũ Khắc Khoan (tôi gọi là bác họ, đồng thời cũng là cậu ruột của ông xã tôi), và nhờ anh tôi kiên trì năn nỉ nên cuối cùng mẹ tôi đành chấp thuận cho phép chúng tôi được kết hôn với nhau. Thế là tôi tạm chấm dứt nghề làm Ông Tơ Bà Nguyệt từ đấy.

Tôi thiết nghĩ chẳng có gì chính xác bằng sự thật, và cũng chẳng có gì đẹp đẽ bằng sự thật, nên dù có ai chửi mắng, khen ngợi hay chỉ trích thì sự thật tôi cứ giãi bày, và tôi cũng thở phào nhẹ nhõm là đã làm trọn lời hứa với anh Tôn Thất Ngự.

Viết xong ngày 12 tháng 12 năm 1995

CÁC BẠN ƠI, NHỚ LẮM!

Trời Cali nắng đã về sao vẫn còn lành lạnh! Lạnh ở ngoài trời hay lạnh ở trong lòng? Hôm nay không hiểu tại sao bỗng dưng tôi cảm thấy cô đơn một cách lạ thường, lòng thấy trống vắng, như thiếu thốn một cái gì.

Ngồi nhìn ra khu vườn phía sau nhà qua khung cửa kính, nắng buổi sáng đang trải dài trên thảm cỏ xanh. Phía cuối vườn, ánh nắng xuyên qua tàn cây liễu, mỗi lần có ngọn gió nhẹ thổi qua lại tạo thành những đốm trắng lung linh, dập dờn như những đàn bướm vờn đuổi bắt nhau. Tôi chợt thở dài và nhớ vô cùng, chẳng biết nhớ ai, nhớ cái gì? Tối hôm qua Quế Hương gọi cho tôi bảo đã đọc xong Tập San Khải Định 48-55 và bắt tôi hứa kỳ tới phải viết bài cho Lá Thư Phượng Vỹ. Phải rồi, cái tên Phượng Vỹ đã nhắc tôi đến tờ bích báo đầu tiên của lớp Đệ Tứ B1 của tôi (chúng tôi thường gọi đùa "B một bột mì") niên khóa 51-52 tại trường Nữ Trung Học Đồng Khánh.

Tôn Nữ Mộng Hà, có khiếu về văn chương, chữ lại rất đẹp, nên đã giữ trọng trách chép tay tất cả những bài của các bạn đã viết trong tờ bích báo Phượng Vỹ năm ấy: Nguyễn Thị Hoài Nam, Thân Thị Tố Tâm, Nguyễn Thị Từ Nguyên, Tôn Nữ Mộng Hà, Hồng Thanh, Trần Linh Lang ... Chúng tôi đã trình tờ báo này cho thầy Nguyễn Văn Đãi là giáo sư Việt Văn và là giáo sư cố vấn lớp chúng tôi. Tôi còn nhớ rất đỗi ngượng ngùng khi Thầy hỏi tác giả bài thơ "Tuyệt Vọng" có phải là thi sĩ Linh Lang của hai câu thơ sau đây:

Chim tứ hướng vụng về xây tổ ấm
Bởi không lần tính đến chuyện tha rơm

Cũng vì thích hai câu thơ trên và mê luôn cái tên Linh Lang, nên tôi đã bỏ thêm chữ Trần để làm bút hiệu riêng của mình, khi làm bài thơ tả tâm trạng của một người thương phế binh. Tôi cũng không hiểu tại sao tôi lại chọn họ Trần và cũng không ngờ khi qua học tại trường Khải Định, cuộc đời tình cảm của tôi lại xoay quanh một người họ Trần.

Bao nhiêu kỷ niệm của thời tóc còn chấm ngang vai, thuở trí óc chưa vướng bận bụi tình đã dồn dập trở về. Tôi vội lấy giấy bút để ghi xuống tất cả cuộn phim quá khứ đang lần lượt hiện ra trong trí nhớ.

Quế Hương ơi! Cũng vì Quế Hương mà bỗng nhiên mình nhớ quá nhớ quá! Nhớ lắm những trưa ở lại trường, chúng tôi gồm có: Mộng Hà, Quỳnh Hoa, Quế Hương, Nguyệt, Tố Tâm và tôi thường đi rình xem thư tình của Hoài Nam và Minh Cầu mà bao nhiêu bận đành thất bại. Nhớ những buổi cầu cơ, có lần Hoài Nam bị thương vì đạp nhằm mẻ chai khi trèo qua cửa sổ. Nhớ một buổi trưa trời mưa, chúng tôi trốn khỏi lớp chạy qua nhà thương điên, đến khi trở về trường bị bà Hiển bắt quả tang đang trốn dưới đống tơi lá (tôi đã kể lại chuyện này trong bài "Bức Thư Gửi Bạn Ở Quê Nhà" đăng trong Lá Thư Phượng Vỹ 1992). Nhớ đang học giờ Toán với Thầy Diêm, bỗng nghe tiếng la to, "Đóng cửa lại! Đóng cửa lại!" của các bạn ngồi gần cửa sổ. Hóa ra trên lầu ba không hiểu ai đã làm gì để nước chảy xuống tạt cả vào đám bạn tôi, chúng tôi gọi đùa: "Tuyết rơi bên song cửa". Đấy cũng là đề tài Mộng Hà dùng để viết thành cốt chuyện chép vào tờ Phượng Vỹ của chúng tôi năm Đệ Tứ B1.

Tôi làm sao quên được lần đi lãnh thưởng, ngoài phần thưởng học đường, tôi đã ngượng đến chín người khi nghe xướng danh tên mình lên lãnh thêm phần thưởng sạch sẽ. Nguyệt đã quay lại nói với Tố Tâm rồi nheo mắt nhìn tôi cười: "E chỉ có con Vân là sạch, còn tụi mình nhớp hết chắc?". Tôi cũng không hiểu tại sao Cô Hà Thị Hòe lại đề nghị cho tôi thêm cái phần thưởng oái oăm ấy?

Lại nhớ năm Đệ Ngũ, Hoàng Quỳnh Hoa và tôi được/bị tranh

nhau hai phần thưởng danh dự và ưu hạng, cuối cùng phải đưa ra Hội Đồng Giáo Sư quyết định và phần thưởng danh dự thuộc về tôi. Tôi đã khổ sở mất mấy ngày trời, nhiều đêm không ngủ được, cứ nghĩ làm sao cho tình bạn khỏi phải sứt mẻ. May thay mọi chuyện đều êm xuôi, chẳng có buồn ai, mà đúng ra tôi đâu có tội tình gì!

Nhớ những lần đi đến trường hoặc từ trường về nhà, nhóm Thành Nội chúng tôi gồm có: Mộng Hà, Quỳnh Hoa, Nguyệt và tôi bao giờ cũng có nhau. Khởi điểm là nơi tôi ở, tại Dãy Trại của Đông Ba, tôi đến Mộng Hà, hai đứa dẫn nhau đến nhà Quỳnh Hoa tại đường Âm Hồn, rồi ra cửa Thượng Tứ đón Nguyệt, để trực chỉ bến đò Thừa Phủ. Sáng nào nếu thấy còn nhiều thì giờ, chúng tôi lại thả bộ qua cầu Tràng Tiền, trưa hôm ấy chúng tôi có quyền ăn quà của chị Bụi hay o Chỉnh. Chúng tôi như bốn con chim non ríu rít suốt quãng đường đi đến trường, hoặc từ trường về nhà. Dạo ấy chúng tôi đang còn "ngây thơ" nên những câu chuyện chỉ xoay quanh các thầy các bạn và các tài tử ciné, hoặc những chuyện nghịch ngợm phá quấy mà thôi.

Cứ mỗi bận đi ngang qua cầu Tràng Tiền gặp xe đạp Cụ Tôn Thất Sa là thầy dạy Vẽ của chúng tôi, chúng tôi lại đồng thanh la lên "Thưa Thầy" để Cụ lại quýnh quáng giở mũ ra chào trả.

Tôi vừa gọi điện thoại cho Mộng Hà để kiểm chứng vài chi tiết trước khi ghi xuống giấy. Khi nhắc đến Cụ Tôn Thất Lương dạy Hán Văn, Mộng Hà bỗng nói với tôi, "Vân biết không, dạo đó Vân thân với con Túy làm ta ghen". Nghe lời bạn nói, tôi bỗng hối hận và cảm động vô cùng.

Cũng vì thân với Tôn Nữ Phi Túy – con gái của Cụ Lương – chúng tôi đều biết trước đề bài thi, nên chúng tôi chỉ việc nắn nót tập viết bài tủ nhiều lần cho nhớ, thế là được điểm cao! Nếu tôi nhớ không lầm, hình như cả lớp đều được điểm cao, vì tất cả các bạn tôi đều xúm quanh Cụ để xin thêm điểm. Cuối cùng Cụ cũng đành đầu hàng đám học trò còn dai hơn đỉa đói.

Nhớ lần Cô Ngọc Lan bắt chúng tôi phải may áo yếm trẻ sơ sinh có thêu "bô đê", chúng tôi không làm được, nên Mộng Hà, Nguyệt và tôi đành phải ra phố thuê các bà sơ làm hộ. Khi phát bài, chúng tôi được nhiều điểm hơn các bạn phải ngày đêm gò may cho đẹp, chúng tôi chỉ biết cười thầm. Mấy chục năm trôi qua, bây giờ tôi mới có dịp thú tội và mong các bạn ấy tha thứ cho. Nhớ chúng tôi thường "cặp đôi" Cô Ngọc Lan với Thầy Trần Điền. Chúng tôi gọi Cô là "Mạ" và Thầy là "Bọ". Mỗi bận Thầy sắp sửa qua lớp, chúng tôi lại nhao nhao "thưa Mạ, Bọ sắp đến". Cô nghe, nhưng không mắng chúng tôi, chỉ mỉm cười. Có lẽ Cô cũng thích thú khi bị trêu như vậy? Bây giờ cả Cô lẫn Thầy đều đã ra người thiên cổ!

Thuở còn đi học, thường có phong trào các chị lớp trên đi tìm các em lớp dưới để mà "mê". Khi tôi học lớp Đệ Tứ, tôi cũng giành được Nguyễn Khoa Diệu Uyển (may chuyện đã xảy ra tại Huế cách đây mấy chục năm trời, chứ nếu ở Hoa Kỳ bây giờ thì eo ơi nguy lắm!!!). Tôi đã mê Diệu Uyển và cũng "mê hộ" cho cậu út của tôi. Dạo ấy cậu tôi học tại Yersin Đà Lạt, mỗi bận biên thơ cho cậu tôi, tôi đều ca ngợi Diệu Uyển, cậu tôi đâm ra mê "người tình không chân dung". Có một bận tôi phải đưa lá thư cậu viết cho dì Tân tôi, vì trong thư có đoạn cậu nhắc đến dì tôi. Trước khi trao thư, tôi đã cẩn thận xóa bỏ những đoạn cậu nhắc đến Diệu Uyển, thế mà cũng không thoát được mắt của dì tôi. Tôi bị mắng một trận nên thân vì tội "làm mai". Dì tôi bảo: "Từ rày về sau không được nhắc đến Diệu Uyển nữa, để cho cậu học." Thế mà chúng tôi vẫn cứ tiếp tục trao đổi tin tức của "người đẹp". Mỗi bận nghỉ hè, cậu tôi trở về Huế, tôi đã tủm tỉm cười khi nghe cậu hát: "Nhắn uyên [cậu sửa lại là nhắn Uyển] bao lời nhớ thương, nhắn mây bao lời trìu mến ..." để nhớ đến người tình chưa một lần gặp mặt.

Nhắc đến "Người tình không chân dung" tôi bỗng liên tưởng đến người em trai của Cô Thân Thị Hảo. Thuở còn đi học, Thân Thị Tố Tâm thường "cặp đôi" tôi với Lân, mặc dầu chúng tôi chỉ gặp nhau một lần ở nhà Tố Tâm rồi thôi. Tôi còn nhớ mỗi lần phát bài thi, Cô Hảo làm vẻ bí mật để cho đám học trò phải đoán non đoán già ai sẽ được điểm cao nhất, thì cả lớp đã nhao nhao, "Vân giữ sơ mi của Cô, Vân giữ sơ mi của Cô, học trò cưng của Cô mà". Tố Tâm giọng to nhất la lớn "Vân Lân". Tôi bỗng òa khóc, đến giờ chơi, Cô Hảo phải xuống dỗ mãi mới nín.

Bây giờ mỗi bận gọi điện thoại cho Cô [Cô đã cho phép các học sinh được gọi Cô là Chị], Cô hỏi "Ai đó?", tôi trả lời "Thưa Chị, em Vân đây". Nếu Cô không nhận ra giọng tôi, Cô sẽ hỏi "Vân mô?", tôi sẽ trả lời "Dạ thưa, Vân Lân", hoặc nếu biết tôi gọi, Cô sẽ nói "Vân Lân đó hả?"

Bây giờ tôi không còn khóc nữa khi bị trêu. Nhớ đến chuyện năm xưa, tôi cảm thấy xấu hổ vì thấy mình thật quá trẻ con! Bây giờ Cô Hảo vẫn thường giới thiệu tôi với những người quen rằng "đáng lẽ làm em dâu tôi đó", nhưng tôi cũng nghe Nguyễn Thị Hoàng Oanh kể rằng Cô cũng giới thiệu về Hoàng Oanh như vậy. "Chị Hảo ơi! Chị chỉ có một người em trai thôi mà sao Chị gán cho nhiều người lắm thế?"

Trong đám bạn thân của tôi, có Võ Thị Nguyệt, là học trò cưng của Thầy Cao Xuân Duẫn, vì Nguyệt rất giỏi Anh Văn, thế mà đã có lần dám trêu Thầy, khi Thầy đi dự đám tang của ông Ưng Quả về. Dạo ấy cả lớp chúng tôi đều bị Thầy mắng cho một trận.

Ai mới gặp Nguyệt lần đầu cũng nghĩ là Nguyệt kiêu ngạo, nhưng khi đã thân với Nguyệt rồi sẽ thấy Nguyệt là người bạn rất chí tình, thương mến bạn bè, hiểu bạn và giúp đỡ bạn rất nhiều. Đấy cũng là ý kiến của một người bạn xấu số hiện còn ở tại Việt Nam, lúc xưa biết Nguyệt chỉ "kính nhi viễn chi". Nguyệt còn có một đặc điểm khác nữa là "con người không chịu ảnh hưởng của thời gian".

Bạn thân của tôi còn có Trần Thị Viện mà tôi thường trêu bạn là "Trần Thị Vện". Viện ta tức mình gọi lại tôi là "Ngô Thị Vẹo". Cái tên đẹp đẽ này cho đến bây giờ Tôn Nữ Dạ Khê mỗi bận gặp tôi hay qua điện thoại vẫn còn dùng để âu yếm gọi tôi. Tôi không lấy làm giận, chỉ tự hỏi không hiểu mình bị vẹo chỗ nào?

Đang định nhớ thêm những nét độc đáo của đám bạn thân còn lại của tôi, bỗng nghe đồng hồ gõ mười tiếng, kéo tôi về thực tại và chấm dứt dòng tư tưởng của tôi. Tôi cũng không ngờ mình đã ngồi đây gần cả tiếng đồng hồ, cố ghi xuống tất cả những quá khứ học đường tưởng chừng đã quên lãng, nhớ đến đâu ghi đến đấy. Dầu có lộn xộn về thời gian tính, tôi cũng mong rằng các bạn tôi khi đọc những dòng chữ này sẽ cùng tôi sống lại những ngày xưa thân ái. Tôi bỗng cảm thấy khoảng trống vắng đã được lấp đầy vì đã tìm ra được câu trả lời cho nỗi nhớ nhung vô cớ.

Riêng đối với Quế Hương, tôi đã thở phào nhẹ nhõm vì nghĩ mình đã không phụ lòng tin yêu của bạn.

California ngày 20 tháng 5 năm 1996

CUỘC HỘI NGỘ VỚI THẦY LÊ HỮU MỤC

"Thương tặng các em nữ sinh Lê văn Duyệt của Mạ Vân"

"Thầy Mục sẽ từ Canada qua thuyết trình lúc 3 giờ chiều Chủ Nhật ngày 14 tháng Giêng tại tòa báo Người Việt. Chị gắng đi", Nguyễn Ngọc Thanh gọi báo tin.

Thoạt đầu tôi còn phân vân, không hiểu có nên đến gặp lại thầy giáo cũ của mình không, cũng chỉ vì bài viết "Những Mẩu Kỷ Niệm Tại Trường Khải Định" mà tôi đã gởi đăng vào tập san "100 Năm Khải Định" tại San Jose. Nhưng sau khi suy đi nghĩ lại, tôi biết rằng thầy Mục tuổi cũng khá cao. Còn tôi đã hai thứ tóc trên đầu, nếu không đến gặp Thầy hôm đó biết đâu sau này chẳng còn cơ hội nào nữa, khi ấy có hối cũng muộn rồi. Thế là tôi quyết định đi dự buổi thuyết trình của thầy Lê Hữu Mục.

Gặp lại thầy Mục, tôi nhận thấy Thầy chẳng khác xưa là mấy, chỉ có mái tóc đã điểm màu sương tuyết. Khi tôi đến chào Thầy, Thầy đã vui vẻ chỉ vào tôi: "À, chị..."

Tôi đỡ lời Thầy: "Dạ, Ngô Thị Vân", thế là thầy trò ôm chầm lấy nhau mừng rỡ. Thầy nói tiếp: "Chị Vân khi còn đi học giỏi Việt văn lắm mà!"

Tôi bỗng cảm thấy chua xót khi sực nhớ đến bài mình đã gửi đăng ở San Jose. Tôi không hiểu Thầy có thật sự nhớ tôi không? Riêng tôi đã có với Thầy một kỷ niệm khó quên. Lúc bấy giờ Lệ Thủy cũng đến chào Thầy, "Thưa Thầy, Thầy nhớ ai đây không?"

Thầy trả lời ngay không suy nghĩ: "Chị Trương Thị Lệ Thủy chứ ai!"

Tôi thật phục Thầy đã có trí nhớ quá siêu việt!

Khi ngồi nghe Thầy thuyết trình về vấn đề chữ Nôm, tôi bỗng có cảm tưởng như đang sống lại mấy chục năm về trước, cũng ngồi im lặng khoanh tay nghe Thầy giảng bài. Tôi còn nhớ rõ một hôm Thầy gọi chị bạn tôi (xin được giấu tên) lên đọc bài đã soạn. Có lẽ đêm trước chị ấy đã mắc bận chuyện gì không làm bài được, chị ấy vội chụp cuốn vở của tôi, tôi đã xanh mặt, vì nếu Thầy gọi đến tên tôi, tôi lấy bài đâu mà đọc? Có lẽ sẽ giở trò chụp vở người khác vậy! May thay, chúng tôi đều "tai qua nạn khỏi". Chị ấy được điểm cao, còn tôi không bị dính vào "sổ đoạn trường". Thật là hú vía! Không hiểu Thầy có biết chuyện đã xảy ra không?

Những chuỗi ngày cắp sách đến trường đang lần lượt diễn ra trong trí óc tôi, những khuôn mặt của các giáo sư, những khuôn mặt của các bạn, thân có, sơ có; có người chỉ hiện ra mờ mờ, nhưng cũng có người hiện ra rất rõ nét; rồi những người bạn đã vĩnh viễn ra đi không bao giờ còn gặp lại nữa! Đang miên man sống lại với quá khứ, thì tiếng hát của Vũ An đã cất lên cao vút trong bản nhạc "Hẹn Một Ngày Về" của Thầy Lê Hữu Mục. Mắt tôi bỗng nhòa lệ. Tôi chợt nhớ thương xứ Huế thâm trầm quay quắt: nhớ xứ Huế mình với những ngày mưa thúi trời, thúi đất, nhớ những lần xắn quần lội nước lụt, nhớ những ngày nắng chói chang oi bức với những trận gió nồm như muốn thiêu đốt da thịt, nhớ cầu Tràng Tiền với những khúc eo mà đã có người ví như eo của các nữ sinh Đồng Khánh, nhớ bến đò Thừa Phủ, nhớ cửa Đông Ba, Thượng Tứ, chùa Thiên Mụ, Bến Ngự, Từ Đàm... Ôi, làm sao mà nhớ thế! Ai đã từng ở Huế thì khó quên đất Huế, người Huế. Huế có một sức quyến rũ dịu dàng nhưng rất mãnh liệt. Thầy Lê Hữu Mục tuy là người Bắc cũng không thoát được thông lệ ấy. Thầy đã thương xứ Huế vô cùng nên đã gởi gắm niềm tâm sự vào trong nhạc phẩm bất hủ "Hẹn Một Ngày Về".

Tôi rất tiếc đã không thể ở lại với Thầy cho đến hồi kết thúc, vì còn phải đi dự buổi họp của hội Ái Hữu Lê Văn Duyệt. Tuy là một hội nhỏ bé nhưng rất thân tình như trong một đại gia đình của tôi mà tôi không thể thiếu mặt. Trước khi giã từ, tôi được hân hạnh chụp chung với Thầy một tấm ảnh để kỷ niệm ngày thầy trò đoàn tụ.

Hơn ai hết, tôi hiểu rõ hôm ấy Thầy đã cảm động biết bao khi thấy rằng học sinh của Thầy mấy chục năm trời xa cách, khi có dịp, vẫn tìm đến với Thầy. Cũng như tôi, mỗi bận có dịp lên miền Bắc Cali, các em nữ sinh Lê Văn Duyệt đã họp nhau lại để đón tiếp tôi. Các nữ sinh Lê Văn Duyệt của tôi cũng như các cựu học sinh của Thầy tề tựu hôm ấy tại tòa báo Người Việt để nghe Thầy thuyết trình, mua sách của Thầy để được ký tặng, là những bằng chứng hùng hồn đã thật sự đánh tan thành kiến hẹp hòi "nghề giáo sư là một nghề bạc bẽo!"

California ngày 24 tháng 01 năm 1996

VỀ MỘT NGƯỜI BẠN VỪA VĨNH VIỄN RA ĐI

Vừa nghe Hồ Văn Thuyết báo tin Trần Công Kiểm đã mất, tôi choáng váng cả người. Tim tôi đập mạnh, lồng ngực bỗng đau nhói, cả thân hình như bị lâng lâng tê cứng.

Tôi chợt nhớ cách đây gần 50 năm về trước, khi còn là nữ sinh đệ lục trường Nữ Trung Học Đồng Khánh, một buổi sáng, Tôn Nữ Mộng Hà hốt hoảng đến báo tin cho biết người bạn khá thân của tôi là Diệu Hồng, đã mất sau trận đau thương hàn, tôi cũng đã có một trạng thái hụt hẫng tương tự. Đấy là lần đầu tiên tôi hiểu thế nào là nỗi đau của kẻ mất người còn. Dạo ấy tôi bị bệnh phải nằm nhà, nên mặc dầu chúng tôi ở rất gần nhau, tôi ở gần Cửa Đông Ba, Diệu Hồng tại Chợ Xép, thế mà tôi cũng không thể đến, để nhìn được mặt bạn lần cuối, không được vuốt mắt cho bạn. Tôi đã bứt rứt cả tháng trời. Sau khi lành bệnh, đàng sau vườn nhà tôi có chiếc chòi tranh xây trên cây, tôi viện cớ học bài để hằng đêm leo lên chòi. Mặc dầu rất sợ ma, nhưng vì thương bạn, tôi đã cả gan nằm ngủ một mình, để đêm đêm cầu xin hồn bạn hiện về. Nằm một mình để tha hồ khóc, khóc cho vơi nỗi nhớ thương bạn, khóc xin bạn tha thứ cho tôi, đã không được tiễn đưa quan tài bạn đến nơi an nghỉ cuối cùng. Đêm nào tôi cũng cầu mong bạn hiện về, cho tôi ôm chầm lấy bạn, nói cho bạn biết rằng tôi đã nhớ thương bạn vô cùng, nhưng đêm rồi đêm, ước nguyện của tôi trở thành vô vọng.

Thời gian trôi qua, bao nhiêu biến chuyển của cuộc đời dồn dập đến, tôi đã vô tình quên bạn, cho đến hôm nay, cái chết của một người bạn thân khác đã làm sống lại cảm giác cũ trong tôi. Tại sao con người sinh ra rồi phải chết, để lại bao nhiêu tiếc thương ray rứt cho thân bằng quyến thuộc? Sau khi nói chuyện với Thuyết xong, tôi vội gọi ngay cho Võ Thị Nguyệt, chúng tôi cùng nghẹn ngào trên đầu dây nói. Nguyệt và tôi là hai người bạn, hay nói cho đúng hơn, là hai người chị tinh thần của Kiểm.

Đã nhiều năm, chúng tôi vẫn trao đổi thư từ, để mong xoa dịu được phần nào nỗi bất hạnh quá lớn lao của Kiểm và gia đình Kiểm.

Tôi chợt ân hận vô cùng, tại sao mấy tháng nay lại không viết bức thư nào cho Kiểm? Từ ngày trở về từ Việt Nam, tôi vẫn tự nhủ, bao giờ có thơ của bạn, tôi mới trả lời. Tại sao tôi lại cố chấp như vậy! Tôi đâu có ngờ Kiểm bệnh nặng đến thế! Tại sao Kiểm đã không nói thật cho tôi biết, ngày tôi còn ở tại Sài Gòn? Tại sao Kiểm đã không bảo Trâm biên thư cho chúng tôi biết? Những ngày cuối cùng, có lẽ Kiểm đã trông chờ thư của Nguyệt và của tôi, mà chúng tôi đã quá vô tình đối với người bạn xấu số.

Lần nào về thăm quê hương, tôi cũng đã hứa sẽ ghé thăm bạn, nhưng chẳng bao giờ thực hiện được. Nhớ lần đầu tiên, khi gọi điện thoại cho bạn từ nhà Mộng Hà ở Sài Gòn ra Đà Nẵng, Kiểm đã khóc nức nở, khiến tôi càng thêm bối rối. Trên chuyến xe lửa xuyên Việt, khi tàu ghé Đà Nẵng, tôi xuống gọi điện thoại cho Kiểm, tôi đâu có ngờ đấy là lần cuối cùng tôi còn nghe giọng nói của bạn. Viết đến đây tôi bỗng nghẹn ngào, nhưng nước mắt thay vì trào ra khỏi khóe, nó lại chảy ngược vào trong, để cho sự hối hận càng trở nên day dứt.

Qua những bức thư Kiểm viết cho tôi, tôi vẫn tưởng Kiểm đã thật sự quên đi nỗi bất hạnh quá lớn lao của mình, Kiểm tỏ ra rất yêu đời và rất tếu. Tôi không thể ngờ Kiểm đã có một thời, theo lời Thuyết thuật lại: "Ngày tôi về, nó đã bị nạn, một hai đòi tôi mua thuốc ngủ cho nó tránh nợ đời. Tôi đã mất hàng mấy năm khuyên nhủ, cứ ráng mà sống để trả nghiệp, trả trước khỏi trả sau, vả lại còn gia đình, con cái đang nhỏ, nên sống mà nhìn chúng thành người. Bấy giờ ta có ra đi cũng an tâm...", Kiểm đã nghe lời khuyên và đã can đảm đương đầu với số phận hẩm hiu của mình.

Một trong những bức thư Kiểm viết cho tôi có câu: "Thơ của chị Nguyệt đượm màu triết lý nhà Phật, khiến tâm hồn Kiểm trở nên thanh thản, bằng lòng với số phận hiện tại và vui với tương lai; trái lại thơ của chị vui nhộn nhắc cho Kiểm nhớ lại những ngày vui của thời còn cắp sách đến trường. Vắng thơ của hai chị là Kiểm buồn lắm đấy, vậy hai chị gắng biên thơ luôn cho Kiểm."

Cũng vì chiều lòng người bạn xấu số, chúng tôi vẫn thường liên lạc với Kiểm. Bận nào nếu viết được một bài gì có vẻ vui vui, tôi lại in gởi cho Kiểm đọc. Tôi đã gởi những bài: "Tôi làm dâu người Bắc", "Bức thư gửi bạn ở quê nhà", "Tôi học thôi miên"... Riêng bài "Tôi làm bà mai" tôi đã hứa sẽ gởi tặng Kiểm, nhưng chưa kịp thực hiện lời hứa, thì Kiểm đã lìa bỏ cõi đời không một lời từ giã. Kiểm ơi, tôi hứa sẽ thắp một nén hương và đốt bài ấy, để ở đâu đấy, nếu linh hồn có thật, Kiểm sẽ đọc bài của tôi mà cười vui như những lần trước.

Kiểm còn nhớ không, có lần tôi đã kể cho bạn nghe tại sao tôi mới có thêm tên đôi rất lạ: nhân một buổi họp văn nghệ tại nhà Trần Tuệ, có vài bạn trỏ vào tôi đề nghị tôi hát, chị bạn người Bắc làm xướng ngôn viên đến cạnh tôi hỏi: "Chị tên gì, để mình giới thiệu", tôi trả lời "Dạ Vân". Chị ấy bèn cầm micro rồi nói: "Chị Dạ Vân sẽ hát bài Tóc Mai Sợi Vắn Sợi Dài". Tôi nghe mà cười muốn chết, nhưng chẳng dám cười to sợ làm mất lòng chị bạn mới. Ngày hôm sau, tôi đã viết thư kể ngay chuyện ấy cho Kiểm, Kiểm bảo đã cười nhiều khi nhận được thư tôi và cho rằng cái tên vừa hay vừa lạ. Rồi từ đấy, mỗi lần Kiểm biên thư cho tôi, Kiểm đều gọi tôi là "Chị Dạ Vân". Qua những bức thư của Kiểm, tôi được biết những bí mật của những mối tình học trò, những người nào đã "theo đuôi" người nào, như lời Kiểm đã viết. Tôi đã trêu Kiểm, đối với tôi, Kiểm như một cuốn tự điển để tôi tra cứu những chuyện xảy ra trong quá khứ học đường. Mỗi bận tôi có điều gì thắc mắc, tôi lại biên thư hỏi bạn, với trí nhớ siêu việt của bạn, Kiểm đã giúp tôi giải đáp rất nhiều vấn đề. Tuy nhiên, Kiểm bảo rằng: "Kiểm cho chị biết dín dín thôi, kẻo cho chị biết hết, rồi chị không biên thơ cho Kiểm nữa." Kiểm đã hiểu lầm tôi, dù không có những bức thư "hối lộ" ấy, tôi vẫn tiếp tục biên thư cho Kiểm. Đã có lần tôi nói với Kiểm, ngoài tình bạn ra, tôi còn xem Kiểm như một em trai. Viết thư cho Kiểm là một niềm vui, vì tôi có thể tâm sự với Kiểm bất cứ chuyện gì. Khi biết tôi sẽ ra Hà Nội, Kiểm đã nói: "Có phải chị ra Bắc để tìm lại Đôi Mắt Người Sơn Tây?" Tôi đã trả lời cho Kiểm biết, suốt đời, tôi vẫn đi tìm một đôi mắt. Khi Kiểm và Trâm tặng tôi xấp hàng lụa, Kiểm đã dặn: "Khi nào chị gặp Đôi Mắt Người Sơn Tây, nhớ mặc bộ đồ lụa Hà Đông". Ôi! lời dặn dò quá chí tình, tôi làm sao quên được!

Bây giờ Kiểm đã vĩnh viễn ra đi, tôi biết còn ai để tâm sự chuyện ngày xưa và nay, biết còn ai để đồng ý với mình rằng "những xừ con trai Huế quá vô duyên, thương người ta mà không chịu tỏ, thì làm răng người ta biết được, đến khi biết được thì đã quá muộn màng rồi!". Đây cũng là một trường hợp điển hình của bạn thân chúng ta đấy!

Kiểm ơi! Giờ Kiểm ra đi để lại bao tiếc thương cho vợ con bạn bè, mặc dầu tôi đã biên thơ cho Trâm, khuyên Trâm nên mừng cho Kiểm đã được giải thoát, tôi vẫn sợ Trâm không chịu đựng nổi sự trống vắng đau khổ, khi hàng ngày phải nhìn thấy chiếc sập trơ trọi, mà trước đây hình dáng thân yêu của chồng mình đã thường xuyên hiện hữu.

Tôi còn nhớ trong nhiều bức thư, Kiểm đã ca ngợi người bạn đời của mình không tiếc lời. Kiểm đã kể cho tôi nghe, mỗi độ xuân về, dù có thiếu thốn, bao giờ Trâm cũng mua tặng Kiểm một chậu hoa hồng để Kiểm đón Tết. Thỉnh thoảng Trâm lại đàn cho Kiểm thưởng thức, tiếng đàn của Trâm vẫn còn réo rắt, giọng hát của Trâm vẫn còn vang lên vui vẻ khi Trâm vừa làm công việc nhà vừa nghêu ngao hát. Trâm đã làm tròn bổn phận của một người vợ hiền, không một lời than van oán trách cho số phận quá hẩm hiu của chồng và của mình. Tôi bỗng ước ao giá mình có chiếc chòi tranh xây trên cây ở đàng sau vườn nhỉ, tôi sẽ leo lên cây đấy để nhớ về Kiểm, nhưng tôi sẽ không khóc, vì tôi phải mừng cho Kiểm, là cuối cùng Kiểm cũng đã trả xong cái nghiệp của mình, Kiểm đã được giải thoát! Mong Kiểm hãy an giấc ngàn thu.

California ngày 8 tháng 8 năm 1996

CÁI MÁY KỲ CỤC

Hằng ngày tôi vẫn thường nhận mails từ những nhóm IC Chu Văn An, Đại Học Sư Phạm, Gia Đình Kỉnh Chỉ, Đồng Khánh, Huế, Khải Định 48-55, Lê Văn Duyệt, Quảng Trị và bà con bạn bè.

Tôi lại có cái tật là quý mến những tài liệu thư từ của mọi người gởi đến, không nỡ xóa đi, vì vậy mà tôi đã phải đổi qua nhiều địa chỉ email, từ yahoo, gmail, netzero và cuối cùng là hotmail mà vẫn không giải quyết được vấn đề gì cả. Từ 1khang, rồi đến 2khang và 3khang cũng không đủ chỗ để chứa, lại còn bị các bạn chế nhạo là sao có nhiều ông Khang vậy?

Tôi vẫn nhất quyết không xóa bỏ, chỉ có "sweep" những cái mails đó vào các files tôi chọn theo tên mà thôi, vì vậy cũng mất thì giờ. Tôi vừa "quét" xong vài cái, trống chỗ thì mọi người lại gởi tiếp, lại kẹt đường! Tôi nghĩ mọi người có mến mình, nghĩ đến mình mới chuyển cho mình. Những người nào không gởi vào được thì tôi bị mắng vốn. Chuyện này tôi nghe đã quen nên trở nên lì!

Tối hôm qua khi check mail tôi thấy có một cái Delivery status notification (failure), mở ra đọc mà cười gần chết. Trong cái thư này hai anh bạn thuộc nhóm Đại Học Sư Phạm viết cho nhau. Anh Trần Cảnh Xuân ở San Diego hỏi anh Nguyễn Phong Châu ở Canada lý do tại sao thư gởi cho tôi đều bị trả về. Anh Châu bèn trả lời: "Đèn Nhà Bè khi mờ khi tỏ. Gió xa lộ khi thổi khi ngừng. Máy Chị Vân lúc nhận lúc không. Cứ gởi mãi thế nào cũng được." Thế là Anh Xuân bèn trả lời: "Mắt đã già khi mờ khi tỏ. Tay thì run biết gõ vào đâu? Máy gì lúc nhận, lúc không? Thôi đành để vậy cho xong!!!" Tôi đọc xong mà cười mãi không nhịn được nữa.

Đúng là cái máy kỳ cục, tôi xin nhận lỗi vì chính tôi mới kỳ cục chứ không phải cái máy.

California 1997

NHỮNG NGÀY VUI TẠI HOUSTON VÀ CÂU CHUYỆN HAI TẤM ẢNH

Ngày vui qua mau! Thật đúng như vậy! Thế mà đã hơn một tuần kể từ ngày tôi rời xứ Texas với "cái nóng nung người nóng nóng ghê" để trở về Cali, lại chịu đựng một sức nóng khác cũng chẳng thua gì Houston, sau khi đã dự lễ kỷ niệm 80 năm Đồng Khánh do nhóm Phượng Vỹ tổ chức rất thành công tại Adam's Mark.

Trước khi lên đường qua Houston, ông xã tôi đã cười bảo tôi: "Kỳ này mấy 'Mệ' rủ nhau bỏ chồng ở nhà để đi chơi cho bằng thích nhé!" Thế mà đúng, qua đến Texas, tôi chợt nhận thấy phần lớn các bạn tôi ai cũng đơn thương độc mã, không có "rờ-mọt" đi kèm. Như chị Diệp, Bá Diệp, Doãn, Quỳnh Hoa, Dạ Khê, Nguyệt, Thu Phong, Mỹ Trang... Phái đoàn Cali khá hùng hậu, gồm có Thầy Đãi, Cô Liễu, Cô Diệu Mai, chị Bản Anh, Kim Chi, chị Từ Diệm, Bá Diệp, Bích Hà, Diệu Hiệp, Hồng, Xuân Lan, chị Liệu, chị Ngọc, Hoàng Oanh, Thu Phong, chị Thanh Tâm, Thương, Mỹ Trang, Tiểu Túy, Lưu Ty cùng các anh Châu, Khoách, Liêm, Liễn, Ngự, Tôn và tôi. Lại còn có cả ban Hợp Ca Bắc Cali tháp tùng.

Buổi lễ do nhóm Phượng Vỹ Houston tổ chức năm nay đã quy tụ gần đầy đủ đám bạn bè cùng lớp của tôi ở Đồng Khánh. Chỉ tiếc Kim Anh, Trâm Anh, Bi, Như Bích, Thanh Cầm, Minh Cầu, Bích Hà, Mộng Hà, Hỷ, Hồng Lê, Phương Thảo, Lệ Thủy, Chị Vân Trà, Chị Diệu Trang, Hồng Túy... dầu ở tại Cali đã không được nhập bọn mà thôi! Năm nay có Hoài Nam đến từ Pháp, người đã mang cả bầu trời Paris qua làm sóng gió tại xứ Cờ Huê này. Lại có Doãn đành bỏ "ông dzôn" ở lại Đức một mình để qua đây vui chơi với đám bạn bè cũ.

Lần này tôi cảm thấy thật hạnh phúc vì đã được gặp lại các bạn cũ như: Thu Cúc, Chị Diệp, Doãn, Minh Đức, Quỳnh Hoa, Lai Hồng, Quế Hương, Hoài Nam, Nghĩa, Từ Nguyên, Nguyệt,

Phương, Kim Soa, Tiên, Viện và "cậu bé" Đinh Xuân Vinh của lớp đệ tam C năm nào. Vinh vẫn không thay đổi!

Ngoài các bạn học cùng lớp, tôi còn được gặp lại các đồng nghiệp của trường Nữ Trung Học Lê Văn Duyệt, như Chị Như Lê, Phương Chi, Cam Thảo và anh Nguyễn Quang Phong. Tiếc rằng Chị Phạm Thị Hường tuy ở Texas mà không chịu quá bộ đến gặp bạn bè. Lại có dịp tái ngộ cùng Tuệ, Thanh, Quỳnh Tiêu và Kim Tri từ Dallas qua. Còn vui hơn nữa, khi thấy các giáo sư của mình như Thầy Cô Đãi, Thầy Cô Hương vẫn còn khỏe mạnh để đến chung vui cùng đám học trò cũ trong buổi tiệc do anh Nam Anh và Quế Hương khoản đãi tại nhà hàng Kim Sơn vào đêm 29 tháng 8. Từ Nguyên và Doãn đã ứng khẩu nói lên cảm nghĩ đối với các Thầy Cô thật là cảm động và hay như một bài luận văn công phu đã được Thầy Đãi cho điểm tối đa năm nào!

Buổi họp mặt tại Adam Mark's đã mang lại nhiều thích thú bất ngờ cho các bạn tôi. Có người gặp lại anh hàng xóm, có kẻ lại tái ngộ cùng cô láng giềng. Có những bạn thoạt đầu không nhận ra nhau, đến khi biết được rồi lại nhất định đòi ngồi chung một ghế, báo hại bọn tôi cứ phải "thanh minh thanh nga" mãi. Bao nhiêu là người đã gặp lại cố nhân! Có vui không hỡi các bạn của tôi? Riêng tôi không ngờ được gặp lại người chị họ xa cách đã mấy chục năm trời. Chị em ôm nhau, mừng mừng tủi tủi.

Còn một chuyện ngạc nhiên thích thú khác nữa là khi cả hội trường trở nên yên lặng nghe Thầy Từ Ngọc Toản, tức ca sĩ Anh Ngọc, cất tiếng hát bài "Thu Hát Cho Người" của Vũ Đức Sao Biển, giọng ca khi cao vút, khi trầm ấm, đầy truyền cảm như đang ru hồn khán thính giả. Trước khi ra về, Thầy Toản đã ghé đến bàn tôi và tặng lại bó hoa cho tôi, khiến các bạn ngồi cùng bàn chẳng hiểu lý do tại sao? Đâu biết rằng hiền thê của Thầy: Nguyễn Thị Nhung là cô em kết nghĩa của tôi.

Có những buổi tối, Quỳnh Hoa, Hoài Nam, Nguyệt và tôi nằm bên nhau, thức trắng đêm để tâm sự chuyện ngày xưa và nay. Đến khi thấy mặt trời gần ló dạng mới giật mình cố dỗ giấc ngủ, thân thể đã rã rời. Tuy nhiên chúng tôi vẫn vui vẻ đón nhận một ngày vui sắp đến vì thời gian bên nhau quá ngắn ngủi!

Đặc biệt lần này chúng tôi được người đẹp Tường Quy cho đi một vòng "Houston by night" bất đắc dĩ, cũng tại chúng mình nói chuyện huyên thuyên nên lạc mất đường về, phải không cô em nhỏ Tường Quy?

Rồi buổi tiệc cuối cùng tổ chức tại nhà Vic và Viễn – em tôi – gom lại đám bạn bè thân thương, đã đánh dấu sự chia tay sắp đến. Cảnh biệt ly có vui đâu bao giờ, rồi những ôm chầm vội vã, những bắt tay từ giã nghẹn ngào đã xảy ra. Tôi bỗng nhớ đến hai câu thơ của Lord G. Byron, Huy Thông dịch:

Xin chia tay, và nếu là mãi mãi
Thêm một lần, xin mãi mãi chia tay

Bây giờ ngồi đây, bao kỷ niệm của những ngày vui tại Houston chỉ còn cô đọng trên các tấm ảnh em gái tôi đã gửi cho tôi. Khi lần lượt nhìn qua những bức ảnh ấy, một bức hình đã làm tôi sững sờ, đấy là tấm ảnh của ba chúng tôi: Hoa, Nguyệt, Vân. Không sắp đặt, không hẹn hò mà tại sao lại có sự trùng hợp lạ kỳ như vậy? Tôi vội vàng đi tìm ngay bức ảnh mà chúng tôi đã chụp chung với nhau cách đây gần nửa thế kỷ, đứng trên bờ sông Hương, trước trường Đồng Khánh (bức ảnh này đã in trên Tập San II Khải Định 48-55). Bên tay mặt của Nguyệt vẫn Quỳnh Hoa với dáng điệu e ấp dịu dàng, Nguyệt vẫn giữ được nụ cười và đôi mắt tin tưởng nhìn thẳng vào tương lai, bên tay trái của Nguyệt là tôi mà ảnh hưởng của thời gian đã thấy hằn trên nét mặt.

Từ trái sang: Hoàng Thị Quỳnh Hoa,
Võ Thị Nguyệt, Ngô Thị Vân (Huế - 1953)

Hoa, Nguyệt, Vân,
xấp xỉ 45 năm sau (Houston - 1997)

Chúng tôi được các bạn gán cho biệt danh là "Les trois mousquetaires" hoặc "bộ ba tướng, sĩ, tượng" mà cuộc đời của cả ba đứa đã trải qua những giai đoạn trùng hợp một cách kỳ lạ! Chúng tôi thân nhau từ thuở còn là nữ sinh Đồng Khánh. Qua Khải Định, khi đi thi bằng bán phần Tú Tài, chúng tôi đã té lăn đùng vì trượt vỏ chuối, mặc dầu xét rằng sức học cũng chẳng thua kém ai! Những cuộc tình học trò đều không được trọn vẹn. Khi ra đời, cuối cùng chúng tôi đều chọn nghề "gõ đầu trẻ". Sau khi lập gia đình, chúng tôi đều không bị "mắc nợ" vì theo người xưa thường nói "con là nợ, vợ là oan gia", thế cho nên chúng tôi ba đứa đều mồ côi con!

Tấm ảnh cũ đã gợi lại những kỷ niệm của thời còn cắp sách đến trường, thuở mà chúng tôi không bao giờ nghĩ đến tương lai sẽ mang lại cho chúng tôi những viễn ảnh gì. Dạo ấy chúng tôi thân nhau đến độ chỉ muốn bạn mình trở thành chị dâu của mình mà thôi. Thế mà các anh đúng là "mắc dịch" chẳng làm nên được trò trống gì cả, thế là bạn vẫn là bạn, không có gì thay đổi!

Sau mấy chục năm trời "ba người ngự lâm pháo thủ" lại có dịp đứng bên nhau như cũ; vì sau khi chia tay nhau cuối cùng ở Huế để vào Sài Gòn, chúng tôi hiếm có dịp gặp gỡ cả ba đứa cùng chung một lúc, mặc dầu vẫn thường xuyên liên lạc, nhưng khi có đứa này thì thiếu đứa kia. Nhờ Quế Hương mà chúng tôi lại có được một bức ảnh tương tự, duy chỉ thiếu dòng Hương Giang làm bối cảnh mà thôi.

Hoa, Nguyệt ơi, mình nhìn bức ảnh mà bỗng rưng rưng nước mắt; không ngờ trải qua gần nửa thế kỷ, chúng ta vẫn còn được đứng cạnh nhau. Mặc dầu tuổi đời đã chồng chất lên hai vai, tâm hồn của chúng ta vẫn còn trẻ trung, ngây thơ vô số tội! Chúng ta, bây giờ đã chân trên chân dưới, biết đâu sang năm có còn được gặp lại nhau nữa không? Trong đám bạn bè của chúng ta, chắc chắn sẽ có kẻ "rụng" dần. Mình bỗng có một ước nguyện ích kỷ là xin được làm người "tiên phong" vì không muốn ở lại để khóc bạn. Mong rằng vài chục năm sau nữa (?) chúng mình vẫn còn được đứng bên nhau, vẫn ở vị thế cũ, được chụp chung bức ảnh thứ ba để còn so sánh, và mong rằng tình bạn của chúng ta sẽ tồn tại mãi mãi với thời gian!

Một ngày nóng bức tại California 10 tháng 9 năm 1997

THƯ GỬI CÁC BẠN KHẢI ĐỊNH KHÓA 48-55

Lời người viết: Trước hết tôi xin lỗi các bạn vì "bổn cũ soạn lại", bài này đã gửi đăng vào tờ Thông Tin Khóa I Đại Học Sư Phạm Anh Văn Sài Gòn mùa thu 1994 và tờ Báo Xuân Lê Văn Duyệt 1995. Sở dĩ tôi mạn phép gửi đến các bạn bức thư này vì trong hai tập san Khải Định 48-55 vừa qua, chúng ta đã đọc được những kỷ niệm của nhau về quá khứ học đường, có lẽ chúng ta cũng mong biết đến những gì đã xảy ra cho số phận các bạn của chúng ta trên mọi nẻo đường đời, kể từ ngày lìa xa sân trường Khải Định? Vì lẽ ấy, tôi mong được chia sẻ với các bạn những nỗi vui buồn đắng cay, mà tôi đã trải qua trong suốt hơn hai chục năm trời xa xứ.

Bây giờ đây tôi xin kể các bạn nghe: Tôi, Ngô Thị Vân, kể từ ngày rời xa kinh thành Huế, vào Sài Gòn, lập gia đình với người đã một thời "tôi làm bà mai" rồi trở thành kẻ "gõ đầu trẻ" tại trường Nữ Trung Học Lê Văn Duyệt cho đến ngày 29 tháng tư đen của năm 1975, dành nước mắt là hành trang, giã từ quê hương vào phút chót của cuộc chiến. Gia đình tôi qua Thái Lan, rồi qua Guam và cuối cùng đặt chân đến tiểu bang Cali, tị nạn tại Pendleton. Tại đây, Võ Thị Nguyệt và Hoàng Quỳnh Hoa đã bắt được liên lạc với tôi. Nguyệt đã gửi tặng tôi một món quà và Quỳnh Hoa tặng $100.00. Với số tiền này tôi dùng để mua ngay một radio cassette và những băng trống, nhờ những người tị nạn thâu hộ tất cả các bài nhạc họ có, bất kể nhạc có giá trị hay loại nhạc "La Fontaine", nghĩa là trình bày bằng tiếng mẹ đẻ, để hằng ngày vặn lên vừa nghe vừa khóc.

Gia đình tôi, già trẻ lớn bé gồm 14 người. Chúng tôi không chịu tách ra làm nhiều gia đình nhỏ để dễ dàng cho các người bảo trợ. Vì lý do này mà cặp vợ chồng nha sĩ, lúc đầu tiên chỉ muốn chọn hai vợ chồng tôi và cô em nha sĩ, đã ra về vì chúng tôi không bằng lòng để ba mẹ, anh chị em và các cháu ở lại trại. Một tuần sau họ trở lại, bằng lòng bảo lãnh cho toàn thể đại gia đình, nhờ sự hỗ trợ của nhà thờ Lutheran và Rotary Club.

Trước đấy, những người tị nạn phải chụp ảnh, kê khai lý lịch để gửi cho các cơ quan thiện nguyện. Tôi có cảm tưởng chúng tôi là dân nô lệ được đem ra bày bán tại chợ trời, để người mua tha hồ lựa chọn. Thật chua xót vô cùng!

Chúng tôi xuất trại đến lập nghiệp tại thành phố Thousand Oaks từ tháng sáu năm 1975 cho đến nay. Ngay ngày hôm sau anh tôi và ông xã tôi đã lấy được bằng lái xe, vì muốn xúc tiến bước đầu tự lập. Nhờ người bảo trợ, chúng tôi có thể vay tiền mua được chiếc xe Pinto cũ. Ba ngày sau, chiếc xe này đã đưa anh tôi, bà chị dâu, ông xã tôi và cô em nha sĩ đi làm, vì chúng tôi không muốn sống nhờ vào người bảo trợ cũng như cơ quan xã hội. Bốn người làm ba chỗ cách xa nhau, nên phải ra đi từ sáng sớm, đến chiều tối mới về đến nhà. Người nào làm chậm nhất lại phải đến sở sớm nhất, để đến chiều xe lại làm một vòng quay ngược. Mỗi lần đi mua sắm, chiếc xe này cũng tạo nên một cảnh tượng vui mắt tại các bãi đậu xe của các trung tâm thương mại. Thiên hạ cứ trố mắt ra nhìn, tưởng chúng tôi đang làm xiệc vì thấy người ở đâu cứ chui ra hoặc chui vào xe hoài mà không hết.

Sau một tuần không công ăn việc làm, tôi nhờ người bảo trợ đưa đến Sở Học Chánh trình bằng Sư Phạm, Văn Khoa và Chứng Chỉ tu nghiệp tại Singapore để xin việc. May mắn thay, một tuần lễ sau họ gửi về cho tôi một Credential (for life) bằng lòng cho tôi dạy Anh Văn như một sinh ngữ phụ. Nhờ vậy mà chương trình Laubach đã thuê tôi dạy cho các dân tị nạn mỗi tối thứ Hai tại "adult school". Vừa lúc ấy có một gia đình vị bác sĩ thú y muốn tôi trông coi bà mẹ của họ. Người ta thì làm "babysit" còn tôi lại làm "grandmasit". Công việc cũng nhàn hạ, tôi chỉ cần ngồi nói chuyện với bà già và nhắc bà uống thuốc mà thôi.

Nhưng có một hôm, khi bà già chống "walker" để đi vào phòng ngủ, thì ôi thôi cứ mỗi bước đi lại thấy một viên tròn tròn, dẹp dẹp, đen đen, nâu nâu rơi lăn ra trên thảm. Chết tôi rồi, tôi phải làm sao đây? Sực nhớ hôm nay có cậu cháu nội của bà già ở nhà, tôi chạy ra vườn ơi ới gọi cậu ta vào ngay và giả vờ ngây ngô chỉ cho cậu ta cảnh tượng ấy. Câu ta kêu trời như bộng, chạy vụt ra sân lấy cái xúc vào xúc hết những "của nợ" ấy đi, thế là tôi thoát nạn!

Đến tháng 8 năm 1975, Sở Học Chánh tỉnh Simi Valley mở kỳ thi tuyển phụ giáo giúp các học sinh ngoại quốc; tôi nộp đơn thi và được nhận. Dạo ấy người Mỹ cứ nghĩ tất cả dân Á Đông đều có thể hiểu được nhau, nên họ đã giao cho tôi một học sinh trung học người Đại Hàn. May cho tôi học sinh này chỉ yếu về môn lịch sử Hoa Kỳ, chứ bắt tôi giảng về Toán hoặc Lý Hóa, chắc chắn tôi phải đầu hàng.

Một điều khó khăn nữa là tôi không biết lái xe, nên khi thì phải nhờ vị Hiệu trưởng của trường, khi lại cậy các giáo sư, hoặc các em tôi đưa đón, thật phiền toái vô cùng. Cũng vì phải đi nhờ xe như vậy mà tôi phải một bữa hết hồn. Ngày nọ tôi ra đường đứng đợi em tôi, cô ấy lại đến trễ, trời bỗng nổi gió đùng đùng. Gió thổi tôi bay đi như một chiếc lá, không gượng lại được (ai có ở Simi mới hiểu tôi không nói ngoa, Simi Valley có nghĩa là thung lũng gió, có lần gió thổi tróc nóc nhà bật cả gốc cây hai bên đường). May thay gần đấy có gốc cây, tôi vội vàng ôm cứng chẳng dám thả tay ra, cho đến khi em tôi đến đón về.

Bao nhiêu chuyện bực mình xảy ra, thế mà tôi vẫn không chịu học lái xe, cũng vì duyên cớ sau đây. Thuở chúng tôi mới đến tỉnh này, có một bà già rất mến gia đình tôi, mỗi đêm bà tình nguyện đến giữ các cháu con anh tôi để mọi người có thể đi học. Có một hôm bà vừa mới xuất viện, sau khi mổ để sửa lại xương cổ, bà đến ngay nhà tôi, dẫn tôi ra chỗ đậu xe rồi hỏi tôi có biết lái xe không. Tôi bảo không biết.

- Vậy có biết đi xe đạp không?

- Lúc còn trẻ tôi vẫn thường đi xe đạp.

- Tốt, vậy lên xe ngồi tôi chỉ cho mà lái.

Ngồi vào xe, bà dạy tôi cách mở máy, gạt cần, đổi số, chân đạp thắng, đạp ga (gas) như thế nào, rồi bà bảo tôi lái thử. Tôi mở máy, đạp ga cho xe chạy. Rủi cho tôi, con đường quá chật, lại thêm ngoằn ngoèo, qua khúc quanh, thay vì đạp thắng, tôi lại tống thêm ga, thế là xe bay vù xuống hố! Trước khi rơi xuống hố, xe còn cán rạp một cột sắt to gần bằng cổ tay. Khi xe đụng đáy, máy cũng vừa tắt. Bà già ngồi bên cạnh bất lực chẳng biết làm gì để xe ngừng lại. Tôi liếc thấy thân hình bà bung lên bung xuống trên ghế như ai nhồi banh. Lúc ấy tôi chẳng có thì giờ nghĩ đến cái cổ bà chưa lành lặn hẳn. Khi xe rơi xuống hố, cửa phía bà ngồi nghiêng ụp vào lòng đất, phía cửa bên tôi chổng lên trời. Tôi vội quay cửa kính xuống, chui ra khỏi xe và cố kéo bà ra theo. Thật quá sức khó khăn bà mới trèo nổi ra khỏi xe. Hai bà cháu dắt díu nhau trở về nhà. Mẹ tôi hỏi đi đâu sao lẹ vậy. Tôi phải nói dối bà già cần điện thoại. Cũng may dạo ấy mẹ tôi chưa nói, chưa hiểu được tiếng Anh, nên chúng tôi khỏi cần giấu giếm. Sau khi gọi điện thoại cho người bạn bà đến kéo xe xong, chúng tôi trở lại chỗ xảy ra tai nạn, chờ đợi người ấy. Lúc bấy giờ tôi mới thấy "thấm đòn", bắt đầu run như cầy sấy khi nghĩ rằng nếu xe bị hỏng, tôi lấy tiền đâu để đền cho bà, chưa nói đến vết mổ của bà chưa lành hẳn, nếu có chuyện gì bất thường xảy ra, tôi phải làm sao đây? Thấy tôi run quá, bà phải trấn an và hứa sẽ giấu nhẹm chuyện này, tôi và bà trở thành đôi bạn thân thiết từ đó. Khi xe kéo lên khỏi hố, ông bạn bà già rất đỗi ngạc nhiên vì sàn xe cũng như máy móc không bị hư hỏng gì cả. Ông ta bảo thật là một phép lạ!

Từ đấy về sau mặc dầu mọi người và ông xã tôi thúc giục bảo phải tập lái xe, tôi đều viện cớ này cớ nọ để đánh trống lảng. Chúng tôi giấu kín chuyện này chẳng nói với ai, ngoại trừ một nhân viên cảnh sát, khi bà đưa tôi đến lấy dấu tay làm hồ sơ nộp cho Sở Học Chánh tỉnh Simi Valley. Bà đã kể chuyện xảy ra rồi khoe với người ấy rằng chúng tôi đã trở thành đôi bạn thân từ đấy. Mười mấy năm sau, bà vĩnh viễn ra đi thình lình, tôi không được nhìn mặt bà lần cuối để vuốt mắt cho bà.

Sau này không còn nhờ cậy được ai để đưa đón, vì các em tôi đã lần lượt dọn sang các tiểu bang khác tìm việc làm, tôi đành phải học lái xe! Các bạn biết không, khi tôi đã biết lái xe rồi, tôi lái ẩu vô cùng, vì đã có lần tôi dám đua với xe "truck" trên đường từ Cali qua Utah khi xe đang đổ dốc, kim đồng hồ xe không còn chỉ được nữa. Thật đúng là "điếc không sợ súng", đã cả gan đùa với tử thần! Sau này nhớ lại mới thấy mình thật là ngu xuẩn. Kể cũng buồn cười, mặc dầu lái xe ẩu tả và lẹ bao nhiêu nhưng cũng không bị cảnh sát công lộ thộp cổ, thế mà ông xã tôi – người có biệt danh là "kẻ đi thâu thập giấy phạt khắp các tiểu bang" – lái từ Cali qua Texas, chỉ trong vòng chưa đầy nửa tiếng đồng hồ đã lãnh hai giấy phạt liên tiếp. Con người chắc nặng nợ với cảnh sát, vì đi bộ tại Chợ Tàu Los Angeles, khi băng ẩu qua đường cũng bị ăn giấy phạt.

Dạo ấy chúng tôi thường lái xe ngao du đó đây, nhưng càng đi nhiều, ông xã tôi lại càng bội thu giấy phạt. Bây giờ tôi không còn lái xe ẩu nữa, thấy nhiều tai nạn xảy ra hằng ngày nên cũng ớn! Thời gian làm phụ giáo cho các trường trung và tiểu học, giữ người già và dạy tại adult school của tỉnh nhà được gần cả năm trời, nhưng phải chạy quanh nhiều nơi. Dạy trường này được vài tháng, ngân quỹ cạn, họ lại chuyển tôi qua trường khác.

Đồng lương thì chẳng được bao nhiêu, nên giữa năm 1976, khi em gái tôi bỏ Damon Lab để qua lập nghiệp tại Utah, tôi nộp đơn xin thế chỗ. Mặc dầu chẳng biết mô tê ất giáp gì về mấy cái "tests" tại Lab này, tôi vẫn xin vào làm bừa. Tôi được huấn luyện ngay tại chỗ. Người Việt mình có tài bắt chước, nên sau khi được chỉ dạy tường tận là có thể bắt tay vào việc ngay.

Tôi làm tại Hepatitis Department, vài năm sau lại được chuyển qua Newborn Screening Department cho đến tháng 5 năm 1985, em tôi quyết định mở phòng mạch, tôi đành bỏ sở làm để giúp em tôi trông coi công việc.

Mặc dầu không được làm nghề "gõ đầu trẻ" như xưa, tôi vẫn cảm thấy thích thú với công việc hiện tại, vì nhờ nó mà có cơ hội tiếp xúc với đủ hạng người, đủ mọi lứa tuổi và mọi sắc tộc khác nhau.

Đôi khi giật mình nghĩ lại cứ tưởng đang còn trong giấc mơ. Nếu không có sự đổi đời vào tháng 4 năm 1975, tôi không bao giờ có thể tưởng tượng nổi mình đã điều khiển được những bộ máy khổng lồ phức tạp mà lần đầu tiên đứng trước chúng, tôi đã phập phồng lo sợ không hiểu mình có làm tròn nổi "sứ mạng" được giao phó?

Tôi cũng học được bài học, là dù bất cứ ai, khi bị "vứt" vào hoàn cảnh nào, cũng có thể thích ứng được và bất kỳ ở đâu, trường hợp nào, tình cảm giữa người với người vẫn được tôn trọng.

Kể từ ngày anh Tôn Thất Quỳnh Tiêu đưa "hịch gọi đàn", tôi bỗng thấy tình bạn giữa những người đồng khóa trở nên thắm thiết đậm đà hơn. Điển hình là trường hợp của anh Hoàng Ngọc Trác. Chúng ta phải cho một tràng pháo tay thật lớn (bắt chước lời của các MC) cho hai anh chị Nguyễn Ngọc Nhâm và Vũ Đình Minh: anh chị Nhâm, vì chiếc thước Lỗ Ban đã phải lên đường đến nhà anh Trác ngay để sơn và sửa cánh cửa ra vào (các bạn muốn biết tại sao, xin hỏi anh chị Nhâm); còn anh chị Vũ Đình Minh ở tận dưới vùng Quận Cam thế mà đã cất công lên tuốt thung lũng Gió đón cho được Trác, Hà và cháu Long về dự đám cưới con trai anh chị Tôn Thất Thiều tại Westminster. Ngoài ra còn nhiều anh chị khác cũng đã không quản ngại đường sá xa xôi, vẫn thường xuyên lái xe đến viếng thăm bạn mình, hoặc xa quá thì gọi điện thoại hỏi thăm sức khỏe. Ôi, tình bạn đồng môn của chúng ta giữa cái xứ Cờ Huê này sao mà đẹp đẽ đến thế!

Sống xa quê hương xứ sở, tôi thấy rằng tình bạn thật là cần thiết. Cái phù phiếm xa hoa của vật chất, sẽ có ngày mất đi, nhưng tình cảm giữa con người với nhau vẫn tồn tại mãi với thời gian. Tại sao chúng ta không lợi dụng những năm tháng còn lại của cuộc đời để sống cho trọn cái tình người, tình bạn đó?

Với bài này, dù chỉ là sự "xào nấu lại", tôi cũng mong rằng anh Quỳnh Tiêu không còn dọa rằng "chị sẽ không được cấp giấy phép về Cali từ Houston sau khi dự lễ Phượng Vỹ trong tháng 8 tới, nếu không có bài cho Tập San số 3 của Khải Định khóa 48-55".

Thân mến chào tất cả các bạn và xin gửi đến gia đình các bạn lời chúc tốt lành nhất.

Ngô Thị Vân
California ngày 5 tháng 6 năm 1997

BỨC THƯ KÍNH GỬI GIÁO SƯ NGUYỄN VĂN ĐÃI

Kính thưa Thầy, ngày hôm qua nhân soạn lại đống giấy tờ và thư từ cũ, em tình cờ tìm thấy bản sao lá thư em đã gửi Thầy Cô hơn 7 năm về trước (em cũng không hiểu vì lý do gì đã khiến em sao lại bức thư này?). Cũng may nhờ nó mà em bỗng nảy ra ý định sẽ viết một bài về những kỷ niệm của Thầy đối với em để đăng vào Lá Thư Phượng Vỹ sắp đến, vì Tôn Nữ Quế Hương đã bắt đầu réo gọi. Em mong Thầy không phiền lòng vì em đã không xin phép Thầy Cô trước.

Thầy, thầy Phạm Ngọc Hương và cô Hà Thị Hòe là những giáo sư của trường Đồng Khánh đã khiến em yêu mến giờ Việt văn.

Em còn nhớ thuở học lớp đệ thất, giờ Việt văn do cô Hòe đảm trách, những bài luận đầu tiên viết và nộp bài xong, em vẫn hy vọng sẽ được cô khen, vì khi tả bà ngoại, mặc dầu bà đang còn trẻ, em đã viết "Bà em lưng đã còng dưới gánh nặng của thời gian", hoặc khi tả cảnh trời mưa, em đã đắc ý ghi: "Từng hạt mưa rơi ngoài trời buồn như những giọt nước mắt rơi nặng trĩu tâm hồn em". Chỉ là một con bé học đệ thất, có hiểu gì đâu! Em cứ nghĩ những câu văn "cóp" được từ truyện của người lớn như vậy sẽ được cô cho điểm cao. Ngờ đâu cô sổ toẹt và phê "Văn sáo, nên diễn tả bằng ý và tình của em sẽ hay hơn". Thế là từ đấy em sửa đổi cách hành văn. Khi làm bài luận tả tâm trạng chiếc bàn học cũ bị bỏ rơi, em đã được cô Hòe khen: "Mặc dầu lời văn bình dị, em đã thành công khi diễn tả một câu chuyện hết sức cảm động". Trong tập học bạ cuối năm, lời phê của cô đã làm em nhớ mãi như một câu "chỉ nam": "Em rất có khiếu về văn chương, nhưng nên nhớ rằng văn hay không cần phải dùng sáo ngữ".

Khi lên các lớp trên, em được học với Thầy. Thầy đã rèn luyện cho em trở thành kẻ thích văn chương thi phú. Em còn nhớ bài "Hòn Vong Quốc" đã được Thầy cho điểm tối đa. Em cũng không ngờ gần 50 năm sau, em và hầu hết đám bạn bè ngày ấy, giờ đây đã trở thành kẻ mang mối hờn mất nước, sống rải rác khắp năm châu bốn bể, đành nhận quê hương xa lạ làm quê hương tạm bợ của mình!

Từ khi bắt lại được liên lạc với Thầy Cô trên đất Mỹ, em vẫn muốn làm đứa học trò của Thầy Cô như xưa, vì vậy mỗi bận viết được một bài văn gì, em vẫn gởi Thầy để đọc và được phê phán.

Em vẫn nhớ Thầy đã khuyến khích em nên viết về văn chương trào phúng. Em rất mong sẽ trở thành văn sĩ hay thi sĩ, nhưng tự lượng sức mình, suốt đời đây chỉ là mơ ước không đạt được. Em không thể nối nghiệp Thầy hay ông ngoại em, là cố thi sĩ Kỉnh Chỉ trong Hương Bình Thi Xã. Đây chỉ là một giấc mơ hão huyền mà thôi!

Em rất mừng được tái ngộ với Thầy Cô tại Houston nhân ngày lễ 80 năm Đồng Khánh do nhóm Phượng Vỹ tổ chức tháng 9 năm 1997 và mừng hơn nữa là thấy Thầy Cô vẫn còn khỏe mạnh tươi trẻ để cùng chung vui với chúng em. Hôm ấy khi Thầy hỏi em rằng em có biết ngoài tên "Dạ Vân" em còn có thêm một tên khác nữa, em đã ngẩn người ra không hiểu, đến khi Thầy nhắc, em mới sực nhớ. Em thật cảm động biết rằng bài mình viết vẫn còn được Thầy theo dõi, mặc dầu không hiểu tại sao bài ấy em lại không gởi trình Thầy trước?

Để chấm dứt bài viết này, em xin mạn phép Thầy cho trích đăng một đoạn trong bức thư em đã gởi đến Thầy Cô hơn 7 năm về trước: "Em đã đọc xong quyển 'Ánh Sáng và Bóng Tối' của Thầy. Từ trước đến giờ mỗi lần xem truyện (trừ tác phẩm của Nhất Linh) phần lớn em chỉ xem lướt qua những chỗ tả cảnh, riêng tập truyện của Thầy, em đã đọc không bỏ sót một chữ. Em rất cảm phục trí nhớ kỳ diệu của Thầy. Em có cảm tưởng trí óc của Thầy, vừa là cái máy quay phim đã thâu hết ngoại cảnh của tất cả những nơi Thầy đã đi qua, vừa là bộ máy 'computer' ghi hết những dữ kiện, những xúc cảm cùng tất cả các chi tiết đã xảy ra trong những năm tháng tù đày, để khi Thầy trở về vùng đất tự do, chỉ cần bấm nút là tất cả quá khứ sẽ lần lượt diễn tiến rõ ràng minh bạch như vừa mới xảy ra ngày hôm qua.

Đọc truyện của Thầy mới biết được sức chịu đựng của con người quả là phi thường, hiểu rõ hơn những mưu mô xảo quyệt của người Cộng Sản, thông cảm nỗi nhục nhằn ê chề của kẻ chiến bại và cảm phục sự bất khuất của các vị anh hùng trong bóng tối.

Em đã khóc khi đọc đến đoạn Thầy nhận hung tin của gia đình, cảm thông nỗi đau khổ bất lực của Thầy trước tình cảnh bi đát éo le như vậy.

Em thấy tội cho Cô biết bao khi Thầy nhìn theo Cô trên đường đi thăm nuôi về, đã bước thấp bước cao xa dần người mình thương! Cảnh tượng ấy đã gây một ấn tượng thật xót xa cho những ai đã biết Cô trước biến cố Tết Mậu Thân. Em còn nhớ dáng Cô đài các, mỗi lần Cô đi qua lớp, đã khiến cho nhiều cặp mắt học trò phải nhìn theo ngưỡng mộ! Em còn thấy thương Cô hơn nữa, khi nghĩ rằng trong suốt mười mấy năm trời, Cô phải sống trong sự hoang mang đau khổ không hiểu số phận của Thầy ra sao. Em không hiểu Cô có đi theo đoàn người đến nấm mồ tập thể để tìm xem có thấy xác của Thầy hay không (em xin lỗi)?

Đáng lý ra Cô cũng nên viết một cuốn hồi ký, tả tâm trạng khắc khoải của Cô trong những năm tháng hãi hùng mà Cô đã phải chịu đựng cho đến ngày về của Thầy...

Em xin kính chúc Thầy Cô luôn vui mạnh, để học trò của Thầy Cô còn mãi mãi được đọc những sáng tác của Thầy và biết đâu một ngày nào đó, Cô sẽ cho bọn em một hứng thú bất ngờ!"

Học trò của Thầy: Ngô Thị Vân
California ngày 16 tháng 1 năm 1998

VỀ HAI NGƯỜI BẠN ĐÃ VĨNH VIỄN RA ĐI

Hôm nay tôi quyết định phải ngồi xuống để viết về hai người bạn đã vĩnh viễn vắng bóng trên diễn đàn của Tập San Khải Định 48-55, đấy là hai anh Tạ Thúc Phú và Trần Đại Minh.

Dẫu các anh đã lìa bỏ chúng tôi, chúng tôi vẫn mãi mãi nhớ đến hai anh và các bài viết của hai anh trong Tập San này sẽ là những kỷ niệm quý báu mà chúng tôi xin trân quý.

Tạ Thúc Phú

Tôi được quen với Tạ Thúc Phú do một sự tình cờ, mặc dầu anh Phú bảo rằng có biết tôi từ những ngày tôi còn là nữ sinh Đồng Khánh. Tôi chỉ thật sự quen biết anh trong thời gian gần đây, qua sự trao đổi bằng điện thoại viễn liên vì anh Phú ở tận Florida mà tôi ở mãi tiểu bang Cali. Gặp nhau tận mặt thì chưa bao giờ! Khi đại gia đình chúng tôi quyết định cố gắng gom góp tài liệu ra mắt tập thơ Kỉnh Chỉ, mẹ tôi tình cờ đọc được một bài viết trong tạp chí Hồn Việt về Bùi Bảo Vân, ký tên là Phụng Hồng. Tác giả cho biết ông là con trai của cụ Tạ Thúc Khải. Cụ Khải là bạn thi văn với ông ngoại tôi, tức là cố bác sĩ Phan Văn Hy, bút hiệu Kỉnh Chỉ, một thành viên của Hương Bình Thi Xã. Mẹ tôi bảo em tôi là Ngô Thị Vĩnh biên thơ liên lạc ngay với tác giả bài báo. Qua sự trung gian của bạn em tôi ở Florida, chúng tôi đã tìm ra tung tích của anh Phú và nhờ đó tôi rất mừng được biết anh Phú là phu quân của Hoàng Thị Hạnh bạn tôi, thế là chúng tôi quen nhau từ đấy.

Đứng về vai vế, đáng lẽ anh Phú ngang hàng với mẹ tôi vì cụ Tạ Thúc Khải là bạn thân của ông tôi. Tuy nhiên từ ngày quen biết nhau, anh Phú luôn gọi tôi là "Chị" và xưng "Em" ngọt xớt. Thế là tự dưng tôi được có được một "người em" rất dễ nhờ, dễ bảo. Có việc gì thắc mắc về vấn đề văn chương hay tiểu sử, hoặc nhận diện hình ảnh các cụ trong Hội Khổng Học, hay các bạn cũ

Khải Định, tôi chỉ cần gọi điện thoại nhờ tìm hiểu là "em tôi" giải quyết một cách mau lẹ.

Mỗi bận sáng tác được một bài thơ mới, gởi qua cho "em tôi" đọc, chỉ vài ngày sau là có bài họa gởi về. Bài thơ chúng tôi xướng họa cuối cùng với nhau là bài "Người ơi xin hãy" (đã được đăng trong Phượng Vỹ 2003), Quế Hương đã "mắng vốn" tôi như sau, "tại răng nói chuyện chết chóc làm chi để cho Tạ Thúc Phú phải họa thơ như rứa?" Thật là "oan ơi Ông Địa!" Tôi chỉ nói về tôi chứ có rủa ai chết đâu!

Hai ngày trước khi anh Phú thình lình từ giã cõi đời, chúng tôi còn nói chuyện với nhau qua điện thoại, bàn cãi vài vấn đề trong tập thơ Kỉnh Chỉ. Tôi còn nhớ giọng cười ròn rã của anh. Rồi lần chúng tôi kết thúc câu chuyện, anh Phú lại đưa điện thoại cho Hạnh và bảo tôi: "Chừ chị nói chuyện với hoa hậu của em", lần nào cũng như vậy, chứng tỏ anh Phú là người chồng luôn luôn yêu mến và ngưỡng mộ vợ mình.

Con người vui tính, mạnh khỏe như vậy có ai ngờ lại từ giã cõi đời một cách thình lình đến thế! Kể từ đây, tôi sẽ không còn có ai để giúp tôi giải đáp những thắc mắc, những "nghi án" và nhất là khai triển những khía cạnh đặc biệt trong tập thơ Kỉnh Chỉ nữa. Tạ Thúc Phú là người đã có công "mổ xẻ" phân tích những nét đặc thù trong tập thơ của ông tôi. Gia đình chúng tôi thật sự mang ơn người bạn rất nhiệt tâm, nhiệt tình này. Chúng tôi tiếc thương một người bạn chưa một lần gặp mặt. Anh Phú và Hạnh đã hứa sẽ qua thăm chúng tôi, nhưng hỡi ơi lời hứa ấy đã không bao giờ thực hiện được, họa chăng bây giờ chỉ còn có Hạnh!

Từ nay sẽ vắng tiếng cười của anh mà mỗi lần nhấc máy điện thoại lên, tiếng cười ròn rã của anh như muốn làm làn sóng điện nổ tung!

Xin vĩnh biệt "người em" không bao giờ gặp mặt!

Trần Đại Minh

Người bạn vừa mới quen biết đã vội lìa bỏ cuộc đời!

Trần Đại Minh là một người bạn rất đặc biệt và tế nhị. Mặc dầu anh Minh và tôi cùng học chung dưới mái trường Khải Định trong ba năm trời nhưng thuở ấy tôi chẳng biết anh Minh mà có lẽ anh cũng chẳng biết tôi. Tôi chỉ quen với Trần Đại Minh vào những năm gần đây mà thôi. Trước đây tôi chỉ xem anh như một người bạn đồng khóa. Tôi đặt tên anh là "ông già bí mật" vì trong tất cả các buổi họp mặt khóa 48-55 Khải Định anh có mặt, nhưng chỉ ngồi lặng lẽ, ít nói, ít cười đùa. Lần họp mặt cuối cùng tại nhà anh Vũ Đình Minh, sau khi nghe tôi hát bài "Biệt ly" của Doãn Mẫn, anh đến chào tôi rồi bảo: "Chị hát hay lắm". Rồi bỏ đi, tôi cũng chỉ cám ơn và không bắt chuyện. Về sau tôi không biết rõ tại sao ai đã bỏ tên tôi vào một nhóm email toàn các ông, chỉ có tôi là đàn bà. Tôi để ý thấy có tên anh Minh trong nhóm này. Tôi nhớ rõ bạn tôi, Trần Thị Cẩm Tuyến có nhờ tôi làm cách nào tìm cho được bài "Ngàn thu áo tím" và tài liệu nói về tác giả bài hát này.

Tôi biết anh Trần Đại Minh trong nhóm email này là người thông hiểu nhiều vấn đề, nên viết thư hỏi thử. Không ngờ thư gửi đi, chưa đầy một tiếng đồng hồ sau, tôi nhận được thư trả lời của anh Minh với đầy đủ chi tiết cần thiết về bài hát do bạn tôi nhờ hỏi. Thế là từ đấy, tôi nhận được rất nhiều emails của anh Minh.

Trong nhóm này chỉ có mình tôi là phụ nữ, theo lời anh Lý viết cho tôi, anh Minh đã cản các bạn không cho gởi đến tôi những chuyện tiếu lâm quá đáng và anh Hoàng Đình Hoạt cũng đã "báo động" trong nhóm rằng tôi chỉ là khách danh dự nên phải dè dặt. Chính anh Minh cũng viết cho tôi biết như sau: "Có nhiều chuyện quá sỗ sàng nên chính tôi phải xóa tên chị ra khỏi list trước khi gửi đi." Tôi thật sự rất cảm kích về sự tế nhị của hai anh Trần Đại Minh và Hoàng Đình Hoạt.

Anh Minh biết ông xã tôi là "dân không quân" và là người Bắc Ninh nên anh thường chuyển cho tôi xem và đọc những tài liệu về lễ hội Bắc Ninh và hình ảnh những cô gái làng Lim, cùng những tài liệu về tướng Nguyễn Cao Kỳ và những gì liên quan đến binh chủng không quân. Đôi khi chúng tôi có những bất đồng ý kiến, nhưng cuối cùng cũng thông cảm nhau, không mất lòng ai. Ngày nào tôi cũng nhận ít nhất là một hay vài email của anh Minh, nên trở thành thói quen. Đến khi anh mất đi, tôi cảm thấy như thiếu vắng một điều gì, chờ đợi một sự việc không bao giờ còn xảy đến nữa. Thế mà có một lần, sau khi anh mất rồi, tôi nhận được một email đứng tên anh. Đấy là thời kỳ virus hoành hành dữ dội trên mạng. Mỗi ngày tôi đều nhận được hàng chục cái thư của người quen cũng như người không quen. Hỏi đến thì hóa ra chẳng ai gởi cả. Mặc dầu biết như vậy, nhưng khi nhận được thư này tôi cũng đã hồi hộp không ít, cứ hy vọng hão huyền đấy là một phép lạ đang xảy ra.

Trước khi anh Minh qua Cali để gặp chúng tôi lần cuối cùng, anh đã gởi bản thảo bài "Những mảnh đời, những mảnh Người" nhờ tôi đọc trước với bút tích như sau:

"Dear chị Vân,

Về văn phạm, dấu hỏi ngã tôi rất dốt. Hy vọng anh Sơn check lại với VNI. Chị nhắc giùm.

Đổi họ tất cả tên VN trong bài, nếu họ đọc được (chắc là không) thì rùng rợn lắm.

Thanks. See you soon."

Anh hứa sẽ cho tôi xem những nhân vật có thật trong câu chuyện của anh. Hôm gặp nhau ở Cali, anh đã cho tôi xem qua máy chụp hình digital hình ảnh những nhân vật đó. Tôi nhìn mà tiếc là không rõ, vì để quên cặp kính đọc sách ở nhà. Anh hứa về nhà sẽ "save" tất cả hình đó vào một CD cùng với những tấm hình anh chụp chúng tôi trong buổi họp mặt và sẽ gởi tặng tôi sau. Nhưng lời hứa ấy đã không thực hiện được, vì anh đã bỏ chúng tôi đi qua thế giới bên kia một cách quá đột ngột! Sau khi anh mất đi, tôi đã tìm cách liên lạc với con gái của anh, mong tìm được cái CD quý báu này. Con gái anh giới thiệu tôi cho bào huynh của anh là Trần Đại Quang. Cả hai người đã cố công tìm kiếm mà vô vọng! Nhờ vụ này tôi được biết anh Quang vừa là bác sĩ vừa là một họa sĩ tài ba. Anh cũng là cựu học sinh Khải Định đã có thời muốn tham gia nhóm Khải Định, nhưng anh Minh đã cho anh Quang biết như sau:

"Tôi không tham dự các khóa Khải Định vì chú Minh nói anh không học đủ khóa nên không được nhận làm hội viên. Các anh bác sĩ khác, dân Huế như bác sĩ Lê Xuân Thảo, anh của Lê Xuân Quỳnh, cũng không là hội viên". Thế là anh Minh đã vô hình trung ngăn không cho anh của mình tham gia vào những hoạt động của nhóm Khải Định 48-55 rồi!

Đấy là một đoạn trong lá thư anh Quang gởi cho tôi và cũng để xin lỗi không thể giúp tôi tìm được cái CD quý hiếm ấy. Bây giờ đây cũng chẳng hiểu cái CD ấy đã rơi vào tay ai? Rồi không ngờ, cũng không bao lâu anh Trần Đại Quang lại theo gót em trai mình đi về bên kia thế giới!

Tôi còn nhớ buổi tiệc cuối cùng đãi anh Minh, khi anh qua Cali, anh mở đầu bằng một chai vin rouge và kết thúc bằng hai chai champagne do anh Trần Văn Sơn mang đến. Khi từ giã, anh bắt tay tôi thật chặt và nhắc tôi vẫn cứ email cho nhau và hứa sẽ còn trở lại Cali nhiều lần nữa. Tại sao anh lại dặn dò như vậy, phải chăng đấy là một điềm không hay báo trước cho các bạn biết?

Sau buổi tiệc tất cả các bạn kéo nhau đến nhà anh Tôn Thất Diên. Anh bảo tôi cùng đến, để anh dạy tôi biết thêm về computer, nhưng tôi bận việc, nên đành từ chối lòng tốt của anh. Tôi đâu ngờ đấy là lần cuối cùng tôi gặp anh. Những ngày trước khi anh mất, anh có email cho tôi biết tình trạng sức khỏe của anh và bảo rằng những cơn suyễn đã làm cho anh rất mệt, nhưng cũng đã hoàn thành cái CD và sẽ gởi cho tôi như đã hứa. Tôi có hỏi anh có chịu uống thuốc ta, một loại thuốc mà một học sinh của tôi, bị suyễn nặng, đã dùng và có kết quả khả quan, nhưng tiếc anh đã từ chối không chịu thử! Âu cũng là số mệnh! Ngờ đâu ngày hôm sau nghe tin anh lìa bỏ cõi đời! Khi anh Hoàng Đình Hoạt báo tin, tôi cứ ngỡ là chuyện đùa, vì mới nghe chuyện của anh Tạ Thúc Phú, tôi cứ nghĩ là anh Hoạt trêu tôi, đâu biết là sự thật đau lòng xảy ra! Anh đã thực sự lìa bỏ chúng tôi rồi! Tôi lại bị một trạng thái hụt hẫng như lần nghe tin những người bạn thân của mình đã ra đi như Trần thị Diệu Hồng, Trần Công Kiểm, Ni Sư Trí Hải (Tôn Nữ Phùng Khánh) và mới đây là anh Tạ Thúc Phú.

VÀI NÉT VỀ ÔNG TÔI TỨC KỈNH CHỈ TIÊN SINH

(Một hội viên của Hương Bình Thi Xã)

Nhân đọc bài báo "Vài nét về Hương Bình Thi Xã, Hội Thơ Huế" của Bảo Thái đăng trong tờ Tuần Báo Việt Nam Weekly News ra ngày Thứ Sáu 27 tháng 2 năm 1998 tại Dallas do Nguyễn Xuân Thiệp gửi tặng, tôi đã rất đỗi ngạc nhiên hỏi mẹ tôi rằng: "Ông ngoại là hội viên của Hương Bình Thi Xã, hơn nữa Cụ Thúc Giạ và ông ngoại là hai người bạn thiết, tại răng ông ngoại đã không làm bài 'sanh điếu' (1) cho Cụ?". Mẹ tôi giải thích là vì dạo ấy ông ngoại làm cố vấn quân y nên chính phủ đã đưa ông tôi lên chiến khu Ba Lòng để chống Pháp, vì vậy mà không thể tham dự vào việc làm văn tế 'sanh điếu' cho Cụ Thúc Giạ được.

Những ngày ở chiến khu Ba Lòng đã được ông Lê Cao Phan, một nhà văn vừa là giáo sư người Ngô Xá, tỉnh Quảng Trị, nhắc lại trong hai bài ca để hoài niệm ông tôi nhân buổi lễ tổ chức húy nhật 100 năm cố thi sĩ Kỉnh Chỉ vào tháng 12 năm 1989 tại Sài Gòn:

BÀI HÒ MÁI ĐẨY

Hồi tưởng xa xưa
Trên bốn mươi năm về trước
Dòng đời xuôi ngược
Đồng, núi, thị thành
Đắm chìm trong khói lửa chiến chinh
Nhớ vị Lương Y thuần túy
Với mối tình nước non

BÀI CA NAM BÌNH

Nặng ơn cùng cụ Lương Y
Mãi còn ghi
Phố phường thôn xóm
Nề khó khăn chi

Dạ kiên trì
Đức độ ai bì
Nhớ đi về
Chốn sơn khê
Ba Lòng, Đá Nổi trăm bề
Mái lều y xá
Chén ngô khoai giữa rừng cây lá
Tóc bạc da mồi
Vẫn không thôi
Đem tài cứu mạng bao người
Xót thương đàn trẻ xanh tươi
Say tình sông núi
Tuổi hoa quên đời
Sinh nhật mừng trăm năm
Dâng một lời tất hạ
Dạ hàm ân
Đồng hương nghĩa tương thân
Hồn thiêng vạn mùa xuân
Kính yêu muôn phần

Mẹ tôi kể lại rằng, khoảng năm 1926-27, báo Thần Kinh ở Huế có tổ chức một kỳ thi họa thơ, đầu đề là bài thơ thất ngôn bát cú của ngài Tuy Lý để độc giả họa lại. Bài thơ của ông tôi chiếm giải nhất. Tiếc rằng bài thơ này đã bị thất lạc, con cháu không ai nhớ được. Riêng bài thơ của ngài Tuy Lý (2) mẹ tôi chỉ còn nhớ lõm bõm hai câu:

...
Lỏng khỏng đèo cao rường cột nốt
...
Mây xây núi túi chim tìm tổ ...

Cụ Quật Đình Ưng Ân (hậu duệ của ngài Tuy Lý) đã có bài khen thưởng ông tôi như sau:

Tuấn tú tiêu tao tâm tính tốt
Tể tình tương tất tưởng tay tiên.
Tống Tô tiếp tiếng tai tin tỏ,
Tuổi tác tơ tươi tuyển tới tên.

Tình cảm và lòng quý mến của Ông tôi đối với Quật Đình tiên sinh đã được bày tỏ trong hai bài thơ điếu sau đây:

KHÓC QUẬT ĐÌNH

Hương nguyền một nén trước hương linh
Khóc Thúc Thuyên xong khóc Quật Đình.
Đã biết có sinh thì có tử,
Nhưng thương vì nghĩa trọng vì tình.
Xưa rày cứ mãi thi đưa bạn,
Sau nữa rồi ai sẽ khóc mình?
...
...

(Thiếu hai câu vì không nhớ).

TIẾP BÀI KHÓC QUẬT ĐÌNH

Yêng ơi, yêng vội bỏ đi đâu?
Thấy cảnh em khôn ngớt giọt sầu.
Nhớ chủ buồn xưa tàn đóa cúc,
Chờ ai ghềnh đá sững ông câu.
Áng văn lỗi lạc chòm mây núi,
Ngọn bút tài tình đám cỏ khâu.
Lạc Xã còn đây Thi Xã đó,
Yêng ơi, yêng vội bỏ đi đâu?

Vì khuôn khổ bài báo quá hạn hẹp nên tôi không thể ghi ra đây tất cả những bài thơ xướng họa giữa ông tôi và các hội viên của Hương Bình Thi Xã. Tôi chỉ xin giới hạn bài viết của mình trong phạm vi tóm tắt vài lời về cảm tình của Cụ Thúc Giạ đối với ông tôi và ngược lại, cùng vài bài thơ dẫn chứng mà thôi. Tôi không có tham vọng đề cập đến di sản văn thơ của ông tôi, vì trong Tập Thơ Kỉnh Chỉ sắp ra mắt trong tháng 7 năm 1998, các Cụ Hoàng Trọng Thược, Hà Thượng Nhân, Bác sĩ Lê Văn Lân, Trúc Chi Tôn Thất Kỳ, Tôn Nữ Hỷ Khương đã giới thiệu và bình giảng về thi nghiệp của ông tôi.

Cụ Ưng Bình Thúc Giạ tuy hơn ông tôi đến 13 tuổi, nhưng "Nàng Thơ" đã kết hợp hai người thành đôi bạn chí thiết, thương nhau vì nghĩa, trọng nhau vì tài. Trên cõi đời này tôi chưa từng thấy một tình bạn nào dù tuổi tác quá chênh lệch vẫn rất keo sơn và thiêng liêng dường ấy!

Tình cảm giữa hai người đã được Cụ Hoàng Trọng Thược mô tả như sau: "Tình cảm của Cụ Ưng Bình Thúc Giạ Thị (sinh năm 1877, theo tuổi tác là vai anh) đối với thi hữu Kỉnh Chỉ là tình đậm đà anh em. Tình anh em ấy nổi bật hơn hết trong bài thơ Thúc Giạ viết gởi Kỉnh Chỉ, tỏ lòng thương nhớ của mình khi hai người ở cách xa và mong gặp lại nhau:

Cẩm tú hồ sơn vi địa chủ
Hỏi ai còn hơn chú Phan Lang?
Có ca cơ, có thi hữu, ngọc địch quỳnh tương
Sông Hãn có, sông Hương mình chẳng có
Chắp cánh những mong ra đến đó
Dừng chèo xin hãy đợi chờ đây
Khúc tỳ bà xin hãy cứ lên dây
Câu bạch tuyết thêm gây mùi xướng họa
Ngã tối liên khanh, khanh ái ngã

Dệt tờ mây nong nã đứng ngồi trông
Thấu tình Thúc Giạ hay không?

Năm 1925, khi ông tôi nhận được bức chân dung của Cụ Thúc Giạ gởi tặng, ông tôi đã cảm xúc ghi rằng:

Phương trời nhận được bức chân dung,
Trân trọng yêu đương kể chẳng cùng.
Hôm sớm như gần ông bạn cũ,
Bút nghiên càng nặng khối tình chung.
Quan san ngàn dặm nhà xa ngái,
Vân Thọ đôi đường nỗi nhớ nhung.
Nhắn bạn cố đô chờ đợi đó,
Ngày Xuân sẽ có hội tao phùng.

Đêm mồng một tháng 11 năm 1938, ông tôi nhớ Cụ Thúc Giạ quay quắt nên đã sáng tác ra bài thơ sau đây:

NHỚ THÚC GIẠ

Chẳng hay trong nớ yêng vui gì?
Em ở ngoài này buồn quá đi.
Sợ tuyết, sưa thăm thầy đội trạm,
Thấy mai, càng nhớ khách làng thi.
Công danh họa bỉnh còn đeo mãi,
Văn tự đôi đường có ích chi?
Lui tới tuy người quen biết cả,
Nước non ai đó bạn Chung Kỳ?

Khi ông tôi chính thức gia nhập Hương Bình Thi Xã năm 1952, Cụ Ưng Bình đã hân hoan đón mừng bằng bài thơ sau đây:

Thầy Phan Kỉnh Chỉ tiếng hay thi,
Âm vận thanh tao ít bẻ bì.
Sông Hãn giong thuyền ngâm mấy độ,
Thành Xuân mở tiệc rước hôm ni.

Văn Âu chẳng kém đời Tây học,
Chữ Hán không nhường bạn cố tri,
Hương Ngự làng ta ai cũng thế,
Cũng mừng thêm cụ đốc tơ Hy.

Đầu mùa Thu Canh Tý năm 1960, Cụ Thúc Giạ bị bệnh kết thạch trầm trọng phải vào bệnh viện để giải phẫu. Khi Cụ tỉnh dậy, Cụ thốt ra câu thơ: "Viên đá ba sinh chận giữa đường". Ông tôi có làm hai bài thơ, mỗi bài đều bắt đầu bằng câu thơ của Cụ Thúc Giạ:

BÀI THỨ NHẤT

"Viên đá ba sinh chận giữa đường",
Nghe tin khôn xiết dạ buồn thương.
Dặm dài ái ngại bề xe cộ,
Sức yếu e dè buổi tuyết sương.
Đại Lãnh gió chờ thơ Vỹ Dạ,
Tần Quan mây cách khúc Tiêu Tương.
Vá trời, lấp bể nào ai đấy?
San sẻ cho nhau nỗi đoạn trường.

BÀI THỨ NHÌ

"Viên đá ba sinh chận giữa đường",
Ruột tằm thắt thẻo sợi sầu thương.
Dặm dài tuổi lớn khôn đi lại,
Bận cách xa nhà những nhớ thương.
Ông chủ chưa về vườn nội lách,
Con đò còn đợi bến sông Hương.
Mong tay thầy thợ xeo viên đá,
Cho lối giao thông được dễ dàng.

Ông tôi khi ấy không thể vào thăm Cụ được nên lập tức gởi tặng Cụ chiếc áo len. Sau đây tôi xin trích dẫn một đoạn của Tôn Nữ Hỷ Khương trong tập "Niềm Thương Gởi Trọn Mấy Vần Thi" để chứng minh tình cảm quá sâu đậm mà hai Cụ đã dành cho nhau: "Mùa Đông năm ấy Huế rất lạnh. Lúc nào thầy tôi cũng mặc chiếc áo len chú đốc Hy gởi tặng. Tới mùa Xuân trời ấm dần. Bỗng một hôm thầy tôi bảo: "Con đi lấy chiếc áo chú đốc Hy tặng ra đây mặc cho thầy". Tôi thưa: "Hôm nay trời nóng ấm, áo len lại dày, khi mặc phải đưa đầu luồn qua cổ áo, mà vết thương thì chưa lành, nơi bụng còn ống dẫn ...". Thầy tôi cười trìu mến bảo: "Con dại quá, không biết gì hết. Thầy đâu có mặc cái áo, mà thầy muốn mặc chú đốc Hy đấy". Nghe ra tôi ứa nước mắt, tay run run mặc áo cho thầy tôi. Sau đó ít lâu, tôi có dịp thưa chuyện này với chú đốc Hy, chú vừa nghe vừa khóc nấc ...".

Khi Cụ Thúc Giạ mất, ông tôi đã quá xúc động, làm nên bài thơ với những lời than ai oán thống thiết mà mỗi bận đọc lên tôi không thể nào cầm nổi hai dòng lệ cứ tuôn trào ra khóe mắt:

Nhớ nhau chừ biết gặp nhau đâu,
Hai ngả âm dương xiết nỗi sầu.
Mây nước hững hờ ngoài Bến Cạn,
Hương trầm nghi ngút giữa Đồng Lau.
Văn Lâu khúc cũ ngơ câu hát,
Lộ Địch tuồng xưa lững tiếng chầu.
Ôn lại tập thi "Tình Thúc Giạ",
Bao dòng chữ mực, bấy dòng châu.

Bao dòng chữ mực, bấy dòng châu,
Tác phẩm đây, mà tác giả đâu?
Nội lách xuân về oanh gọi nhớ,
Non tùng sương tỏa quốc kêu sầu.

Đường Tây Thượng cũ rêu in dấu,
Đình Lộc Minh xưa cúc lạt màu.
Trong cảnh kẻ còn người mất ấy,
Thi nào tả hết nỗi lòng đau!

Thi nào tả hết nỗi lòng đau!
Mỗi một câu thi một chuỗi sầu.
Quá nhớ nên thường tìm ở mộng,
Có thiêng xin hãy chứng cho nhau.
Hàn huyên năm ngoái lời chưa cạn,
Ly biệt xuân này lệ khó lau.
Giấu vụng từ đây đành gác bút,
Rừng phong cửa ải có người đâu!

Giờ đây ông tôi cũng đã theo chân Cụ Thúc Giạ gần 28 năm chẵn, nhưng hình ảnh của ông tôi vẫn không bao giờ xóa mờ được trong tâm thức của tôi. Tôi nhớ ông tôi rất nghiêm khắc đối với hàng con, nên mẹ tôi cùng các dì, các cậu đều sợ ông tôi như sợ "ông ba mươi". Tôi còn nhớ mỗi bận mẹ tôi cùng các cậu dì của tôi đang đùa giỡn ầm ĩ, thế mà khi nghe tiếng đằng hắng của ông tôi từ xa, là mọi người im thin thít; vậy mà ông tôi lại rất dễ dãi với hàng cháu chắt. Dạo Ba tôi còn làm tri huyện Cam Lộ, tôi cứ mong sao cho đến hè để được mẹ tôi đưa chúng tôi về Quảng Trị thăm ông bà ngoại, các cậu dì và các anh chị em họ của chúng tôi. Ông tôi thường gọi chúng tôi đứng vây quanh và để tiền trên đỉnh đầu của ông, đứa nào lấy được ông sẽ cho. Tôi còn nhớ tôi cứ cố nhảy lên nhảy xuống rồi nhảy quanh ông tôi mà vẫn không cách nào với tới mấy đồng bạc trên đầu ông tôi được. Sau cùng mới nghĩ ra cách níu tay ông xuống, ông phải nghiêng người, thế là mấy đồng bạc rơi xuống. Nhưng thật không may vì tôi còn bận giữ tay ông, nên khi tiền rơi xuống, các anh chị tôi lãnh hết. Bận nào cũng xảy ra như vậy mà vẫn cứ ngu!

Mẹ tôi còn kể rằng, ông tôi đã cười nhiều và thích lắng nghe tôi hát ru em bài hát sau đây khi tôi mới 5 tuổi, giọng còn chớt mà đã biết hát như sau:

Ở bên ni ngó qua bên tê chợ
Bóng ai tương tợ em ngợ bóng chàng
Đưa tay lên ngoắc chiếc đò ngang
Chở người thương em qua với
Đáng mấy lượng vàng em cũng thưởng cho

Ngay cả mẹ tôi, chứ đừng nói gì đến các dì, không ai dám hát những bài có lời lẽ táo bạo như trên khi có mặt ông tôi. Ông tôi thương cháu và chiều cháu đến độ em trai út của tôi đã dẫn ông ra bụi chuối, cột tay ông lại và nói nó muốn bỏ tù ông.

Ông tôi tuy đã mất, nhưng mỗi bận chúng tôi gặp vấn nạn khó giải quyết, chúng tôi vẫn khấn vong linh ông tôi về phù hộ và hầu như mọi lần như một, chúng tôi đều được như nguyện.

Đã từ lâu, tôi vẫn có ý nghĩ sẽ viết một bài về ông tôi, nhưng chưa có dịp. Nhân có bài báo của Bảo Thái, mẹ tôi đọc rồi phàn nàn: "Cứ viết tào lao và đăng tùm lum mà chuyện của ông ngoại thì không chịu viết". Thế là tôi bỗng cảm thấy mình có tội rất nhiều, nên nhất quyết phải ngồi xuống cố ghi lại những gì tôi biết và do lời mẹ tôi kể lại; mặc dầu hiểu rằng những điều viết ra chưa được đầy đủ như ý muốn, cũng như vì sự giới hạn của bài báo.

California ngày 9 tháng 3 năm 1998

CÂU CHUYỆN VỀ CẶP KÍNH MÀU

Các bạn tôi thường thắc mắc không hiểu tại sao đêm cũng như ngày, mưa cũng như nắng, ngoài trời cũng như trong nhà, cặp kính sẫm màu cứ luôn luôn ngự trị trên sống mũi của tôi. Có bạn bảo tôi làm điệu, có kẻ còn bảo rằng tôi cắt mắt để làm đẹp. Tôi nghe thấy hết, nhưng chỉ mỉm cười im lặng chẳng cải chính.

Hôm nay tôi bỗng nảy ý muốn thanh minh thanh nga với các bạn tôi, nhưng đúng ra đây chỉ là một cớ để tôi có đề tài viết bài cho tập san Khải Định 48-55 quyển số 4 mà thôi.

Ba năm về trước, tôi rất mê "soap opera" (làm việc cho người nhà cũng có cái lợi, nhất là khi boss của mình lại là em thì càng dễ bắt nạt). Thế là mỗi ngày như mọi ngày tôi đều mở máy truyền hình từ 11:00 giờ sáng để xem "Loving"; từ 11:30 đến 12:00 giờ trưa là tin tức; tiếp theo là "All My Children": soap opera mà tôi không thể thiếu được, nó kéo dài từ 12:00 trưa đến 1:00 chiều; từ 1:00 đến 2:00: "One life to live", rồi "General hospital" từ 2:00 đến 3:00 giờ là soap opera cuối cùng; và "talk show" của Oprah từ 3:00 đến 4:00 giờ chiều, tôi mới cho máy truyền hình nghỉ ngơi. Ngày nào tôi cũng dán mắt vào màn ảnh nhỏ trong khoảng thời gian ấy. Mỗi bận đang xem đến hồi gay cấn mà phải đưa bệnh nhân vào ghế chữa răng, hoặc phải rửa phim là đau khổ vô cùng! Lòng tôi buồn rười rượi, chẳng khác gì cảnh biệt ly được tả trong sách giáo khoa thư học thời còn nhỏ: "Chân bước đi mà mặt còn ngoảnh lại... cái TV".

Có thể vì xem vô tuyến truyền hình quá nhiều, nên thị lực của tôi trở nên yếu dần? Thế là đầu năm 1995 tôi quyết định bỏ tất cả, chỉ còn xem tin tức từ 11:30 đến 12:00 và từ 12:00 đến 1:00 chiều là soap opera "All My Children" mà thôi.

Tôi nhớ một buổi trưa sau khi đã hâm nóng lại hai hộp cơm, tôi mở thermos rồi chia phần thức ăn đều nhau bỏ vào trong hai hộp cơm là sẵn sàng dán mắt vào màn ảnh nhỏ, theo dõi câu chuyện tiếp nối của "All My Children". Điện thoại bỗng reo vang, tôi miễn cưỡng nhấc máy, đầu dây đằng kia là giọng nói vui vẻ của Tôn Nữ Dạ Khê. Mỗi bận nói chuyện với cô nàng này là không thể nhịn được cười vì nàng có biệt tài kể chuyện đến "tếu". Không hiểu nàng sưu tầm ở đâu ra mà lắm chuyện đến thế! Vì vậy tôi phải vận dụng tất cả các giác quan sẵn có: miệng vừa ăn vừa nói chuyện, tai mặt cố lắng nghe lời đối thoại phát ra từ máy truyền hình, tai trái đặt vào ống nghe để theo dõi cô bạn thân đang kể chuyện "hoang", mắt thì dán vào màn ảnh nhỏ, thỉnh thoảng lại liếc xuống hộp cơm để đặt thìa cho đúng chỗ.

Em tôi bỗng từ phòng trong bước ra, chìa hộp cơm trước mặt tôi và làm dấu chỉ vào thức ăn trong ấy. Tôi không đeo kính nên chẳng thấy gì và cũng chẳng hiểu cô ta muốn nói gì. Tôi nghĩ có lẽ em tôi thiếu thức ăn nên định xin thêm; tôi xúc bớt phần của tôi sắp bỏ vào hộp của cô ta, nhưng em tôi lắc đầu rồi nói to: "Con gián trong cơm". Cơm ngậm trong miệng chưa kịp nuốt, bỗng bị phản ứng bất thình lình phụt ra khỏi mồm, văng tung tóe trên thảm. Hóa ra sáng nay, khi tôi lấy thức ăn bỏ trên quầy gần bồn rửa bát, mấy con gián (không hiểu ngày ấy gián ở đâu trong nhà tôi bò ra mà lắm thế!) đã bắt mùi bò vào trong thức ăn, rồi chết ngộp trong ấy? Tôi không có kính nên chẳng thấy gì, cứ vậy đem hâm, bỏ vào thermos rồi mang theo lên phòng mạch. Cũng vì cái tội thèm cơm! Qua ở tại xứ Cờ Huê này đã hơn hai chục năm trời mà vẫn chưa quen được với thức ăn của Mỹ. Ngày nào cũng phải hai bữa cơm trưa và tối. Hôm nào thiếu cơm là nhớ cơm như nhớ người tình!

Một câu chuyện khác cũng vì không đeo kính mà ra nông nỗi! Đấy là ngày lễ kỷ niệm 100 năm Quốc Học tổ chức tại San Jose. Hôm ấy các bạn tôi và tôi, sau khi đã gặp nhau tại Fremont Convention Center để họp mặt khóa 48-55 Khải Định, bèn rủ nhau kéo qua hội trường Scottish Rite Temple ở San Jose. Hội trường đông nghẹt người, tìm thầy tìm bạn thật là khó! Tôi muốn gặp Thầy Hà Như Chi nên hỏi thăm Hồng Lê. Theo tay nàng chỉ, tôi thấy lố nhố đằng xa một nhóm người, có hai người cao lớn mang kính trắng. Tôi vội len lỏi đến đấy, nhóm người ấy lại di chuyển về hướng khác. Thế là tôi phải chen lấn để chạy theo cho kịp. Tôi bỗng sực nhớ mình đang mang kính nên vội gỡ ra, vì nghĩ rằng khi Thầy Hà Như Chi gặp tôi với cặp kính trên mắt, Thầy sẽ chẳng nhận ra tôi là ai. Tôi bắt kịp đám người ấy. Tôi thấy một người đàn ông cao to mang kính trắng nên len đến cạnh cung kính chào: "Thưa Thầy". Ông ta nhìn sững tôi không nói gì. Tôi vội nói tiếp: "Thưa Thầy con là Ngô Thị Vân đây, Thầy quên con rồi à?" Ông ta bỗng lên tiếng: "Chị lầm rồi, tôi không phải là Thầy". Tôi đeo vội cặp kính lên mắt, nhìn về phía trước, thấy đúng là Thầy Hà Như Chi đang tươi cười nói chuyện với một người nào đấy. Tôi thật xấu hổ, vội lẻn đi ngay không kịp xin lỗi. Thế mà người ấy còn chạy theo tôi, đến gặp Thầy Chi để "tố cáo" tôi cho bằng được: "Thưa Thầy, chị ni lầm con với Thầy". Thú thật lúc bấy giờ tôi chỉ muốn mặt đất nứt ra cho tôi chui xuống lòng đất để trốn khỏi cả Thầy Chi lẫn người ấy mà thôi! Cũng vì không mang kính mới xảy ra cớ sự.

May mắn cho tôi là chưa bao giờ lâm vào cảnh lầm người khác là "ông xã", dù có hay không có cặp kính trên mắt. Hai câu chuyện kể trên là những bằng chứng bắt tôi phải tuyệt đối tuân theo lời dặn của bác sĩ, là phải để cho cặp kính ngồi chồm hổm suốt ngày trên sống mũi của tôi và đấy là cặp kính thuốc chứ không phải kính râm đâu các bạn ạ!

Simi Valley, California một ngày mưa dầm
15 tháng 1 năm 1998

MỘT SỰ KINH NGẠC THÍCH THÚ

Ngày mồng hai tháng tám vừa qua, một nhóm bạn học cũ đã tụ tập tại Quán Hỷ ở vùng Orange County để đón mừng Nguyễn Ngọc Hy - người bạn thi sĩ của chúng tôi từ Việt Nam qua - và Phan Ngọc Lâm - từ Washington xuống.

Chúng tôi gồm có Hy, Lâm, Nguyễn Hoàng Oanh cùng chồng là anh Tôn, Nguyễn văn Trường, Lê Tú Vinh và vợ, Ngô Kim Yến và chồng Brian Smith, tôi cùng ông xã, đã rất cảm động tay bắt mặt mừng vì có người đến hơn nửa đời người mới gặp lại nhau. Đến khi đọc menu để chọn món ăn, tôi nói với Kim Yến là phải chọn cho Brian, Kim Yến bảo rằng Brian còn giỏi tiếng Việt hơn chúng ta nữa đấy. Tôi rất đỗi ngạc nhiên thì bạn tôi đã kể chuyện rằng, ngày hôm trước bạn tôi đang buồn rầu vì vụ stock, Brian nhìn thấy vợ ngồi ủ rũ mới đến an ủi. Bạn tôi lấy một mảnh giấy viết câu thơ: "Gặp thời thế, thế thời phải thế" rồi bảo chồng "Dịch đi". Brian liền viết lên trên câu thơ đó: "Thế Chiến Quốc, thế Xuân Thu" và lại còn viết thêm hai câu nữa: "Ai công hầu, ai khanh tướng. Trong trần ai, ai dễ biết ai?"

Mọi người đều há hốc miệng vì ngạc nhiên và bái phục! Bạn tôi còn cho biết Brian nói thông thạo 10 thứ tiếng trên thế giới và 5 thứ tiếng khác, trong đó có tiếng Việt Nam. Người đầu tiên dạy tiếng Việt cho Brian là Ông Châu Kim Nhân (anh của Cô Châu Thị Ngôn) khi Brian đến Việt Nam khoảng năm một ngàn chín trăm sáu mươi mấy theo chương trình thiện nguyện. Từ đó mọi người bắt đầu nói chuyện với Brian bằng tiếng Việt chứ không dùng tiếng Anh nữa.

California 1998

BUỔI SÁNG SAU VƯỜN

Kể từ ngày chuyển nghề, tôi không còn cơ hội sáng sáng trước khi theo em tôi đến phòng mạch, mang giày "bata" đi vòng quanh vườn 100 bận, để vừa đi vừa nghiền ngẫm sự đời, hoặc cho trí óc mình quay về với quá khứ.

Dạo ấy tôi thuộc lòng từng chỗ lồi lõm của khu vườn, thuộc từng gốc cây bụi cỏ. Tôi đã cố gắng dẫm mạnh lên những đá, cỏ dại cứng đầu; mặc dầu cố đạp cho chúng rạp xuống, vậy mà mới nhấc chân lên, chúng nó đã bật dậy ngạo nghễ như trêu ngươi. Ngay trong vườn, tôi cũng đã khám phá được nhiều điều kỳ lạ: như cây chuối, đã cho chúng tôi một buồng dăm nải, khi chuối chín, buồng chuối được chặt xuống, thân cây trở nên khô héo. Ông xã tôi đã cưa thân gần sát đến gốc. Chẳng bao lâu từ lõi của thân cây trồi ra một nụ hoa chuối, nở ra ba nải chuối con. Chúng tôi chặt hoa chuối để làm cơm hến, ăn ngon chẳng thua gì món cơm hến của Trần Kiêm Đoàn. Ba nải chuối lớn dần lên, nhưng tháng này qua tháng khác vẫn xanh rờn không chịu chín và vẫn đeo toòng teng giữa gốc cây chuối đã già cỗi. Chúng nó vẫn gan lì dính vào lõi của thân cây chuối cằn đó gần nửa năm trời mới bắt đầu trở màu vàng úa và quả bắt đầu teo lại.

Chúng tôi chặt ba nải chuối, thử lột một quả ăn thử, vị rất ngọt nhưng thịt ở trong đã teo tóp đen đủi nên đành vất vào thùng rác. Còn cây đào, đã hết mùa từ lâu, vẫn còn một quả nở muộn. Sáng nào khi đi ngang qua đây, tôi vẫn thấy quả đào cô độc rung rinh trong nắng sớm. Tôi bỗng cảm thấy thương hại quả đào lẻ loi đơn chiếc.

Trên cành cây ổi, một sáng sớm bỗng nhiên tôi chợt thấy một màng lưới nhện đẹp tuyệt vời. Khi ánh nắng xuyên qua màng lưới, tôi đã sững sờ nhìn không rời mắt. Những sợi tơ đan vào nhau như đã được đo bằng kích thước, tạo nên những hình vuông, tam giác, chữ nhật, bình hành... sắp đều đặn cân đối cạnh nhau. Những hạt sương còn đọng lại trên màng lưới óng ánh như những hạt kim cương đủ màu sắc. Mỗi bận đi ngang cây ổi, tôi không thể nào không dừng lại vài phút để chiêm ngưỡng hình ảnh đẹp lung linh ấy. Nhưng vài hôm sau, tôi chẳng tìm thấy màng lưới nhện ấy đâu nữa. Hỏi ra mới biết chiều hôm trước ông xã tôi đã vô tình phá hủy kiệt tác thiên nhiên ấy bằng cách tưới nước lên cây ổi. Tôi đã tiếc ngẩn ngơ, giận mình vô ý không chịu dặn trước.

Có cặp chim "Blue jade" bay đến vườn tôi. Chúng rất dạn dĩ. Tôi thường bỏ gạo vào đĩa, đổ nước vào tách để trên chiếc bàn tròn ngoài vườn cho chúng đến ăn. Sau này, tôi thử bỏ chiếc đĩa đựng gạo vào trong lồng chim, để ngỏ cửa lồng – thế mà thoạt đầu chúng còn ngại ngùng không dám vào. Về sau, chắc không cưỡng được sức quyến rũ của những hạt gạo trắng ngần đang phơi mình trên chiếc đĩa như mời gọi, chúng đã thử nhảy vào đớp nhanh vài hạt gạo rồi lẹ làng nhảy ra khỏi lồng, vẫn không thấy gì nguy hiểm. Từ đấy, chúng ngang nhiên nhảy vào lồng thoải mái ăn gạo, xong lại nhảy ra chúi đầu vào ly nước giải khát trước khi cất cánh bay đi. Có bận tôi quên bỏ thêm gạo, chúng nó "chét chét" gọi, hoặc bay vào tận hàng hiên nơi ông xã tôi đang ngồi hút thuốc lá như nhắc nhở. Sáng nào tôi đi quanh vườn, chúng vẫn dạn dĩ nhảy nhót gần đấy, không tỏ vẻ gì sợ hãi. Có một bận khi tôi đang thong thả sải từng bước đi, đầu óc miên man say với quá khứ và hiện tại, bỗng nhiên nghe một tiếng "chạch" rồi vai mình cảm thấy lành lạnh ươn ướt. Ngẩng nhìn lên thì bắt gặp một trong đôi chim ấy đang vắt vẻo đậu trên dây điện.

Tôi giận quá mắng nó: "Mi là đồ vô ơn, ta đã cho ăn uống mà trả ơn ta như rứa đó hả?". Còn định mắng thêm vài câu nữa, nhưng thấy nó đang nhướng thân hình, đôi cánh gù lên, nên tôi chạy vội qua chỗ khác ngay, chứ lần này nó lại cho mình một bãi trên đầu thì khổ thân! Không hiểu chim hay gió đã tha đến vườn tôi vài cây hoa lạ. Tôi đặt tên chúng là "hoa lồng neon". Cả thân cây chỉ một cọng thẳng như chiếc đũa, trên đỉnh là một chùm lông trắng tròn. Thoạt nhìn tôi đã mừng rỡ vì cứ ngỡ đấy là những cây hoa ở làng Mai Xá, là nơi gia đình tôi đến tản cư tránh quân đội viễn chinh Pháp, chúng phát ra một ánh sáng kỳ lạ. Nhưng tôi đã thất vọng biết bao, khi bóng đêm vừa đổ xuống, tôi chạy vội ra tìm những bông hoa lồng neon ấy, cố giương mắt nhìn mãi vẫn chẳng thấy ánh sáng nào tỏa ra. Những bông hoa này đã đưa trí óc tôi quay về quá khứ xa xăm: gia đình ông bà ngoại tôi, các cậu, dì, dượng tôi và chúng tôi đã rời bỏ tỉnh Quảng Trị để lên thuyền tản cư về làng Mai Xá. Những ngày ở làng này, đối với người lớn là một cực hình, nhưng đối với bọn trẻ con chúng tôi, là những ngày hè kéo dài vui thú.

Ban ngày chúng tôi theo dân làng đi xem cắt lúa, đập lúa, giã gạo; đi tìm bắt những con dế đực đen huyền, hoặc nâu đỏ, gọi là dế lửa, đem về cột chúng bằng sợi tóc, rồi quay vòng vòng. Khi ngừng quay, thả chúng xuống là chúng sửng cồ giơ nanh múa vuốt xáp vào nhau như hai con gà chọi say máu. Chị họ tôi và tôi là những nạn nhân, vì có mái tóc dài, thường bị các anh xin vài sợi để xoáy dế. Nếu không bằng lòng, các anh đợi khi chúng tôi không để ý, bất thần bị giựt tóc, đôi khi đứt luôn vài sợi một lúc, đau muốn phát khóc. Thường thường buổi trưa, đợi khi người lớn an giấc, bọn trẻ con chúng tôi chạy đến những thửa vườn trồng bắp, bẻ trộm những thân cây non để hút chất nước ngọt từ trong lõi cây. Ban đêm chúng tôi đi bắt đom đóm bỏ vào chai. Cũng nhờ đi tìm đom đóm mà tôi đã khám phá được những bông hoa tỏa ánh sáng kỳ lạ đó. Về sau này, dù tôi cố công tìm kiếm, cũng chẳng bao giờ thấy lại được những cành hoa ấy nữa.

Rồi những ngày tản cư cũng chấm dứt. Đại gia đình chúng tôi trở về Quảng Trị. Trên đường hồi cư, chúng tôi ghé lại huyện Gio Linh là nơi cụ Từ Bộ Tân đang nhậm chức. Thuở ấy chỉ có ba ái nữ cùng ở với cụ là Từ Thị Như Mai, Từ Thị Như Tùng và Từ Thị Kim Cúc (hai trong ba người này đã trở thành thân hữu nhiệt tình cho các Tập San 48-55 Khải Định) là những người bạn chí thiết của tôi sau này. Dù thời gian trú ngụ tại huyện Gio Linh quá ngắn ngủi, cũng để lại cho chúng tôi những kỷ niệm khó quên và khi chia tay, chúng tôi không khỏi bùi ngùi lưu luyến. Tôi còn nhớ mỗi buổi trưa khi ăn xong, người lớn bắt tất cả chúng tôi nằm sắp lớp trên chiếc sập gỗ.

Có một buổi trưa, chúng tôi còn ham chơi không đi ngủ, một trong ba ái nữ của cụ Từ đã đến thỏ thẻ với anh họ tôi: "Anh lên đi ngủ, rồi em cho ăn kẹo chocolat". Anh tôi mặc dầu ham chơi, nhưng có lẽ kẹo chocolat quyến rũ hơn, nên đã bằng lòng bỏ cuộc chơi. Bây giờ mỗi bận nhắc lại những kỷ niệm ấy, chúng tôi không khỏi cười thầm và luyến tiếc những ngày thơ ấu đã mãi mãi trôi qua.

Mấy mươi năm sau khi Mai và tôi được tái ngộ trên đất Mỹ này, để nối lại tình bạn xưa, tôi cũng liên lạc được với Kim Cúc, cô bé xinh xắn như con búp bê mà tôi đã rất yêu mến thuở nào, bằng những lá thư bay về từ Pháp và Mỹ, chỉ tiếc thương cho Như Tùng đã chịu cảnh hồng nhan bạc mệnh quá đau thương!

Lứa tuổi chúng tôi, thuở còn học các lớp đệ thất, đệ lục ai mà chẳng mê đọc truyện "Nửa bồ xương khô" của Vũ Anh Khanh và thuộc lòng bài thơ "Tha La Xóm Đạo"? Ông là thần tượng của tôi dạo ấy. Giờ đây nghe Thầy Nguyễn Văn Đãi cho biết ông đã bị lính cộng sản bắn chết trong khi bơi qua sông Bến Hải, để trở về lại miền Nam vì đã chán ngán chế độ xã hội chủ nghĩa của cộng sản, tôi không khỏi bùi ngùi xúc động. Thầy Đãi là một trong những người tôi đã liên lạc, để xem thầy có thể giúp tôi ghi lại bài thơ "Tha La Xóm Đạo"? Thầy đã mất công đến thư viện San Francisco tìm kiếm, nhưng chỉ chép được một phần do Uyên Thao trích ra mà thôi. Tôi chỉ nhớ lõm bõm câu được câu mất. Mộng Hà với trí nhớ tuyệt vời cũng không thể nhớ trọn bài. Bởi vậy nên tôi phải cầu cứu đến Nguyễn Mậu Diễm (người đầu tiên năm 1975 đã chép trọn bài "Tha La Xóm Đạo" tặng tôi, nhưng tôi đã để lạc mất và Diễm giờ đây cũng không còn nhớ được toàn vẹn bài thơ), Nguyễn Xuân Thiệp, anh chị Hồ Huy, Hồ Văn Lợi, Kim Thoa. Các anh Nguyễn Ngọc Nhâm, Trần Sĩ Lâm, Tôn Thất Ngự (Anh Ngự vì bận đi Canada nên đã không gửi kịp bài thơ cho tôi, mà thời hạn nộp bài cho anh Hà Thúc Giảng đã gần kề), Huy Trâm, Nguyễn Đức Cung, ... ai ai cũng hứa sẽ giúp tôi, thì may mắn thay thi sĩ Hà Nguyên Du (bạn thân của anh Huy Trâm, có sẵn bài thơ ấy và sẽ viết về nhà văn Vũ Anh Khanh) đã hứa sẽ gửi bài "Tha La Xóm Đạo" cho anh Lâm để anh Lâm chuyển đến tôi. Tôi rất nóng lòng không thể chờ đợi lâu hơn nữa, nên đánh bạo gọi điện thoại thẳng cho anh Du và nhờ anh ấy đọc luôn trên máy cho tôi chép. Anh Du đã bằng lòng thế là tôi có trọn bài "Tha La Xóm Đạo". Sau khi gửi bài này lên ban biên tập của Bắc Cali, tôi chắc vẫn còn nhận được vài bài thơ "Tha La Xóm Đạo" nữa? Nhân tiện đây, tôi cũng xin chân thành cám ơn Thầy Nguyễn Văn Đãi và các bạn nêu trên đã tận tình hứa giúp tôi và nhất là anh Hà Nguyên Du.

Tôi xin chép lại bài thơ này, để các bạn cùng tôi sống lại thời mà chúng ta còn mê đọc những truyện như "Slao Chi Mai", "Xin Đắp Mặt Tôi Mảnh Lụa Hồng", ... và bài thơ "Tha La Xóm Đạo" của Vũ Anh Khanh đã in đậm nét vào lòng chúng ta. Nó không những chỉ là một bài thơ, mà còn là một bản bi hùng ca, tuy không "hùng" như "Tiến quân ca", nhưng cũng đã khơi dậy tấm lòng yêu quê hương tổ quốc trong mỗi chúng ta. Chẳng trách dạo ấy phần lớn chúng ta đều "mê" theo phong trào học sinh kháng chiến! Nó không "bi" quá để chúng ta phải rơi lệ mà nó thấm thấu vào lòng chúng ta, gây cho ta một nỗi buồn nhẹ nhàng thanh thoát nhưng day dứt:

Đây Tha La xóm đạo,
Có trái ngọt, cây lành.
Tôi về thăm một dạo,
Giữa mùa nắng vàng hanh,
Ngậm ngùi, Tha La bảo:
Đây rừng xanh, rừng xanh,
Bụi đùn quanh ngõ vắng,
Khói đùn quanh nóc tranh,
Gió đùn quanh mây trắng,
Và lửa loạn xây thành.
Viễn khách ơi! Hãy dừng chân cho hỏi
Nắng hạ vàng ngàn hoa gạo rưng rưng
Đây Tha La, một xóm đạo ven rừng.
Có trái ngọt, cây lành im bóng lá,
Con đường đỏ bụi phủ mờ gót lạ
Ngày êm êm lòng viễn khách bơ vơ!
Về chi đây! Khách hỡi! Có ai chờ?
Ai đưa đón? Xin thưa, tôi lạc bước!
Không là duyên, không là bèo kiếp trước,
Không có ai chờ, đưa đón tôi đâu!
Rồi quạnh hiu, khách lặng lẽ cúi đầu,
Tìm hoa rụng lạc loài trên vệ cỏ.
Nghìn cánh hoa bay ngẩn ngơ trong gió
Gạo rưng rưng, nghìn hoa máu rưng rưng.
Nhìn hoa rơi, lòng khách bỗng bâng khuâng
Tha La hỏi: - Khách buồn nơi đây vắng?
\- *Không, tôi buồn vì mây trời đây trắng!*

- Và khách buồn vì tiếng gió đang hờn?
Khách nhẹ cười, nghe gió nổi từng cơn.
Gió vun vút, gió rợn rùng, gió rít,
Bỗng đâu đây vẳng véo von tiếng địch:
- Thôi hết rồi! Còn chi nữa Tha La!
Bao người đi thề chẳng trở lại nhà
Nay đã chết giữa chiến trường ly loạn!
Tiếng địch càng cao, não nùng ai oán
Buồn trưa trưa, lây lất buồn trưa trưa
Buồn xưa xưa, ngây ngất buồn xưa xưa
Lòng viễn khách bỗng dưng tê tái lạnh
Khách rùng mình, ngẩn ngơ người hiu quạnh
- Thôi hết rồi! Còn chi nữa Tha La!
Đây mênh mông xóm đạo với rừng già
Nắng lổ đổ rụng trên đầu viễn khách.
Khách bước nhẹ theo con đường đỏ quạch.
Gặp cụ già đang ngắm gió bâng khuâng
Đang đón mây xa... Khách bỗng ngại ngần:
- Kính thưa cụ, vì sao Tha La vắng?
Cụ ngạo nghễ cười rung rung râu trắng,
Nhẹ bảo chàng: "Em chẳng biết gì ư?
Bao năm qua khói loạn phủ mịt mù!
Người nước Việt ra đi vì nước Việt
Tha La vắng vì Tha La đã biết,
Thương giống nòi, đau đất nước lầm than".
Trời xa xanh, mây trắng nghẹn ngàn hàng
Ngày hiu quạnh. Ờ... Ơ... Hơ... Tiếng hát,
Buồn như gió lượn, lạnh dài đôi khúc nhạc.
Tiếng hát rằng:
Tha La giận mùa Thu
Tha La hận quốc thù,

Tha La hờn quốc biến
Tha La buồn tiếng kiếm.
Não nùng chưa! Tha La nguyện hy sinh
Ờ... Ơ... Hơ... Có một đám Chiên lành
Quỳ cạnh Chúa một chiều xưa lửa dậy
Quỳ cạnh Chúa, đám Chiên lành run rẩy:
- Lạy đức Thánh Cha!
Lạy đức Thánh Mẹ!
Lạy đức Thánh Thần
Chúng con xin về cõi tục để làm dân...
Rồi... cởi trả áo tu,
Rồi... xếp kinh cầu nguyện
Rồi... nhẹ bước trở về trần...
Viễn khách ơi! Người hãy ngừng chân,
Nghe Tha La kể, nhưng mà thôi khách nhé!
Đất đã chuyển rung lòng bao thế hệ
Trời Tha La vẫn vũ đám mây tang,
Vui gì đâu mà tâm sự?
Buồn làm chi cho bẽ bàng!
Ờ... Ơ... Hơ... Ờ... Ơ... Hơ... Tiếng hát;
Rung lành lạnh, ngân trầm đôi khúc nhạc,
Buồn tênh tênh, não lòng lắm khách ơi!
Tha La thương người viễn khách quá đi thôi!
Khách ngoảnh mặt nghẹn ngào trông nắng đổ
Nghe gió thổi như trùng dương sóng vỗ.
Lá rừng cao vàng rụng lá rừng bay...
Giờ khách đi. Tha La nhắn câu này:
- Khi hết giặc, khách hãy về thăm nhé!
Hãy về thăm xóm đạo
Có trái ngọt cây lành
Tha La dâng ngàn hoa gạo

Với suối mát rừng xanh
Thăm đám chiên lành thương áo trắng
Nghe trời nổi gió nhớ quanh quanh...

Những buổi sáng sau vườn không những tôi chỉ quay về với quá khứ, đôi khi cũng nghĩ đến hiện tại xa và gần. Trí óc tôi luôn nhớ đến các bạn đồng nghiệp và các em học sinh Lê Văn Duyệt thương mến của tôi, nhớ đến những buổi họp mặt đượm tình nghĩa thầy trò. Nhớ đến các bệnh nhân tí hon của em tôi, với những câu chuyện tưởng tượng trẻ con nghe mà cười đến nôn ruột. Nhớ lại sự hình thành của nhóm 48-55 Khải Định và các tập san đã ra đời. Cũng nhờ đấy mà tôi thích thú viết, viết để nhớ lại và viết cho các bạn mình đọc những câu chuyện tầm phào của mình. Cũng nhờ có nhóm 48-55 Khải Định mà tôi đã mừng biết rằng mình có thêm hai người bà con, đấy là "Chú" Nguyễn Tuệ và "Anh" Hoàng Xuân Đỉnh, nhưng lại buồn vì tự nhiên mình bị xuống chức. Thế là phải nghĩ ra một kế để điều chỉnh tình trạng này: Số là người Mỹ thường tôn trọng đàn bà, đàn bà được xem trọng hơn đàn ông, đàn bà muốn là như trời muốn, mà hiền thê của "Chú" Tuệ là Phương Thanh đang gọi tôi là "Chị" xưng "Em" cũng như Hoàng Hương Thủy em gái "Anh" Hoàng Xuân Đỉnh cũng vậy. Chúng ta đang sống tại Mỹ, muốn hay không muốn cũng đã trở thành công dân Hoa Kỳ, vậy nên chúng ta phải tôn trọng "Điều lệ" của họ, thế là tôi lại được lên chức! Nếu điều lệ này được thi hành đứng đắn thì các anh Hậu, Lâm, Quỳnh Loan, Nhâm, Ngưng, Phú (phu quân của Hương Thủy) Thiều, Quỳnh Tiêu... nghĩ sao đây?

Tôi lại chợt nghĩ đến Quỳnh Hoa, Dạ Khê, Nguyệt, Lệ Thủy, Mỹ Trang và Lưu Ty. Nguyệt là cô của Quỳnh Hoa và anh Liễn cũng phải gọi tôi là "Cô" (mong rằng Nguyệt đừng đặt điều kiện ngược lại). Nhưng Dạ Khê nếu kể về phương diện bà con, mẹ tôi và các dì tôi, lại kêu Dạ Khê bằng "Chị", còn Lệ Thủy, Mỹ Trang,

Lưu Ty lại ngang hàng với mợ tôi là cả một vấn đề! Vậy có lẽ tôi phải trở về vị trí cũ, bạn là bạn, không nhận ai là bà con nữa.

Đây là những chuyện sáng nào khi đi quanh vườn tôi cũng miên man nghĩ đến, nhảy từ chuyện này qua chuyện khác, không đầu không đuôi mà vẫn thấy thích thú. Từ ngày có "job mới", tôi không còn thì giờ đi dạo quanh vườn như trước, vì phải lái xe đi làm từ sáng sớm. Nếu muốn đi vòng quanh vườn như vậy phải bắt đầu từ 5 giờ sáng, giờ ấy trời đang tối mù, nhìn qua nhà bên cạnh tôi đã rợn tóc gáy vì cứ tưởng tượng ông hàng xóm (đã chết bất đắc kỳ tử) đang đứng sau hàng rào. Thôi thì đành giã từ khu vườn với nhiều kỷ niệm và cũng xin tạm ngưng nghĩ đến quá khứ và hiện tại trong lúc này để hoàn thành bài viết kịp gởi cho Tập San 48-55 Khải Định tập 5, kẻo kỳ hạn cuối cùng đã đến.

California ngày 24 tháng 9 năm 1999

"JOB" MỚI

Ngày 25 tháng giêng năm 1999 là ngày đầu tiên tôi nhận công việc mới. Nhớ lại năm tháng trước, khi bà bạn thân người Bắc là cựu đồng nghiệp tại trường Nữ Trung Học Lê Văn Duyệt gọi tôi hỏi:

- Này Vân, mi làm ở phòng mạch của Vĩnh, mi quen ai muốn giữ trẻ con, mi hỏi cho tao. Con gái tao hai tháng nữa là nó sanh rồi.

Tôi hứa sẽ tìm hộ, nhưng hai tuần trôi qua, tôi chẳng kiếm được ai, đành xin lỗi và hỏi đùa:

- Mày hỏi con gái mày có thuê tao, tao làm cho.

- Mi chỉ nói đùa, cháu mà được cô giúp cho thì quả là có phước!

Một tuần nữa trôi qua, cũng chẳng nhờ được ai. Bạn tôi lại gọi, tôi đành phải hứa:

- Thôi thì tao sẽ giúp hộ cho đến khi nào cháu nó tìm được người.

Tôi báo cho Vĩnh biết và nhân công việc ở văn phòng cũng đang trì chậm nên em tôi cũng đồng ý để tôi thử. Một tháng trước khi con gái bạn tôi sinh, tôi gọi bạn tôi xem đã kiếm được ai chưa, bạn tôi cười bảo:

- Cháu nó nhất định không kiếm ai nữa cả, cô mà giúp cháu là nhất rồi.

Tôi đặt điều kiện gì hai mẹ con cũng đều chấp nhận, tôi đâm lo. Từ nhỏ đến lớn thỉnh thoảng có trông chừng các em, nhưng bao giờ cũng có mẹ tôi bên cạnh và người làm trông chừng; hơn nữa tôi không có con cái, nên chẳng có một kinh nghiệm gì về trẻ sơ sinh; mà đã hứa lỡ thì phải giữ lời. Thế là phải đi tìm mua cuốn sách "Baby and Child Care" của Dr. Spock về nghiền ngẫm trước.

Các bạn tôi người nào cũng dọa rằng giữ trẻ con là mệt nhất, suốt ngày chỉ xoay quanh với nó chẳng làm gì được khác nữa. Tôi đã bắt đầu nản chí. Trong khoảng thời gian chờ đợi cho đứa bé sinh ra, tôi đã nhận được những bức thư chí tình của Từ Thị Kim Cúc. "Chị phải biết trẻ con hắn khun lắm, chị mà bế hắn là hắn bắt chị bồng hoài, không cách chi chị làm nổi mô. Đứa bé và cha mẹ nó thật có phước mới được chị săn sóc cho." (Đến bây giờ tôi cũng không hiểu ai có phước hơn ai?). Chị của Kim Cúc là Từ Thị Như Mai cũng dạy khôn dạy khéo cho tôi nhiều lần. Có bận nàng dặn tôi:

- Mi nhớ khi mi cho hắn bú xong, mi phải...

Tôi cướp lời bạn tôi :

- Tau biết rồi, phải bồng vác lên vai và đập đập vô lưng hắn.

Như Mai hoảng hốt la bài hãi:

- Mi đừng đập rứa mà hắn chết.

Tôi bật phì cười :

- Tau muốn nói là vỗ vỗ nhè nhẹ sau lưng.

Mẹ tôi và nhiều bạn khác cũng cho tôi những lời khuyên quý giá để làm "hành trang" bước vào nghề mới.

Cũng buồn cười, khi nghe tôi tuyên bố sẽ đổi nghề, có bạn đã hỏi tôi rằng:

- Răng chị tài hoa dữ rứa mà đi làm nghề đó?

Tôi nghĩ rằng từ dạo người Việt Nam bị bắt buộc trở thành dân du mục khắp nơi trên thế giới, tôi không còn coi trọng vấn đề giai cấp nữa. Nghề nào tôi cũng có thể chấp nhận, miễn không phải nghề bất lương là được.

Tôn Nữ Mộng Hà đã cảm thấy chua xót cho tôi mà than rằng:

- Con Vân thiệt là phú quý giật lùi!

Buổi tối trước ngày đi nhận việc, chị họ của tôi là Thái Thị Quỳnh đã gọi điện thoại ân cần dặn dò và chúc may mắn. Đêm hôm ấy chẳng chợp được mắt, sáng đã phải dậy sớm. Sửa soạn một lúc đã thấy mẹ tôi cũng thức dậy. Tối hôm trước bà cụ đã vắt cơm sẵn để bới theo cho tôi. Khi đi ra xe, mẹ tôi còn nhìn theo, cứ như đưa con gái về nhà chồng!

Ngày hôm ấy tôi phải nhờ ông xã tôi ở lại với tôi để "ủng hộ tinh thần". Tôi đã cảm thấy luống cuống trong nhiều việc, không biết phải làm sao cho đúng. Nhất là khi phải thay áo quần cho bé, không hiểu phải bỏ tay vào trước hay bỏ chân trước? Xỏ chân vào xong lại không cách nào xỏ tay được, thế là phải cởi ra và làm ngược lại, cứ thế mà loay hoay mãi rồi cũng xong. Ông xã tôi có mặt ở đấy, nhưng chỉ đứng quan sát không chịu giúp. Nhờ công việc gì cũng từ chối, lại còn bảo:

- Vân phải tập cho quen một mình, ngày mai không có anh ở đây thì nhờ ai?

Tôi ức muốn phát khóc, nhưng sau khi suy nghĩ lại, thấy lời của chồng mình là chí lý nên cơn giận rồi cũng tiêu tan.

Chiều hôm ấy khi đi làm về, mẹ tôi và em tôi đã vồn vã hỏi thăm công việc của tôi như thế nào. Tôi đâu dám nói sự thật, chỉ bảo rằng "vui" thế thôi. Tối đến Tôn Nữ Dạ Khê và Hồng Michalske là hai người bạn đầu tiên đã gọi điện thoại "vấn an". Bắt đầu từ ngày hôm sau, các dì tôi, chị em bà con và các bạn tôi dồn dập gọi điện thoại hỏi thăm tin tức, cứ như mình là kẻ đi sứ mới về!

Công việc rồi cũng quen đi. Tôi không còn thấy khó khăn nữa, nhất là Ngô Kiều Điệp, em tôi, từ Houston Texas thế mà hầu như ngày nào cũng gọi điện thoại cho tôi để chỉ bảo và chia sẻ những kinh nghiệm bản thân và cũng để khuyến khích tôi trong công việc mới. Mỗi buổi sáng khi bế bé lên tay, nó nhìn mình rồi nhoẻn miệng cười, tôi thấy không có nụ cười nào đẹp bằng. Những ngày nghỉ cuối tuần không đi làm đã thấy nhớ.

Hôm nay, trời bỗng mưa tầm tã, cơn bão đang từ đâu kéo đến? Chỉ có tôi và bé ở trong căn nhà trống vắng thênh thang. Những sợi mưa từ trời thả xuống liên tiếp như đan lấy nhau thành một bức rèm bằng nước che mờ những ngôi nhà đồ sộ ở thung lũng dưới kia và những cành cây bị gió đánh ngả nghiêng tạo thành một bức tranh nhạt nhòa bí ẩn. Tiếng mưa và tiếng gió đập sàn sạt vào cành cây và mái nhà gây thành những âm thanh rùng rợn. Không hiểu sao mỗi bận trời mưa, tôi lại nhớ đến hai câu thơ:

Vũ vô kiềm tỏa năng lưu khách
Sắc bất ba đào dị nịch nhân.

và lời thơ của Nguyễn Bính mà bạn tôi đã đọc cho tôi nghe năm trước nay lại trở về day dứt lòng tôi:

Nắng mưa là bệnh của trời
Tương tư là bệnh của tôi yêu nàng

Tuy nhiên tôi không cảm thấy cô đơn vì trong tay tôi đang bế một "thiên thần". Bé nằm ép vào ngực tôi, đưa mắt đăm đăm nhìn tôi, không hiểu bé đang nghĩ gì, thỉnh thoảng lại nhoẻn miệng cười. Tôi chưa bao giờ được làm mẹ, nhưng bỗng nhiên chợt nhận chân được cái tình mẫu tử quả là thiêng liêng và vô tận. Tôi cũng cảm thấy mình có phước khi được bà con bạn bè yêu thương và đã may mắn khi bằng lòng nhận "job" mới này.

California ngày 9 tháng 2 năm 1999
Một ngày giông bão

NHỮNG DÒNG CẢM NGHĨ TẢN MẠN

Kỳ này tôi định viết một bài tưởng niệm các bạn vừa vĩnh viễn ra đi, nhưng không hiểu tại sao tôi không có can đảm đặt bút viết về đề tài này để đăng vào Tập San Khải Định 48-55 số 10 sắp đến mà hạn chót cũng đã gần kề. Chẳng biết viết gì đây? Thôi thì viết đến đâu hay đến đấy vậy.

Sáng hôm kia ra vườn, trông thấy mấy cây bắp tôi vừa gieo hạt, thế mà chúng nó đã trồi đầu lên lẹ quá! Em gái tôi bảo: "Cái chị ni thiệt giống con Quyên, bạ chỗ nào cũng trồng bừa lên cả!". Số là tôi đã kể cho cả nhà nghe chuyện bé Quyên đem hạt bắp gieo bừa vào các bồn hoa của bà ngoại bé. Còn tôi lại nhè chỗ em tôi đào rãnh để cho nước thoát khi trời mưa xuống mà gieo hạt vào. Thế là tôi phải xới lên đem trồng vào chỗ em tôi chỉ định.

Tối hôm ấy tôi gọi điện thoại cho bé Quyên – dạo này tôi không còn đến với cháu như trước nữa, vì bố mẹ cháu thuê người phá nhà cũ để xây nhà mới rộng hơn. Trong khi chờ đợi phải dọn về ở tạm nhà ông bà ngoại của cháu.

Tuy không gặp cháu thường xuyên, đêm nào tôi cũng gọi điện cho cháu, để được nghe giọng nói cho đỡ nhớ, đỡ thương. Tôi kể chuyện trồng mấy cây bắp, nghe cháu quan trọng dặn dò: "You have to water them everyday!" rồi còn nhấn mạnh: "everyday!". Tôi chợt cảm thấy một nỗi buồn vô cớ xâm chiếm tâm hồn. Còn đâu bé Quyên của hơn ba năm về trước đã đọc thuộc lòng mấy chục câu mở đầu của Truyện Kiều và khi hát bài "Đi Chơi Chùa Hương" đã làm điệu bộ rất đáng yêu! Bây giờ cháu không còn muốn nói tiếng Việt nữa mặc dầu vẫn còn hiểu. Buồn thay hai bà ngoại (một thật một giả) đều là cựu giáo sư mà đã thất bại không dạy nổi cháu mình nói tiếng Việt! Đây là một đề tài gay cấn mà chúng tôi đã đưa lên mạng lưới của trường Lê Văn Duyệt để bàn cãi và tham khảo ý kiến.

Nhớ những ngày khi đưa bé Quyên đến trường lần đầu tiên

bé không nói cũng như không hiểu được tiếng Mỹ, trông mặt cháu cứ ngớ ra đến tội nghiệp! Thế mà chỉ một tháng sau, khi đón cháu đi học về đã thấy cháu bi bô hội nhập với các bạn cùng lớp, tôi mừng đến ứa nước mắt. Thế mà giờ đây lại chỉ mong cháu nói tiếng Việt với mình. Con người sao thật mâu thuẫn!

Trí óc miên man chợt nhớ đến một bài báo ở Việt Nam nói về tình trạng giáo dục hiện thời mà cậu em họ ở Canada đã "chôm" được qua hệ thống internet để chuyển cho chúng tôi. Tôi vừa đọc vừa cười, chảy cả nước mắt nước mũi, tắt máy rồi vẫn còn cười. Tôi xin trích vài đoạn để các bạn cùng đọc xem nên cười hay nên khóc.

"Ở bậc học phổ thông, các môn khoa học xã hội, nhất là môn văn đã và đang bị xem nhẹ, thậm chí xem thường. Các môn khác như Nhạc, Họa, Thể Dục càng không được coi trọng. Cho nên số đông học sinh ngày nay còn mơ hồ, ấu trĩ về nhân sinh quan, và lẽ sống, nhiều em rất ngô nghê, ngớ ngẩn về tư duy và kỹ năng sử dụng tiếng Việt. Xin nêu một số dẫn chứng về "kết quả" dạy và học Văn hiện nay.

1) Em hãy phân tích tấm lòng người mẹ của bà Cụ Tứ trong truyện "Vợ Nhặt" của nhà văn Kim Lân.

- Trong cuộc sống sinh hoạt đời thường, hàng ngày chúng ta đã từng được thưởng thức rất nhiều loại lòng, như lòng lợn, lòng chó, lòng gà, lòng vịt, chúng đều rất ngon và có vị riêng biệt khác nhau nhưng tất cả đều không thể bằng lòng... mẹ.

2) Em hãy phát biểu cảm nghĩ của mình về việc Nguyễn Du đã để lại cho chúng ta tác phẩm Truyện Kiều. Một em học sinh lớp 11, PTTH Cái Bè đã viết:

- Nguyễn Du là lão tiền bối của chúng ta. Mặc dầu tiền bối đã sớm ra đi vào một chiều gió lạnh, nhưng vẫn làm chấn động cả giới hậu bối chúng ta, qua bí kíp võ công "Vương Thúy Liễu" hay còn gọi là "Đoạn Trường Thất Thanh". Bằng chứng là qua các kỳ thi, pho bí kíp này lại xuất hiện và làm thất điên bát đảo cả giới hậu bối chúng ta!!!

3) Em hãy phân tích tình tự diễn biến tâm trạng nàng Kiều trong đoạn trích "Những Nỗi Lòng Tê Tái". Bài làm của em C.V.T lớp 10, PTTH P.N có đoạn viết

- "Nay hoàng hôn đã lại mai hôn hoàng". Qua đó ta thấy tên khách họ Hoàng thật là tàn nhẫn, hắn hôn Thúy Kiều đã, rồi bắt Thúy Kiều hôn lại làm cho Kiều ngày càng biến thành gái lầu xanh chuyên nghiệp muốn ngóc đầu lên cũng không nổi.

4) Em hãy cho biết bất công của phụ nữ dưới chế độ phong kiến, bằng các tác phẩm đã học của Hồ Xuân Hương, Nguyễn Du. Hãy chứng minh. Một em học sinh lớp 9, PTCS T.A. Huế đã viết:

- Thúy Kiều là nàng con gái tài sắc vẹn toàn, song nàng đã bị chế độ phong kiến vùi dập vào chốn bùn nhơ, đến nỗi nàng đã nhảy xuống sông Tiền Đường tự vẫn, may thay lúc đó có một bà đảng viên đi công tác về, bà liền nhảy xuống sông cứu nàng. Sau đó Kiều giác ngộ và đi theo con đường cách mạng.

5) Em hãy tả con gà trống nhà em.

- Chú trống choai nhà em lớn nhanh như thổi, càng lớn chú càng giống gà mái.

..."

Trước kia khi đọc chuyện một học sinh giải thích câu chữ Hán sau đây: "Nhất tự vi sư, bán tự vi sư" là "Trong chùa có một ông sư, chùa bán đi rồi vẫn còn một ông sư" tôi cũng đã cười mãi, nhưng đấy là chữ Hán, khả dĩ còn tha thứ được, chứ những trường hợp như kể trên thì nên quy tội về ai?

Viết đến đây chợt thấy mây đen vần vũ kéo tới. Tôi thường nghe mọi người bảo rằng, nếu thấy kiến bò vào nhà, lên tường, lên bếp nhiều đấy là dấu hiệu trời sắp mưa, thế mà lúc nào cũng đúng!

Sáng hôm qua thức dậy, bước vào phòng tắm chợt thấy một đàn kiến lũ lượt kéo nhau từ dưới sàn nhà lên và bò quanh chỗ rửa mặt. Tôi bực mình quơ chúng hết vào trong bồn, rồi vặn vòi cho nước cuốn đi, nhưng bỗng nhiên chợt nhớ đến câu chuyện "Anh Phải Sống" của Khái Hưng tả một trận lụt, người vợ đành hy sinh dặn dò chồng phải sống, làm tôi động lòng trắc ẩn, nhúng cả bàn tay xuống vớt những con kiến còn sót lại lên khỏi dòng nước đang xoáy tròn. Tôi tưởng tượng những con kiến ấy có thể là những người cha, người mẹ đang đi kiếm ăn cho con, bỗng nhiên bị lũ lụt cuốn mất thật đau xót vô cùng. Thế là ngừng ngay ý nghĩ sát sinh, nhưng báo hại thay cả ngày hôm ấy tôi có cảm giác như kiến bò khắp thân thể. Ở đâu cũng cảm thấy nhột nhạt vì khi vớt kiến lên đã có vài con chui vào tay áo, nghĩ mình thật vớ vẩn!

Dạo này hội Lê Văn Duyệt của chúng tôi đã có mạng lưới riêng, nên tôi thường vào đấy để chia sẻ tin tức cùng những nỗi vui buồn với các bạn đồng nghiệp và các em học sinh. Cũng nhờ vậy mà tôi được đọc bài viết của Giáo Sư Vũ Ngọc Mai về đề tài đang làm chấn động nước Mỹ về một mối tình bất chấp tuổi tác giữa một cô giáo 34 tuổi và cậu học sinh mới 13 khi tình yêu "vòng tay học trò" bắt đầu. Bây giờ nàng đã ra khỏi tù và đã có hai mặt con với người yêu bé nhỏ của nàng (một gái trước khi vào tù và thêm một gái trong thời gian ở tù). Cô giáo Mary Kay giờ đây đã 42 tuổi và người tình của nàng cũng chỉ mới 21 xuân xanh, nhưng họ đã bất chấp dư luận và dự định sẽ đi đến hôn nhân trong tương lai.

Giáo sư họ Vũ đã viết: "Nếu bỏ qua khía cạnh luân lý của mối tình "vòng tay học trò" này thì quả thật tình yêu đã có những lý lẽ riêng của nó mà chúng ta không thể lấy tình cảm chủ quan của mình để phán xét."

Cố nhiên có nhiều người bênh vực cũng như lắm kẻ chỉ trích mối tình hi hữu này. Ở đây, tôi không bàn đến khía cạnh luân lý để xét đoán về mối tình của cô giáo và cậu học sinh của cô ta, tôi chỉ tự hỏi liệu với thời gian, mối tình ấy có còn bền vững để tồn tại mãi không? Riêng tôi, xin đánh một dấu hỏi nghi ngờ to tướng!

Tôi đã từng chứng kiến và biết nhiều cuộc tình mà tuổi tác giữa hai người yêu nhau quá chênh lệch, nhất là khi người đàn bà lại là kẻ lớn tuổi hơn, thế nào cuối cùng cũng đành "anh đi đường anh, tôi đường tôi!"

Hôm nay trên đường đi thăm bé Quyên về nhà, tôi ghé nghĩa địa Pierce Brothers để thăm mộ ba tôi. Vừa lái xe vào đã thấy một hình ảnh cô đơn đập vào mắt. Cách mộ của ba tôi không xa, ở phía bên kia, một thanh niên có lẽ là người Á Đông (vì tóc đen) ngồi bệt trên bãi cỏ, đầu cúi gằm trong vòng tay ôm lấy hai đầu gối. Người thanh niên đã ngồi trong tư thế ấy có lẽ từ lâu, trước khi tôi vào, và trước khi tôi rời nghĩa địa người ấy mới thong thả đứng dậy, tay quệt nước mắt, lảo đảo đi về chỗ đậu xe rồ máy bỏ đi. Hình ảnh đó đã theo tôi suốt cả chiều hôm nay. Người thanh niên ấy đến khóc cho vợ hay cho người tình? Tôi không được biết. Chỉ biết rằng anh ta đã xuất hiện và trước nấm mồ chưa xanh cỏ là một bó hoa tặng người đã mất. Tôi chợt quay nhìn nấm mồ của một phụ nữ Đại Hàn (một thiếu nữ thì đúng hơn, vì người trong ảnh còn quá trẻ và quá đẹp!). Nấm mồ mà lần nào đi thăm mộ ba tôi, nếu không có mặt, vẫn có những bó hoa hồng tươi đặt trên mộ, chứng tỏ tấm lòng chung thủy của người chồng trong suốt hai năm trời. Bây giờ nấm mồ với hình ảnh người thiếu phụ trẻ đẹp vẫn còn đấy, nhưng họa hoằn lắm mới thấy một bó hoa tưởng nhớ, nhưng người đàn ông Đại Hàn không còn thấy bóng dáng nữa. Cái gì đã xảy đến cho anh ta? Phải chăng thời gian đã làm phai dần thương nhớ? Người ta vẫn thường nói thời gian là liều thuốc nhiệm mầu giúp con người quên dần được nỗi khổ đau, tuyệt vọng ở đời nhưng cũng chính thời gian là vũ khí tàn nhẫn gián tiếp giết dần tình cảm của hai người yêu nhau.

Vậy chúng ta hãy chờ đợi hồi kết thúc của cuộc tình giữa cô giáo Mary Kay và cậu học trò sẽ đi về đâu khi thời gian cứ vùn vụt trôi qua. Cậu học sinh sẽ chứng kiến sự thay đổi phũ phàng không tránh được về nhan sắc và thể xác của người mình yêu. Chẳng mấy chốc người tình sẽ trở thành Mẹ rồi thành Bà lúc nào không hay! Ngoài ra còn phải đương đầu với những miệng tiếng, gièm pha, chỉ trích của mọi người, liệu tình yêu của cậu học trò có thể chiến thắng mọi trở ngại của cuộc đời để có thể trung thành mãi mãi với mối tình đối với cô giáo của mình không? Chuyện này chỉ qua thời gian mới trả lời được.

Dầu sao tôi cũng cầu mong cho cuộc tình hi hữu này sẽ bền vững với thời gian sau khi họ nhất quyết đi đến hôn nhân, để trở thành một thiên tình sử đặc biệt để lại cho hậu thế.

Nhân nói về hôn nhân, tôi bỗng chợt nhớ đến câu nhận xét của Ajahn Brahm trong cuốn "Opening the Door of Your Heart" rất là lý thú. *"It is said that there are three rings to a marriage: the engagement ring, the wedding ring and the suffer – ring!"* Chí lý lắm thay! Tuy vậy xin những kẻ yêu nhau đừng vì câu nhận xét trên mà trở thành yếm thế, rồi thay đổi ý định của mình không tiến tới hôn nhân.

Xứ Ngàn Cây Sồi, California tháng 12 năm 2004

BỨC THƯ GỞI CÁC BẠN KHÓA 48-55 KHẢI ĐỊNH

Khi anh Hồ Đăng Trí (anh của Hồ Đăng Tín) gọi từ San Jose báo tin Sư Cô Trí Hải, tức Tôn Nữ Phùng Khánh đã chết vì tai nạn giao thông trên đường đi cứu trợ trở về; tôi rơi vào một trạng thái hụt hẫng như hai lần trong quá khứ, khi nghe tin hai người bạn thân là Diệu Hồng và Kiểm vĩnh viễn ra đi. Lần này, ngoài sự thương xót cho bạn, còn có sự tiếc nuối một nhân tài, một người đã hy sinh suốt cuộc đời mình, mong cứu rỗi cho những kẻ thiếu may mắn.

Thuở còn là nữ sinh Khải Định, tôi không ngờ sẽ có ngày Phùng Khánh của tôi quyết định rũ mùi tục lụy chọn áo nâu sòng để cứu nhân độ thế. Tôi biết Phùng Khánh rất tếu, thường hay kể chuyện khôi hài cho các bạn nghe. Mặc dầu trong giờ giáo sư đang giảng bài, không hiểu Phùng Khánh đã nói gì mà các bạn ngồi cạnh, mặc dầu cố nén tiếng cười, nhưng hai bờ vai rung rung là chứng cớ không thể giấu được.

Con người sinh ra, ai cũng phải đi qua những quãng đường, có người thong dong, thành công hoặc bình thản bước đi, cũng có những kẻ phải bon chen khốn khổ, vấp ngã với những bàn chân rướm máu, nhưng cuối cùng ai cũng như ai, không thoát phải vào nằm trong đất lạnh hoặc biến thành tro than, vì cát bụi sẽ trở về cát bụi.

Chúng ta thường nghe câu: "Trời kêu ai nấy dạ" để giải thích sự không thể tránh được của số kiếp. Có một bận tôi gặp anh Tôn Thất Kỳ tức nhà văn Trúc Chi (dạo này anh bị lãng tai) tánh rất tếu. Anh đã làm cho tôi bật cười khi tôi hỏi thăm sức khỏe của anh, anh đã trả lời: "Tui vẫn còn đây, vì tui không nghe trời kêu, nên không dạ, với lại tui con nhà đàng hoàng nên thường hay nhường mọi người đi trước." Chúng ta, kẻ trước người sau sẽ có ngày bị trời gọi và phải "dạ", không ai tránh khỏi quy luật này. Vậy các bạn ơi! Đời chúng ta được bao lâu nữa?

Kể từ ngày anh Tôn Thất Quỳnh Tiêu cất tiếng gọi đàn đến nay, có nhiều bạn của chúng ta đã lìa bỏ cõi trần, để lại bao tiếc thương cho gia đình, bạn bè cùng lứa.

Mặc dầu không phải là thi sĩ, nhưng tôi cũng nghĩ ra được một bài thơ, gửi gắm tâm sự mình để tặng các bạn. Đấy là bài "Tiếng chim gọi đàn". Bài này, đúng ra là nhân cảm hứng lời kêu gọi của anh Phạm Xuân Lương, người mà khóa Đại Học Sư Phạm ba năm đầu tiên, ban Anh Văn của chúng tôi đã bầu làm đàn anh cổ động họp đàn, người đầy nhiệt tâm nhiệt huyết, đứng ra kêu gọi chúng tôi "nối vòng tay lớn", nhưng thấy rằng có một vài bạn vì lý do nào đó vẫn còn im hơi lặng tiếng!

Tiếng Chim Gọi Đàn

Các bạn ơi! Hãy gặp nhau đi
Đừng hẹn nữa!
Ai trong ta mà chắc được tương phùng?
Bao năm qua đày thân nơi xứ lạ
Biệt quê nhà xa hẳn mái trường xưa
Các bạn ơi!
Bốn mươi lăm năm trước
Chúng ta, những mái đầu xanh đầy nguyện ước
Quyết đem trí óc mình san sẻ cho đàn em
Nhưng chỉ mười bảy năm sau
Vận nước nổi trôi
Ngờ đâu tan đàn sẩy nghé
Lũ chúng ta tứ tán bốn phương trời
Kẻ ở lại, người ra đi,
Bạn ta mất, chúng ta còn
Thảm thiết lắm!
Trời cao đâu có thấu!!!

Những mái đầu xanh
Giờ đây đà điểm tuyết
Sống lang thang trên đất lạ quê người.
Hỡi những ai còn giam mình trong "ốc đảo"
Hãy dang tay để đón lấy những bàn tay.
Chuyến tàu suốt cuối cùng rồi cũng đến
Chúng ta sẽ mỉm cười
Chẳng còn ân hận!
Dẫu âm thần đưa tiễn bạn đồng song
Các bạn ơi! Xin gặp nhau đi!
Đừng tiếc nữa!!!
Vì tiền tài danh vọng cũng bằng không!
Chỉ còn chân tình bạn mấy mươi năm
Hãy hâm nóng cho tình luôn thắm đượm.

Dù bài thơ này làm riêng cho khóa Sư phạm của tôi, tôi thiển nghĩ đây cũng là lời kêu gọi đến tất cả bạn bè của chúng ta, nên tôi mạn phép được chép vào đây.

Chúng ta là những cánh chim cùng một mẹ, đấy là ngôi trường Khải Định thân yêu của chúng ta, nơi đã đào tạo cho chúng ta nên người. Vậy chúng ta hãy cố gắng họp đàn để lỡ khi phải chia tay vĩnh viễn, sẽ không còn ân hận hay tiếc nuối một điều gì.

Trong quá khứ cho đến nay các bạn khóa 48-55 của chúng ta thường hành xử theo châm ngôn "không bỏ anh em, không bỏ bạn bè". Vì vậy nên mỗi bạn có lời đề nghị giúp đỡ các bạn kém may mắn còn ở lại quê nhà, dù "lá lành đùm lá rách" là lẽ tự nhiên, nhưng chúng ta phần đông đã đến tuổi "thất thập cổ lai hy" chỉ nhờ cậy vào đồng lương hưu rất khiêm nhượng hoặc trợ cấp của xã hội, có người giờ đây cũng đã trở thành những chiếc "lá rách", nhưng vẫn vui vẻ đóng góp để "đùm những chiếc lá nát". Thật cảm động lắm thay!

Tôi muốn nhân cơ hội này mượn hai câu thơ của Ngọc Hoài Phương để kết thúc bức tâm thư:

Dù áo thư sinh đã bạc màu
Cuối trời lưu lạc vẫn tìm nhau

Suốt đời chúng ta sẽ tìm nhau, như tìm về đất Mẹ.

Thân chào các bạn

Ngô Thị Vân
California ngày 9 tháng 1 năm 2004

VỀ MỘT NGƯỜI BẠN

Năm nay(*) Võ Thị Nguyệt được bạn bè ủy thác làm "đầu tàu" tổ chức đại hội Đồng Khánh – Khải Định miền Đông Hoa Kỳ. Thật đúng là chọn mặt gửi vàng!

Cô nàng này tài lắm, việc gì cũng biết, chuyện gì cũng giỏi, không bao giờ chịu ngồi yên để nghỉ ngơi, không có việc này thì bày ra việc khác, người ta thường bảo đấy là số vất vả chăng? Nhưng có một điều tôi biết chắc chắn là Nguyệt rất thú vị khi hoạt động bằng đôi tay.

Ngày hôm kia Mỹ Trang gọi cho tôi:

- Vân ơi! Con Nguyệt hắn quá giỏi!

- Giỏi cái chi?

- Hắn nấu ăn cho tất cả mọi người đó, mà hắn nấu món chi cũng tài, cũng ngon.

- Khen cái chi chứ khen hắn nấu ăn thì như khen phò mã tốt áo đó.

Tôi quen và thân với Nguyệt từ khi Nguyệt còn là "lùng tung tiên nữ", đấy là biệt hiệu mà tôi đã gán cho bạn vì dạo ấy Nguyệt thường hay chắp bín để đi học. Tôi chỉ tiếc là trước kia Nguyệt đã không gia nhập vào đại gia đình của tôi, mặc dầu tôi đã bỏ công làm "bà mai bà mối". Bà ngoại tôi gặp Nguyệt lần đầu cũng đã mến và đã có ý định giới thiệu bạn tôi cho cậu tôi, nhưng người ở phương Đông, kẻ ở phương Tây làm sao gặp nhau chứ đừng nói đến chuyện yêu thương!

Về sau, khi qua học Khải Định, anh họ tôi rất "mết" bạn tôi, năn nỉ tôi giới thiệu nàng cho anh tôi. Tôi sắp đặt cho hai người gặp nhau tại nhà, nhưng tiếc thay không phải số, nên duyên chẳng thành! Trước ngày hôm ấy, tôi mời Nguyệt đến nhà rủ nhau đi xem hát bóng. Nguyệt nhận lời, tôi liền báo cho anh tôi chuẩn bị sẵn sàng để ngày hôm sau ra mắt người đẹp. Thế mà đến giờ phút chót, Nguyệt bận việc bất thình lình, nên công tác đành gãy đổ. Tôi chẳng biết ăn làm sao, nói làm sao với anh tôi. Vậy là đến giờ hẹn, tôi trốn biệt trên chiếc chòi tranh đằng sau vườn, dặn người nhà bảo rằng tôi đi vắng.

Nghề "làm bà mai" mới xuất quân lần đầu tiên đã bị thất bại! Từ đấy cho đến về sau cứ mỗi bận muốn gắn bó bạn mình cho các cậu các anh, chẳng đám nào thành, như trường hợp Quỳnh Hoa, Quế Hương, Hoài Nam, Mỹ Trang, Diệu Uyển... nên tôi đâm chán nản, tạm ngưng nghề "làm bà mai" từ đấy.

Tuy nhiên một vài năm sau, tôi đã thành công khi giới thiệu Tôn Nữ Mộng Hà cho bạn thân của ông xã tôi là Phạm Đình Giang, ngay cả vợ chồng con trai của hai người này cũng do tôi xe duyên mà thành.

Chưa thực sự được ăn đầu heo, nhưng không biết mỗi bận "nội chiến" nổ bùng trong hai gia đình này, quý vị đó có gọi tên tôi để rủa thầm?

Người ta thường bảo không có cái dại nào bằng cái dại đi làm mai, làm mối. Gia đình có hạnh phúc, họ cũng chẳng cám ơn, nhưng đến khi "đĩa bay" xuất hiện, tên mình có lẽ được nhắc đến như một điệp khúc!

Thế mà tôi vẫn ao ước Võ Thị Nguyệt trở thành mợ dâu hoặc chị dâu của tôi. Có lẽ mong được thưởng thức những món ăn ngon do Nguyệt trổ tài?

Giờ đây Nguyệt đã trở thành "nghĩa nữ" của mẹ tôi, cậu tôi may mắn ở cùng tỉnh với Nguyệt nên thỉnh thoảng cô cháu này cùng đấng phu quân vẫn mang thức ăn đến biếu cậu tôi. Cậu đã khen bạn tôi không tiếc lời: "Cháu thiệt cũng chẳng giỏi, dễ thương và có tình bằng Nguyệt."

Nguyệt ơi! Mình ganh với Nguyệt đấy nhé, tuy nhiên vẫn phải

công nhận lời phê bình của cậu mình là chí lý!

Tôi mong rằng cuộc đời còn lại đừng mang đến những gập ghềnh, khúc khuỷu trên đường mà bạn tôi sẽ phải đi qua, và mong rằng cuộc hội ngộ mà bạn tôi đứng ra tổ chức sẽ thành công mỹ mãn, để bù lại những ngày âu lo. Tôi chỉ tiếc không được tham dự cuộc vui này vì tôi vẫn ước ao bộ ba chúng tôi Nguyệt, Hoa, Vân (mà các bạn đã tặng cho biệt danh là Les Trois Mousquetaires khi còn cắp sách đến trường) sẽ tái ngộ để chụp thêm một bức ảnh thứ ba nữa. Chúng tôi đã chụp bức ảnh đầu tiên đứng trước trường Đồng Khánh bên bờ sông Hương năm 1953, và bức thứ hai nhân ngày tái ngộ do nhóm Phượng Vỹ tổ chức. Tôi đã viết bài "Câu chuyện Hai Tấm Ảnh" đăng vào Tập San Khải Định 48-55 năm 1997; và năm 2005 có bức ảnh thứ ba để so sánh và nhận xét ảnh hưởng của thời gian trên "dung nhan" của chúng tôi. Tôi chắc chắn hình ảnh của thời gian sẽ in đậm nét không thể chối cãi được trên nét mặt của ba chúng tôi, nhưng tình bạn giữa chúng tôi theo thời gian trở nên đậm đà khắng khít hơn nữa.

California tháng 4 năm 2005

(*) *Bài này đã đăng vào Tập San Khải Định ở miền Đông Hoa Kỳ năm 2005, nhưng vì chưa thấy mất thời gian tính nên xin gửi đăng lại để nhớ đến kỷ niệm giữa các bạn bè. Mong các bạn độc giả của Tập San Khải Định 48-55 số 21 này thông cảm. Xin thành thật cám ơn.*

HẬU "JOB MỚI" HAY BỨC THƯ GỬI BÉ QUYÊN

Quyên thương mến của Bà,

Ngày này năm trước Bà bắt đầu "Job mới", hôm nay Bà lại chọn đúng ngày để khai bút cho con mà cũng để có đề tài gởi cho "Lá Thư Phượng Vỹ". Thế mà đã một năm trời trôi qua! Nhớ ngày nào con còn bé tí teo nằm gọn trong vòng tay Bà. Mỗi bận bế lên, Bà chỉ sợ con tuột mất. Bà nhớ lại, cứ mỗi buổi sáng, dù phải thức dậy thật sớm, bà vẫn không cảm thấy mệt mỏi, vì biết rằng Bà sẽ đến gặp con, chờ con vươn vai thức dậy. Khi con nhìn thấy Bà, mặc dầu mắt nhắm mắt mở, miệng đã nở ngay nụ cười. Ôi! Có nụ cười nào đẹp hơn!

Những lời khuyên của bạn bè còn văng vẳng bên tai: "Đừng bế con hoài lên tay, đừng tập hư cho con..." vì người ta thường bảo "con hư tại mẹ, cháu hư tại bà". Thế mà nhiều lần nhìn thấy con khóc, mắt con long lanh những giọt lệ chảy dài xuống hai khóe, đôi môi hồng bĩu ra mếu máo một cách đáng yêu là Bà cầm lòng không đậu, phải bế con lên ngay. Mặc dầu mắt con vẫn còn óng ánh những giọt lệ thủy tinh, đôi môi đã nhoẻn ngay nụ cười. Sao con khôn thế! Đấy là lợi khí mà con vẫn thường dùng để làm mềm lòng Bà, và bao giờ con cũng thắng.

Nhớ buổi ban đầu Bà đã lúng túng vô cùng khi phải thay áo quần hay thay tã cho con. Bà chỉ giận sao mình không chịu đi học một khóa cấp tốc về cách săn sóc trẻ sơ sinh trước khi Bà đến với con. Nhưng rồi mọi chuyện cũng êm xuôi. Bây giờ Bà tự hào là mình cũng chẳng thua kém ai. Bà đã chứng kiến sự thay đổi dần dần của con qua nhiều giai đoạn, không hiểu sao xưa kia Bà đã không để ý quan sát kỹ càng, mặc dầu Bà đã có thời ở cạnh các em, các cháu Bà.

Mỗi ngày Bà vẫn hỏi thăm Bố Mẹ con, những gì đã xảy ra đêm hôm trước, mặc dầu Bà chỉ xa cách con mười mấy tiếng đồng hồ. Có bận Bà đã xót xa và cảm thấy đau cái đau của con, khi nghe Bố Mẹ con kể lại vụ con bị đụng u đầu. Lần nghe tin con sẽ phải đi chích ngừa bằng bốn mũi kim, Bà ước gì để Bà chịu đau thế cho con.

Trẻ con thường phải lật xong rồi mới biết bò (?) thế mà con đã "đốt giai đoạn", không lật mà bò ngay. Nhìn thấy con bò lổm ngổm dưới sàn nhà, Bà không nhịn được cười. Có bận Bà đang mở cửa để bước vào nhà, tí xíu nữa là Bà đã dẫm lên người con.

Con rất thông minh, dầu đang còn bé tí teo mà đã biết nhận xét. Bà chỉ cho con những hình con ngựa trong tranh treo trên tường, khi hỏi lại, con vẫn biết nhìn đúng. Có bức tranh vẽ người mẹ dẫn con đi trong khu rừng rất nhỏ, Bà chỉ cho con và bảo, "Mẹ dẫn Quyên đi chơi đâu?" Thế mà con biết nhìn về phía hai mẹ con ấy.

Giai đoạn con mọc răng là cả một giấc mộng kinh hoàng đối với Bà. Con bắt Bà bế con suốt ngày, phải vác con lên vai, vừa đi vừa ru, không cho đứng mà cũng chẳng được ngồi. Vừa định ngồi xuống để nghỉ, là con lại khóc ré lên. Có một buổi sáng khi Bà mở cửa phòng bước vào, thấy con nằm bên cạnh máy xịt khí ẩm, hai mắt nhắm nghiền mệt mỏi. Bà sờ vào đầu con thấy nóng, mặt con đỏ ửng. Bố mẹ con cho biết tối hôm qua con bị sốt. Bố Mẹ con cũng xác xơ vì một đêm mất ngủ, nhưng cũng phải đi làm. Bà ở nhà, cứ cách nửa giờ lại lấy máy ra đo nhiệt độ. Thấy nhiệt độ tăng dần. Bế con lên, con lả trong cánh tay của Bà. Hai mắt cứ nhắm nghiền. Bà vừa sợ vừa thương con. Bà quỳ xuống, tay ôm chặt lấy con nước mắt đầm đìa, Bà chỉ biết cầu xin Đức Phật Quan Thế Âm phù hộ cho con, cho Bà thay thế cơn sốt cho con và cái đau đớn của con hiện tại. Không hiểu Bà đã ôm con và quỳ như vậy bao lâu, con vẫn bằn bặt trong tay Bà. Bà bỗng sực nhớ là Bà phải gọi cho Mẹ con, nhắc Mẹ con gọi bác sĩ. Bác sĩ bảo phải bỏ con vào bồn tắm và dội nước lạnh vào người con. Bà thương con quá nhưng cũng phải nghe lời, nhưng thay vì nước lạnh, Bà chỉ dội nước hâm hẩm vào người con. Con rùng mình mở mắt. Từ đấy nhiệt độ con xuống dần. Bà mừng khôn xiết. Những giây phút lo âu rồi cũng qua đi. Những lúc này Bà mới cảm thấy được công ơn của cha mẹ nuôi con quả là vô cùng!

Nhiều bạn của Bà thường nói rằng, con thật có phước mới được Bà trông giữ, nhưng Bà lại nghĩ khác. Chính con là kẻ đã đem đến hạnh phúc và niềm vui cho Bà. Những ngày sau khi Ông cố mất, Bà thường hay khóc một mình. Khi con thấy thế, con đã nhìn sửng rồi ôm chầm lấy bà như muốn an ủi. Nhờ có con mà Bà cảm thấy nỗi đau buồn của mình đã dịu được phần nào. Bà cám ơn Trời Phật đã cho bà sự hiện hữu của con bên cạnh.

Rồi đến ngày con bắt đầu tập đi. Những bước đi chập chững như những cánh chim non bắt đầu tập bay. Bà nhìn theo con lần theo tường, vịn mà đi, té xuống, lại đứng dậy tiếp tục đi, không nản chí. Bà đã thực hiện được những cuốn "video" để ghi lại cho bà nội, ông bà ngoại và bố mẹ con nhìn thấy những tiến triển đặc biệt mà chỉ có máy quay phim mới thu được những hình ảnh trung thực và sống động để sau này con còn có dịp nhìn lại cái quá khứ nhỏ bé của mình.

Đến khi con bắt đầu đi hơi vững, là giai đoạn con bắt đầu nghịch phá. Con lục hết tủ này đến hộc khác. Bao nhiêu nồi niêu xoong chảo con đều lôi ra giữa sàn nhà, đến nỗi bố con phải lấy dây cột hết tất cả các tủ. Thùng xoài bố mẹ con mua về để trong phòng giặt, con cũng lần vào được đấy bấm nát. Con còn có những cái nghịch ngợm đáng yêu, ví dụ như Bà không cho con giật sợi dây ăng-ten của TV, Bà thường lắc đầu la con, "Quyên, không được, không được!", con lại chạy về đấy, đôi mắt thông minh, tinh nghịch nhìn Bà, cầm sợi dây ăng-ten, vừa giật mạnh vừa lắc đầu rồi cười khanh khách như trêu Bà. Về sau Bà đổi "chiến lược", mỗi bận thấy con chạy về phía ấy, bắt đầu cầm lấy dây để giật là Bà tảng lờ đi, nhìn qua chỗ khác, thế là con mất hứng, bỏ chỗ ấy chạy đi phá chỗ khác. Suốt ngày Bà phải chạy theo con khắp nhà, như thế đỡ phải tập thể thao. Nhờ con mà Bà đâm ra khỏe mạnh. Con đang chạy chơi loanh quanh nhà, thỉnh thoảng lại chạy đến ôm chân Bà, Bà phải bế con lên, hôn lấy hôn để, sao Bà yêu con thế! Những giây phút ấy đâu phải người nào cũng có được!

Nhưng không phải lúc nào con cũng đáng yêu như vậy đâu. Cũng có lần Bà chỉ muốn phát cho con vài phát vào mông, nhất là khi con "đùn" ra một đống, Bà để con nằm trên bàn thay tã, vừa mới gỡ hai mép tã là con đã lồm cồm ngồi bật dậy, khiến cho bao nhiêu... trong tã đều rơi tung tóe trên sàn nhà.

Con rất thích máy bay. Bà thường dẫn con ra sau vườn. Thỉnh thoảng con lại chỉ lên trời và "í í", thế là Bà nhìn theo tay con chỉ, sẽ thấy chiếc máy bay dù nhỏ xíu từ đàng xa đang bay lại, dù nhỏ đến đâu con cũng thấy trước Bà. Bà chỉ cho con xem mặt trăng. Mỗi bận nhìn thấy trăng là con mừng rỡ chỉ rồi cười. Có bận TV chiếu mặt trăng, khi chiếu qua cảnh khác, con đã khóc và đòi cho được xem mặt trăng. Làm sao Bà bắt TV chiếu lại cho con được?

Nói về con chắc chẳng giấy bút nào đủ! Bà phải ngừng ở đây để kịp gửi bài cho Phượng Vỹ. Bà cũng cám ơn con, nhờ con Bà mới có đề tài để thực hiện được lời hứa với bạn Bà. Ôi! Những kỷ niệm với con Bà làm sao có thể quên được! Mong rằng khi con khôn lớn, con sẽ thông thạo tiếng Việt để con đọc được những dòng chữ Bà đang viết về con.

Bà yêu con nhất đời.

Thân tặng tất cả các bà nội và ngoại
Thousand Oaks ngày 25 tháng 1 năm 2000

BÉ QUYÊN

Dễ đã hơn mười mấy năm qua rồi tôi không còn viết bài kể chuyện về Bé Quyên nữa. Tuy nhiên, không phải vì vậy mà tôi đã quên bé. Từ ngày Quyên biết trả lời điện thoại và nhất là có điện thoại di động thì hầu như đêm nào hai bà cháu cũng gọi nói chuyện với nhau trước khi đi ngủ. Câu chuyện hằng đêm chẳng có gì khác lạ. Phần nhiều tôi đặt câu hỏi và Quyên luôn luôn trả lời bằng tiếng Anh như đã đoán trước.

- Quyên đang làm gì đó?

- Nothing.

- Quyên ăn chưa?

Nếu đã ăn rồi thì "yeah" nếu chưa thì "not yet".

- Quyên ăn gì?

- Nothing.

- Quyên đang xem TV hả?

- Yeah!

- Xem cái gì đó?

- Nothing.

- Quyên đã có thêm "A" nào nữa không?

Nếu có thì trả lời "yeah", còn không thì "not yet".

Đêm nào cũng đại loại những câu hỏi và trả lời như vậy. Quyên thích trả lời "nothing" và mỗi lần như vậy, tôi bật cười và Quyên cũng cười theo.

Khi tôi hỏi: "Quyên gần đi ngủ rồi hả?", nếu Quyên trả lời "Almost", tôi bảo Quyên tắt máy trước. Tuy nhiên Quyên cũng dùng dằng đến vài giây mới chịu tắt hẳn. Quyên bây giờ đã 16 tuổi, đã biết lái xe, đã có một thời làm trợ giáo cho Trung Tâm Văn Hóa Việt Ngữ Văn Lang tại vùng San Fernando Valley. Thế mà khi nói chuyện qua điện thoại, Quyên vẫn trả lời bằng tiếng Anh, mặc dầu Quyên hiểu và viết tiếng Việt rất giỏi. Cũng vì vậy mà tôi nhất định gọi nói chuyện hằng đêm với Quyên bằng tiếng Việt và thỉnh thoảng cũng "email" cho Quyên bằng tiếng Việt vì chỉ sợ Quyên quên mất tiếng mẹ đẻ của mình. Tuy nhiên, với tiếng Huế của tôi, một ngày nào đó, sợ rằng Quyên sẽ nói tiếng trọ trẹ: Quyên có con CHỌ tên là Max. Quyên không thích đội NỌN". Tôi nhớ khi tôi đang còn babysit Quyên, Quyên đã "chỉnh" tôi: "Bà Vân nói sai, con CHÓ chứ không phải con CHỌ, cái NÓN chứ không phải cái NỌN."

Nhớ ngày nào còn bế Quyên trong vòng tay, thế mà bây giờ Quyên đã cao hơn tôi một cái đầu. Từ bé đến giờ Quyên đã thay đổi "hobbies" nhiều lần. Lúc xưa tôi cứ mong sau này Quyên sẽ giỏi về môn thể dục thẩm mỹ hoặc trượt băng là hai môn thể thao mà Quyên rất có khiếu. Tuy nhiên, bé đã bỏ dở, chuyển qua học đàn vĩ cầm, học nhảy ballet và tap dancing.

Bé Quyên sắp sửa thi ngựa nhảy hàng rào cản.

Cho đến bây giờ Quyên lại bỏ tất cả để theo một sở thích độc nhất là cỡi ngựa nhảy qua hàng rào cản. Quyên đã được thưởng rất nhiều huy chương. Trong phòng ngủ, trophies treo la liệt trên tường và trên tủ. Quyên còn có khiếu về hội họa và thích vẽ hình ngựa. Quyên đã tặng cho tôi nhiều tấm hình mà Quyên đã vẽ những con ngựa rất sống động. Mỗi lần biết Quyên đi tập cỡi ngựa và thi đua ngựa nhảy qua hàng rào là hình ảnh của superman Christopher Reeve và nhất là con gái của Rhett Butler cùng Scarlett O'Hara trong phim "Gone with the wind" lại hiện về ám ảnh trí óc tôi.

Khi được tin Quyên đã lấy được bằng thi viết lái xe, tôi chợt nghĩ Quyên đã thật sự lớn hẳn rồi!

Hôm làm lễ cầu siêu cho bào đệ ông ngoại của bé tại Phật Học Viện Quốc Tế xong, lần đầu tiên Quyên lái xe cho tôi đi đến tiệm cơm chay do ông bà ngoại Quyên khoản đãi, tôi nhận thấy Quyên lái xe rất vững vàng. Tôi tin tưởng nếu Quyên thi bằng lái xe, thế nào cũng đậu.

Tháng Giêng năm 2015, Quyên thi và đã thành công như phỏng đoán. Quyên đã thật sự là một thiếu nữ! Tôi rất mừng nhưng đồng thời cũng rất lo lắng, vì từ nay Quyên sẽ tự lái xe một mình đi học, đi tập cỡi ngựa... biết bao nhiêu điều bất trắc đang chờ đợi Quyên trên đường đời. Tôi chỉ biết ngày đêm cầu nguyện Trời Phật phù hộ cho bé Quyên của tôi mà thôi.

California ngày 7 tháng 4 năm 2015

TÔI LÀM DÂU NGƯỜI BẮC

Các cụ xưa thường bảo, "Con gái muốn lấy chồng thì Công, Dung, Ngôn, Hạnh phải hoàn toàn". Về phần tôi thì rất vụng về trong việc bếp núc, gia chánh; nhan sắc bị chấm dưới trung bình, không có tài nói năng bặt thiệp; trong bốn điều kiện kể trên, "Hạnh" có thể xem tương đối khá. Vậy mà tôi đã lấy chồng và lại làm dâu người Bắc!

Nhớ lần đầu tiên sau đám cưới, chúng tôi phải đến nhà bác Trưởng của chồng tôi để giỗ cụ nội. Đêm hôm ấy trằn trọc mãi không ngủ được, vì lo không hiểu ngày mai phải làm dâu như thế nào. Giận mình đã không chịu học gia chánh trước khi đi lấy chồng, bây giờ có muốn học khóa cấp tốc cũng không còn kịp nữa.

Khi đến nhà bác Trưởng, trong nhà đông chật người, tôi đã muốn chùn bước lại, nhưng vẫn phải làm gan chào mọi người, rồi đi thẳng vào trong bếp. Đây là "chiến trường" khó khăn nhất mà tôi phải đương đầu! Bác gái, các thím, các chị lăng xăng kẻ chiên, người xào, người chặt thịt, kẻ thái rau. Tôi đánh bạo đến thưa với bác dâu tôi: "Thưa bác có việc gì cho cháu phụ ạ". Bác nhìn quanh, rồi đưa cho tôi một bát có những cọng lá xắt nhỏ và bảo: "Gần xong hết rồi, thôi nhờ cháu rắc lá chanh lên hai đĩa thịt gà hộ bác."

Việc gì chứ rắc lá chanh lên thịt gà thì quá dễ. Cầm bát lá chanh mà trong bụng mừng rơn. Không tìm thấy hai đĩa thịt gà đâu, tôi nghĩ có lẽ ai đã mang lên bàn thờ trước rồi.

Vừa đi lên gác vừa nghĩ thầm - người Bắc ăn gì mà kỳ quá, người Trung mình ăn trái chanh chứ ai lại đi ăn lá chanh bao giờ; mà cũng may là lá chanh đã xắt sẵn, chứ ban nãy nếu bác gái đưa cho tôi bát lá chanh chưa xắt, chắc chắn tôi cứ việc vậy mà bỏ lá chanh lên đĩa thịt gà! Số mình vậy mà vẫn còn hên, nếu không sẽ làm trò cười cho thiên hạ.

Trên bàn thờ, tôi thấy nào là thịt lợn, thịt bò, tôm cua xào; chỉ có hai đĩa màu nâu đỏ, cũng có đùi có cánh, tôi nghĩ chắc đây là hai đĩa thịt gà bác tôi đã nói. Thế là cứ việc rắc những sợi lá chanh lên hai đĩa thịt ấy, lại còn rắc vòng quanh vòng co cho nó có vẻ mỹ thuật. Xong việc, tôi cảm thấy hân hạnh là mình cũng có "đóng góp" trong ngày giỗ bên nhà chồng.

Vừa đi xuống nửa cầu thang, nghe giọng bà chị họ oang oang, "Thịt gà chặt xong rồi đấy, ai bỏ hộ lá chanh lên nhé". Thôi chết tôi rồi! Thế ban nãy tôi rắc lá chanh lên hai đĩa thịt gì? Đúng rồi, chắc là hai đĩa thịt vịt quay, ban nãy đã ngờ ngợ. Thế là ba chân bốn cẳng chạy vội lên bàn thờ, vừa bốc, vừa lượm những sợi lá chanh ra khỏi hai đĩa thịt vịt. Làm bộ tỉnh khô, tôi đi xuống nhà bếp, bảo là không thấy hai đĩa thịt gà trên bàn thờ, nên đem bát lá chanh xuống lại. Bây giờ mới đúng là thịt gà! Gà luộc trắng phau phau; vậy là làm bộ ung dung rắc lá chanh mà trong lòng nghĩ thật hú vía!

Tưởng mọi chuyện đã êm đẹp, chẳng ai hay biết được bao nhiêu "biến cố" đã xảy ra, nhưng ôi thôi, khi mọi người sắp sửa ngồi vào bàn ăn, tôi giật mình khi thấy hai đĩa thịt vịt vẫn còn phơ phất mấy cọng lá chanh. Ác một nỗi, lá chanh màu xanh lục lại càng nổi bật trên nền màu nâu đỏ của thịt vịt quay. Tôi chỉ muốn đưa tay bốc, mà mọi người đứng quanh bàn ăn quá đông, không có cách gì "đột kích" được nữa. Bây giờ chỉ còn cầu Trời, khấn Phật đừng ai để ý đến mấy cọng lá chanh ác ôn đấy nữa thôi.

Khi mọi người bắt đầu ngồi vào bàn ăn, trống ngực tôi đánh liên hồi, chỉ muốn chui xuống gầm bàn, khi bác Trưởng đưa đôi đũa gắp miếng thịt, rồi bỗng la lên: "Ối giời ơi, ai mà bỏ lá chanh lên đĩa thịt vịt này vậy?"

Phải tìm ra một lý lẽ gì để giải thích gấp, vì bốn con mắt của bác gái và bà chị họ đang quay về phía tôi chờ đợi câu trả lời. Tôi bỗng nhìn thấy quạt máy đang quay, nên nảy ý nghĩ nói liều: "Dạ, ban nãy cháu mang hai đĩa thịt gà lên bàn thờ, đi ngang cái quạt máy, nó quạt một cái, làm mấy sợi lá chanh từ hai đĩa thịt gà bay qua hai đĩa thịt vịt." Bây giờ thì tất cả mọi người quay cả lại nhìn tôi!!!

TRÊN XA LỘ

Từ khi chuyển nghề, tôi phải lái xe mất hơn nửa tiếng đi và về cũng vậy, nên phải nghĩ ra nhiều cách để tiêu khiển dọc đường. Hằng ngày vừa lái xe, vừa nghe, vừa hát theo những băng nhạc chọn lọc cho qua quãng thời gian nhàm chán và xa vời vợi ấy.

Có bận đang hát bài "Kiếp nào có yêu nhau" đến đoạn Thái Thanh lên cao vút, muốn theo kịp phải nhắm mắt nhắm mũi họa may mới khỏi đứt hơi. Nhìn thấy khoảng cách giữa xe mình và xe đàng trước còn khá xa, nên yên chí nhắm mắt lại lấy hết hơi để theo cho kịp Thái Thanh, không ngờ thình lình chiếc xe bên cạnh chen vào giữa, may mà mở mắt kịp nên chân đạp thắng, miệng thì hét, "đừng nhìn em nữa ui chao ơi!"

Lại có lúc đang say sưa hòa mình với Lệ Thu trong bài hát "Sang ngang" bỗng nhiên bị nấc cụt, thế mà vẫn cứ tiếp tục hát. Vậy cho nên cứ vài đoạn lại được đệm bằng những tiếng "hấc... hấc": "Anh hỡi đôi mình.. hấc, mộng nay đã tan... hấc, tình đã dở dang.. hấc...". Ai mà nghe chắc tưởng rằng tôi đang có tâm sự quá cảm xúc mà khóc nấc chăng? Tự dưng tôi bật cười và chợt nhớ đến dì và anh họ tôi. Chúng tôi cùng tuổi với nhau nên vẫn trêu đùa như bạn. Có bận anh tôi trêu dì bảo rằng dì hát bài "Trầu cau" như thế này: "Ôi ta buồn ta đi lang thang bởi vì đâu cà rụp, cà rụp, cà rụp, ôi ta buồn ta đi quyên sinh cũng vì ai cà rụp, cà rụp, cà rụp..." vì dì tập hát bài ấy theo chiếc đĩa hát đã bị nứt, thế mà dì vẫn không giận. Dì họ tôi trắng nõn nà và đẹp như một bức tranh, thế mà vài tháng sau ngày mất nước, đã bị chết tức tưởi vì những người lính Cộng sản không có kinh nghiệm lái xe trong thành phố, đã dám lái những chiếc xe nhà binh khổng lồ và cán chết dì tôi. Ôi thật đúng là "hồng nhan bạc mệnh"!

Anh họ tôi khá đẹp trai. Thuở cắp sách đến trường, các bạn tôi ai cũng bảo anh tôi giống Tây lai. Khoảng năm 1969, anh đã bị một viên đạn oan nghiệt chấm dứt cuộc đời quân ngũ. Ngày đưa anh ra nghĩa trang, tôi còn nhớ mãi hình ảnh ông tôi mái tóc bạc phơ, cúi gằm đầu nhất định đi lẽo đẽo theo sau chiếc quan tài của đứa cháu ngoại yêu quý. Thật không có cảnh nào não lòng hơn, và câu hát ru em "lá xanh rụng xuống lá vàng trên cây" lại càng làm cho tôi thêm chua xót! Giờ đây cả dì lẫn anh tôi đã ra người thiên cổ, không hiểu ở bên kia thế giới anh tôi còn trêu chọc dì nữa không?

Lái xe vào những tháng ngày ngắn đêm dài, khi ra đi đèn đường vẫn còn sáng, khi trở về đèn đêm đã bật. Tuy vậy trên xa lộ nhiều quãng đường không có đèn, nhìn vào kính chiếu hậu thấy những đoàn xe từ xa vùn vụt tiến tới (vì mọi người đều chạy với vận tốc trên 75 dặm một giờ, riêng tôi và những xe vận tải hạng nặng chạy khoảng 68 đến 75 dặm/giờ là cùng) với những ngọn đèn vàng như những cặp mắt thú dữ tưởng như đang muốn vồ mình. Nhưng khi đến gần xe tôi, tất cả các xe đều tỏa ra hoặc bên trái hoặc bên phải, lại tiếp tục cuộc săn đuổi một kẻ thù vô hình. Đôi khi tôi cũng hứng chí tham dự vào cuộc đuổi bắt tưởng tượng ấy bằng cách nhấn thêm "gas", cũng lượn, cũng lách, nhưng bỗng nhớ đến số tuổi chồng chất của mình, nếu là ngày trước chắc đang ngồi xếp bàn tròn trên sập gụ, mười ngón tay xòe ra đặt trên hai đầu gối, con cháu đứng hầu xung quanh. Thế là cụt hứng, từ từ chạy chậm lại. Có một buổi sáng tôi rời nhà khi trời còn sâm sẩm tối. Bầu trời trong vắt không một đám mây. Chiếc trăng lưỡi liềm treo lơ lửng trên thinh không, phía dưới có một vì sao nằm cạnh. Ôi chao ơi, sao mà nó có duyên đến thế! Tôi cứ vừa lái xe vừa ngẩng lên ngắm hoài không chán mắt, suýt tông xe đàng trước. Trông cảnh ấy không hiểu sao bỗng dưng tôi liên tưởng đến cô Cindy Crawford, người mẫu có nốt ruồi đáng giá nghìn vàng bên khóe miệng.

Tôi còn có một trò tiêu khiển khác nữa là đọc bảng số xe đàng trước mặt và chợt khám phá ra một điều. Hầu như tất cả các loại xe du lịch ở tiểu bang California mang bảng số (trừ những bảng số được đặt riêng) đều bắt đầu bằng một con số, rồi tiếp đến là ba chữ cái và sau đấy là ba số tiếp theo. Thoạt đầu tôi cứ ngỡ rằng bảng số của tất cả các loại xe đều theo một thứ tự như trên, nhưng về sau mới nhận thấy rằng các loại xe vận tải mười tám bánh, xe chở xăng, xe đổ rác... theo một thứ tự khác biệt. Khi thì một con số đầu và tiếp theo là hai chữ cái (chứ không phải ba chữ như các xe du lịch) rồi đến bốn con số, hoặc bắt đầu bằng một, hay hai chữ cái, rồi các số tiếp nối, hoặc năm số đầu và hai chữ cái cuối cùng. Các loại xe "van, pickup, truck..." có chiếc theo thứ tự của số xe du lịch, có chiếc lại rập khuôn các xe kể trên, tôi cũng chẳng hiểu tại sao? Những chữ cái liền nhau trên bảng số các xe du lịch đôi khi cũng tạo thành những chữ có nghĩa rất buồn cười, nếu có Dạ Khê bên cạnh thế nào nàng ta cũng cho nghe vài ba chuyện tếu.

Bao giờ lái xe trên xa lộ, tôi cũng đều bấm số "cruise control" hoặc 68 dặm/giờ hoặc 70 dặm/giờ, ai muốn đi nhanh hơn thì cứ vượt. Có bận tôi đang lái ở "lane" tận cùng bên phải xa lộ, bỗng thấy một chiếc "pickup truck" lái sát xe tôi, đèn pha bật sáng chói, tôi cũng mặc, cứ 70 dặm một giờ mà đi vì nghĩ rằng mình chẳng làm cản trở lưu thông vì lái chậm. Nó vẫn theo sát tôi như cố ý dọa, đến đường kế nó lấy "exit" và bấm còi rồi đưa ngón tay làm động tác mất dạy cho tôi thấy. Tôi biết rằng khi nó đã ra khỏi xa lộ rồi, thì không thể quay trở vào ngay được, nên yên chí bấm còi trả và đưa cùi chỏ hích về phía nó. Trưa hôm ấy ngồi xem vô tuyến truyền hình, thấy tin một phụ nữ Á Đông đang lái xe trên xa lộ bị một xe khác chặn lại và bắn bị thương. Cả ngày hôm ấy tôi lo sợ khi nhớ lại hành động ngu xuẩn của mình ban sáng. Những ngày kế tiếp, tôi không dám đi đúng giờ như thường lệ, mà phải đi sớm hoặc chậm hơn mười phút, vì chỉ sợ gặp lại người lái xe bữa nọ, thế nào họ cũng nhận được xe tôi, vì xe Honda Prelude màu đỏ, đèn phía đàng sau bị vỡ, phải vá bằng một băng nhựa màu vàng to tướng. Một tuần lễ trôi qua chẳng thấy gì, tôi mới yên lòng.

Xe tôi màu đỏ, nên người bạn Hung Gia Lợi - chủ cũ của xe tôi và cũng là bạn thân của ông xã tôi đã nhiều lần bảo anh ấy nhắc nhở cho tôi nhớ đây là những chiếc xe "dễ bắt mắt" cảnh sát công lộ. Khi lái xe, tôi rất cẩn thận, nếu muốn lái lẹ thì mắt phải láo liên, nhìn trước, nhìn sau, nhất là luôn luôn phải nhìn vào kính chiếu hậu, nhận xét những xe đi sau mình rất xa, để xem có bóng dáng xe cảnh sát hay không. Bao giờ cũng phải cảnh giác đề phòng nên chưa hề bị ăn giấy phạt.

Thế mà có một bận vừa ra khỏi xa lộ, vòng qua đường để về nhà, đèn vàng từ lâu đã đổi qua đỏ, không hiểu tại sao tôi lại nhấn "gas" vượt đi. Tự nhiên có linh tính là mình sẽ bị bắt, y như rằng, chỉ trong chớp mắt đã thấy một chiếc xe chớp đèn ngay đàng sau. Thế là phải tấp vào lề. Người cảnh sát bước xuống xe đi về phía tôi. Tôi vẫn ngồi yên trong xe, quay vội cửa kính xuống. Ông ta bảo tôi cho xem bằng lái xe và giấy tờ cần thiết, và hỏi tôi có biết lý do tại sao ông ta chận xe tôi lại không? Tôi trả lời vì vượt đèn vàng. Ông ta bảo không phải đèn vàng mà là đèn đỏ. Tôi làm bộ ngạc nhiên, cố nhìn thẳng vào mắt ông ta rồi trả lời: "Không, tôi chắc chắn không vượt đèn đỏ". Nói dối nên trống ngực đánh thình thịch. May cho tôi là khi vượt đèn đỏ, tôi không thấy xe cảnh sát nào ở phía sau, vậy ông ta phải ở từ con đường bên trái và thẳng góc với hướng tôi, xe ông ta có lẽ đứng đàng sau ít nhất là hai hay ba chiếc xe, vì khi tôi nhấn "gas", tôi có liếc về phía ấy, trời tối nên tôi chỉ để ý được những xe đứng đầu. Vậy ông ta cũng không chắc là tôi nói đúng hay sai. Thấy tôi trả lời có vẻ quả quyết, nên ông ta cười và bảo rằng hôm nay là một ngày may mắn cho tôi, vậy ông ta chỉ cảnh cáo thôi, nhưng dặn từ nay về sau dù là đèn vàng cũng phải đứng lại. Tôi vội vàng "yes sir, yes sir" lia lịa.Thế là thoát nạn! Hình như tôi có số may mắn không bị cảnh sát phạt.

Dạo còn đi làm tại Damon Lab ở Newbury Park, tôi phải rời nhà từ năm giờ sáng. Khi đi đến đường rẽ phải thì gặp đèn đỏ, tôi có quyền rẽ, nếu đường phía trái không có xe đi lại. Lúc ấy tôi thấy một chiếc xe đang phóng tới, trời tối nên tôi chẳng biết là xe gì. Tôi rẽ phải, thay vì cứ ôm "lane" phải, tôi lại đổi qua "lane" trái là phía đang có xe chạy đến. Xe ấy vội đổi qua "lane" phải, đi sát vào xe tôi, hóa ra là xe cảnh sát! Tôi buột miệng, "thôi chết rồi, chi cũng bị phạt", nhưng không hiểu tại sao xe ấy chạy song song với xe tôi một đoạn rồi phóng đi. Thật hú vía! Dạo đó tôi lái xe Cougar XR7, các bạn cùng sở trêu tôi bảo là xe không người lái. Có lẽ ông cảnh sát tưởng xe ma nên bỏ chạy chăng?

Trước kia tôi thường thích lái những xe to lớn kềnh càng như Chevrolet Caprice Classic, Cutlass Supreme, Cougar XR7, Ford Crown Victoria... vì nghĩ rằng sẽ an toàn hơn trên xa lộ và mình còn bắt nạt được những xe nhỏ, chứ từ ngày lái xe Honda Prelude, những xe lớn chẳng nể nang gì mình, mà cả xe nhỏ cũng chẳng xem mình ra gì cả. Họ cứ việc lấn lướt được là lấn, nhiều lúc tức mà chẳng làm gì được.

Lái xe hằng ngày mới nhận thấy một điều rất kỳ khôi, là phần đông người Mỹ mỗi lần muốn ra khỏi xa lộ, dầu ở "lane" tay trái và chạy sau xe tôi, đằng sau xe tôi là một quãng trống, vẫn cứ nhấn "gas" cúp ngang xe tôi để ra "exit" chứ không chịu đạp thắng cho xe chậm lại để đổi qua "lane" của tôi, rồi ra khỏi xa lộ sẽ an toàn hơn! Tôi đem điều này kể cho ông xã tôi, anh ấy cười và bảo rằng chỉ có một cách giải thích là khi họ học lái xe, người ta dạy rằng muốn đổi "lane" phải nhìn thấy chiếc xe mình vừa qua mặt ở một quãng xa an toàn mới được qua?

Tôi thường lái xe chậm hơn những dòng xe trên xa lộ, nên thường chọn "lane" cuối cùng bên phải để chạy. Có bận chở một người quen, bà ta là người miền Bắc chẳng biết ở miệt nào mà cứ nói ngược hai chữ l và n? Khi thấy tôi lái chậm hơn những xe khác lại đi ở "lane" tay trái của xa lộ, nên ra mặt dạy khôn dạy khéo: "Lếu trên xa nộ chị chạy chậm như thế, thì chị lên nái vào nên tay phải thì hơn, khỏi phải nàm cản trở nưu thông những xe nái sau xe mình". Trước kia khi nghe bà ta nói chuyện, tôi đâu có để ý, thế mà không hiểu tại sao lúc ấy nghe một tràng những chữ l và n đổi ngược nhau, tôi suýt bật cười to, phải cố nhịn, giả vờ ho sù sụ, và suýt tí lữa thì nạng tay nái.

Lái xe vào những ngày tháng ngày dài hơn đêm là cả một cực hình. Khi ra đi, cũng như khi về, mặt trời đều chói chang chiếu vào mặt mình, dù có bỏ chắn xuống hay đeo kính râm cũng chẳng ăn thua gì. Có vài đoạn lóa mắt, không dám nhìn thẳng, phải nhìn xuống đường cũng vô ích, ngay xe đằng trước mặt cũng chẳng thấy. Thế là phải lái chậm lại cứ như người mù. Khi ra khỏi khoảng ấy mới biết mình còn an toàn và cũng không hiểu tại sao đã không xảy ra tai nạn? Tôi tự hỏi không hiểu những người lái xe lúc ấy có bị trạng thái giống tôi không? Nếu được đi bên cạnh chiếc xe vận tải 18 bánh là tôi cứ núp theo nó, như núp bóng tùng quân, để nhờ nó che chở ánh sáng chói lòa chiếu vào mắt mình. Thông thường nếu thấy những loại xe ấy, tôi không bao giờ dám đi song song với chúng, phải nhấn "gas" để vượt vì nhỡ chúng lật, sẽ đè xe tôi bẹp dí.

Để bù vào những phiền toái do ánh sáng mặt trời gây nên, thì hầu như ngày nào tôi cũng được ghé thăm mộ ba tôi, chứ những hôm hoàng hôn đổ xuống, nghe tiếng leng keng của phong linh hòa với tiếng quạ kêu đâu đó trong nghĩa địa trống vắng thênh thang, tôi đã rùng mình tưởng tượng những hồn ma đang phảng phất quanh đây. Thế là chỉ kịp vái ba tôi và lâm râm khấn, "Ba ơi, con đến thăm Ba đây", rồi te cò chạy nhanh ra xe, lái ra khỏi nghĩa trang càng lẹ càng tốt.

Đôi lúc lái xe trên xa lộ, nghĩ cũng giật mình. Chỉ sơ ý một giây đồng hồ, tay lái, chân thắng, chân "gas" nếu xê dịch không đúng chỗ, có thể gây ra tai nạn bất cứ lúc nào. Có bận tôi ra hiệu đổi "lane" qua tay mặt, vừa mới phóng qua, một chiếc xe "van" ở bên phải cũng đâm sầm vào "lane" ấy. Thế là hai xe lại văng vào vị trí cũ. May mắn thay những xe đi sau, có lẽ đã đoán được những chuyện gì đã xảy đến, đều thắng chậm lại, vì vậy mà xe "van" và xe tôi không bị đâm vào xe nào cả. Sau lúc ấy, trống ngực tôi đánh liên hồi như trống trận. Thế mà tôi vẫn thấy thích thú khi ngồi vào chiếc xe của mình, nên không cảm thấy lái xe trên xa lộ là một cực hình (trừ những lúc bị ánh nắng chói lòa) như mọi người thường nghĩ, nhất là biết rằng cuối con đường mình đi, sẽ có một nụ cười và đôi mắt thơ ngây đang chờ đón và tôi sẽ được ôm trọn một hình hài bé bỏng thiên thần trong vòng tay.

California ngày 9 tháng 6 năm 2000

NIỀM HỐI HẬN VÀ CHỊ HỌ CỦA ÔNG XÃ TÔI

Bác ruột của chồng tôi có hai người con gái: Nguyễn Thị Loan và Nguyễn Thị Lý, cả hai đều đẹp.

Chị Loan, mà tôi thường trêu đùa là Loan trong truyện Đôi Bạn, công dung ngôn hạnh đều vẹn toàn. Tôi thiết nghĩ Loan của Dũng cũng đẹp như vậy mà thôi!

Thuở thiếu thời Chị có rất nhiều người "trồng cây si" trước ngõ, nhưng cuối cùng đã trở thành nội tướng của Anh Đậu Phi Lục (tờ báo Chính Luận). Anh chị cho ra đời một quý tử và ngũ long công chúa. Thứ nữ Đậu Phương Mai, rất xinh. Thảo nào mà nhà văn kiêm nhà báo Lê Thiệp tác giả tập truyện "Chân Ướt Chân Ráo" và là bạn thân của em trai của Chị - Nguyễn Văn Lâm - đã phải năn nỉ nàng "Xin đừng gọi Anh bằng Chú". Thế là từ vai vế chị của bạn, Chị đã một bước nghiễm nhiên trở thành mẹ vợ, mặc dầu tuổi tác cũng chẳng chênh lệch là bao nhiêu!

Khi tôi được nhập vào đại gia đình họ Nguyễn, hai chị rất thương mến tôi. Tôi có cảm tưởng hầu như tất cả anh chị em họ của chồng tôi đều quý mến tôi và cũng thân thiết với tôi còn hơn cả ông xã tôi nữa (???).

Khi Chị còn ở San Jose, chúng tôi vẫn thường lái xe lên miền Bắc để thăm Chị và em trai của Chị là anh Lâm là người mà ông xã tôi rất quý mến. Không gặp nhau thì chúng tôi vẫn gọi điện cho nhau để tâm tình. Chị rất thích thơ và nhạc. Môn giải trí của Chị là nằm lắng nghe cassette thơ và nhạc. Tôi rất mê món miến xào với mực của Chị. Mỗi bận có giỗ tôi lại được thưởng thức món ăn bất hủ này.

Từ ngày Chị dọn qua Virginia với vợ chồng Lê Thiệp, tôi không còn được gặp Chị nữa. Tuy nhiên cuối tuần chúng tôi vẫn gọi điện thoại cho nhau. Thế mà gần đây vì áp huyết của tôi lên xuống thất thường đã hành hạ tôi, làm tôi có cảm tưởng không còn nghị lực nên chẳng muốn làm gì nữa, do đó không còn gọi

Chị như thường lệ. Tôi cứ hẹn rày hẹn mai! Đến khi nghe cháu Phương Mai gọi báo tin Chị đã ra đi, tôi thật bàng hoàng hụt hẫng. Nỗi hối hận như một tảng băng bằng nước đá đổ ập vào người tôi. Tôi đứng chết trân, nhưng chẳng nhỏ được một giọt lệ nào để khóc Chị! Tuy nhiên khi đêm về, nghĩ đến Chị, nước mắt bỗng tuôn trào ướt đẫm áo gối. Tôi giận mình vì cái bệnh quái ác đã làm tôi quên mất Chị, quên mất cái đau đớn thể xác của Chị và sự ngóng chờ tiếng nói của đứa em vẫn thường mang một chút niềm vui cho Chị. Chị ơi! Chị đã thật sự rời bỏ chúng em rồi sao?

Vì sức khoẻ chẳng mấy khả quan của tôi, tôi đành không thể nhìn thấy Chị để đưa tiễn Chị lần cuối. Giờ đây chỉ có nỗi hối hận ray rứt, tôi xin gởi đến Chị và mong Chị hãy tha thứ cho tôi, đứa em vô tình này!

VỀ NGƯỜI RỂ QUÝ NGUYỄN VIỆT HÙNG

Chiều thứ sáu ngày 17 tháng 8 năm 2012, tôi gọi cho Minh Châu, đầu dây đàng kia Minh Châu khóc nức nở: "Cô ơi, anh Hùng không cứu được nữa rồi!".

Tôi sững sờ không nói nên lời. Một lát sau Minh Châu vừa khóc vừa cho biết bác sĩ báo tin cho hay Hùng sẽ ra đi bất cứ lúc nào. Trước giây phút thập tử nhất sinh như vậy mà Hùng vẫn còn viết được một lời trăng trối thật là cảm động: "Chị Châu, cho tôi gởi lời thăm bình an đến tất cả mỗi nữ sinh LVD và Thầy Cô, Cô Ngọc Mai, Cô Thu và Cô Khang."

Tôi đã nghẹn ngào khi nghe Minh Châu kể đến đoạn này. Cái tâm của Hùng đúng là tâm của vị Bồ Tát. Hùng đã thương yêu không giận hờn bất cứ một người nào cả. Khi nói chuyện với Đan, tôi thật sự chẳng biết phải an ủi em như thế nào. Chỉ mong là em hãy gắng can đảm để vượt qua nỗi khổ ải hiện giờ.

Tôi gọi cho Cô Thu, chúng tôi đồng ý sẽ đi thăm Hùng ngày mai. Sáng thứ bảy Thầy Đạt và Cô Thu đến đón ông xã của tôi và tôi, rồi trực chỉ đến thẳng Community Memorial Hospital ở Ventura. Trên đường đi tôi cầu mong chúng tôi đến còn kịp.

Khi đến nơi, tôi thật sự ngạc nhiên thấy Hùng rất tỉnh táo và rất sáng suốt. Khi tôi hỏi pháp danh của Hùng có phải là Việt Cường không. Hùng cải chính, nhưng không nói được thành lời nên phải bút đàm. Hùng còn cho biết cả tên của Thượng Tọa và chùa nơi Hùng đã quy y. Pháp danh của Hùng là Minh Cường. Cô Thu đã mang tặng Hùng xâu chuỗi bồ đề. Trong khi Cô Thu, Đan và tôi đọc kinh cầu an cho Hùng, tôi thấy Hùng cũng lần tràng hạt theo lời cầu kinh. Tôi định hỏi đùa Hùng là tại sao lại chỉ nhớ tên Thầy Khang mà quên tên tôi (Ông xã của tôi và Hùng rất ít có cơ hội gặp nhau. Chỉ một lần tại chùa Điều Ngự, khi chúng tôi đến dự tang lễ của bà chị Cô Ngọc Mai, tôi nhìn thấy Ông Xã và Hùng nói chuyện có vẻ tương đắc. Có lẽ hai người đang bàn nhau về thuốc lá?)

Câu hỏi bây giờ đành không có câu trả lời! Khi từ giã ra về, chúng tôi bắt tay Hùng, Hùng đã nắm chặt tay từng người đầy lưu luyến. Qua cửa kính ngăn cách, tôi thấy đôi mắt Hùng vẫn theo dõi. Hôm thứ hai, tôi gọi cho Đan không thấy trả lời. Ngày thứ ba đến như tin sét đánh, Minh Châu cho biết Hùng đã lìa bỏ tất cả chúng ta mà ra đi. Tại sao lại có thể vô lý đến như vậy? Ngày chủ nhật, Minh Châu còn báo cho biết là tình trạng sức khỏe của Hùng khả quan. Ngày hôm chúng tôi vào thăm, bác sĩ đến khám cũng bảo là mọi sự đều tốt lành?

Ôi! Cuộc đời quả là vô lý. Có đó rồi không đó, ai biết được chuyện gì sẽ xảy ra! Trong những ngày đám tang của Hùng, nhìn những tà áo xanh bận rộn lăng xăng, phụ giúp Đan, tôi thật sự cảm động vô cùng. Tình bạn của các em đối với Đan quả là đáng phục. Ngày tiễn đưa Hùng đến nơi an nghỉ cuối cùng, nhìn thấy những tà áo xanh LVD đã bay phất phới và gây rất nhiều cảm xúc tốt đẹp đối với quan khách và gia đình người quá cố và chắc chắn Hùng đã mãn nguyện.

Mong rằng Hùng sống khôn thác thiêng, hãy phù hộ cho người bạn đời yêu quý của mình, từ nay phải một mình bước trên đường đời để lèo lái "Con Thuyền Lê Văn Duyệt" đến nơi đến chốn. Hùng là một người rể quý của Đại Gia Đình Lê Văn Duyệt và tôi cũng nhận thấy rằng, hầu như tất cả các đấng phu quân của các nữ sinh LVD, đều là những người rể quý! Tất cả chúng ta hãy noi gương của Hùng là phải yêu thương và tha thứ cho tất cả mọi người, bất kể người đó là ai!!!

Thousand Oaks ngày 12 tháng 9 năm 2012

MỘT CHUYỆN TÌNH KHÔNG ĐOẠN CUỐI

Đêm 23 tháng 6 năm 2012 tôi đến Segerstrom Center For The Arts cùng với hai Cô Ngọc Mai, Thu Lê và các em cựu học sinh Lê Văn Duyệt để thưởng thức chương trình nhạc của Từ Công Phụng. Tình cờ dãy ghế ngồi đàng trước có người quay lại chào, tôi mới nhận ra có Tôn Nữ Bích Khê vừa mới ở Việt Nam qua thăm gia đình chị ruột là Tôn Nữ Dạ Khê (bạn thân của tôi). Nhìn thấy Bích Khê, tôi liên tưởng ngay đến người nhạc sĩ tài ba và cũng nhiều tăm tiếng Trịnh Công Sơn với nhạc phẩm Biển Nhớ mà tôi hằng ưa thích.

Thuở ấy Trịnh Công Sơn và Bích Khê đều là sinh viên của trường Sư Phạm Quy Nhơn. Hai người yêu nhau tha thiết, nhưng ai biết được chữ NGỜ. Bích Khê bị thân phụ gọi về để lo việc hôn nhân. Đêm cuối cùng trước khi chia tay, hai người tình hẹn nhau lần cuối trên bãi biển Quy Nhơn, để mong sóng biển đừng xóa mờ lời ước hẹn. Đêm hôm ấy Trịnh Công Sơn đã sáng tác bản nhạc Biển Nhớ để tặng người tình, ghi lại mối tình không đoạn kết! Trong bản nhạc này có câu: "Trời cao lưu bước Sơn Khê", tôi chắc rằng ít người biết được hai chữ "Sơn Khê" là ghép tên của hai người tình đau khổ: Trịnh Công Sơn và Tôn Nữ Bích Khê. Một mối tình rất đẹp, nhưng nửa chừng đành tan vỡ vì nàng phải vâng lời theo bổn phận của người con.

DÌ TÔI

Thế là Dì tôi đã vĩnh viễn lìa xa chúng tôi!

Hôm 15 tháng 7 năm 2007, dì Hảo và ông xã tôi đã mang tro của Dì từ San Jose về chùa Liên Hoa để cạnh Bà Ngoại tôi như điều mong ước của Dì. Vợ chồng Anh Cả tôi đã lên Thousand Oaks đón tôi xuống chùa nghênh rước tro của Dì. Chúng tôi vẫn quyết định giấu Mẹ chúng tôi tin buồn này, vì sợ nếu Bà Cụ biết sẽ gây ảnh hưởng xấu cho sức khỏe không mấy khả quan của Cụ. Có bận tôi phải nói dối, "Khi trưa, lúc Mạ ngủ, Dì Tân kêu về hỏi thăm Mạ." Mẹ tôi cười rạng rỡ và bảo tôi rằng, "Rứa mà mấy bữa ni Mạ lo quá, nhưng không dám nói với ai. Mạ nằm thấy Dì Tân không biết đau chi mà đau dữ lắm!" Tôi thật chết lịm cả người vì thương Mẹ tôi mà chẳng dám nói gì thêm.

Xe càng gần chùa, lòng tôi càng xốn xang bối rối không yên. Khi xe vừa đỗ, tôi vội chạy vào gặp ông xã tôi, chào Hòa thượng xong là vội vã đi tìm chỗ để hộp tro của Dì tôi. Tôi tìm thấy ngay hộp tro nằm ở dãy phía dưới cùng. Dì tôi đó sao? Người đàn bà đẹp đẽ, thông minh, giàu tình cảm mà bây giờ đây chỉ còn lại một nhúm tro tàn nguội lạnh nhốt kín trong chiếc hộp gỗ nhỏ hẹp đấy sao? Tôi bỗng bật khóc, nhớ thương Dì không bút nào tả nổi.

Dì tôi thuở thiếu thời đẹp biết bao! Da Dì trắng mịn, tóc đen huyền, đôi mắt nâu to, nhiều người bảo Dì giống đầm lai. Sau này khi em Túy Vân, một nữ sinh Lê Văn Duyệt, khi theo người chị họ đến thăm Dì, đã email cho tôi: "Bác Tân lúc còn trẻ là một hoa hậu phải không Cô?" Tôi đem chuyện này kể lại Dì nghe, Dì có vẻ thích thú lắm.

Hình như Dì bắt đầu làm giám thị trường nữ trung học Đồng Khánh vào năm 1944. Đến khi quân đội Nhật đổ bộ vào Việt Nam, Dì phải thôi việc, về Quảng Trị ở với ông bà ngoại tôi. Dạo ấy, ông tôi đã thôi làm giám đốc bệnh viện của tỉnh, phải kiêm nhiệm chức tỉnh trưởng Quảng Trị do dân bầu, nên dọn vào ở tại Tòa Sứ. Chúng tôi từ Cam Lộ về nghỉ hè ở Quảng Trị nên vào Tòa Sứ ở với Dì. Sáng nào Dì cũng bắt chúng tôi dậy sớm, tập thể dục và hát những bài như Hội Nghị Diên Hồng, Lửa Rừng Đêm, Bắc Sơn, v.v... Dì có một giọng hát cao vút (những năm cuối cùng Dì đã làm chúng tôi ngạc nhiên không ít khi Dì trình bày bản nhạc Ngọc Lan của Dương Thiệu Tước, giọng hát trong, cao, và mạnh chẳng thua gì các ca sĩ trẻ tuổi). Dạo nghỉ hè ấy, Dì còn dạy chúng tôi làm toán, học tiếng Pháp. Khi tản cư, Dì lại ở chung với gia đình chúng tôi. Chúng tôi vẫn được Dì tiếp tục dạy dỗ. Tôi còn nhớ có bận quân Pháp hành quân qua làng Mai Xá, nơi chúng tôi cư ngụ trong thời kỳ tản cư. Lúc bấy giờ Dì đang trốn trên rầm thượng, mẹ tôi hoảng hốt gọi Dì. Dì vội vàng trèo xuống, tóc Dì xõa tung, da Dì trắng nõn nà, nổi bật trong bộ quần áo màu hồng, trông Dì đẹp như một nàng tiên.

Khi lính Tây vào nhà chúng tôi, người đội trưởng nghe Dì đối đáp bằng tiếng Pháp lưu loát nên có ý nể vì, không dám làm điều gì sàm sỡ. Từ đấy về sau, mỗi bận có cuộc hành quân qua làng, những vị sĩ quan Pháp thường mang bánh kẹo cho chúng tôi và họ còn tặng thuốc lá và bảo rằng đấy là cho những người đàn ông đang vắng mặt trong gia đình vì họ cũng biết dượng tôi và ba chúng tôi đang trốn tránh đâu đó quanh đây, vì chỉ thấy toàn đàn bà trẻ con. Về sau, chúng tôi biết hằng đêm bị người rình rập quanh nhà, nên cuối cùng chúng tôi đành xin quân đội viễn chinh hộ tống cho về thành. Cũng nhờ trên đường về trong chuyến hồi cư này mà chúng tôi được kết bạn tâm giao với các ái nữ nhà họ Từ. Mãi cho đến khi bỏ nước ra đi, lang thang tại xứ lạ quê người, chúng tôi mới bắt liên lạc với nhau.

Từ Quảng Trị, chúng tôi trở về Huế. Dì tôi trở lại làm giám thị trường Đồng Khánh. Dì đã tỏ ra rất nghiêm khắc, thi hành đúng kỷ luật nhà trường nên tôi đoán có vài học sinh không thích Dì. Mặc dầu bề ngoài Dì tỏ ra cứng rắn lạnh lùng, nhưng trong thâm tâm Dì là một người giàu tình cảm, hay giúp đỡ và an ủi những ai thiếu may mắn. Trong những năm tôi học Đồng Khánh, thỉnh thoảng Dì cho phép tôi lên lầu 3 ở trường để ngủ trưa với Dì và cô Hà Thị Hòe (người bạn cố tri của Dì). Đôi khi Dì cũng tâm sự với tôi nhiều chuyện nên giữa Dì và tôi có nhiều kỷ niệm khó quên. Dì là người đã dẫn tôi đi uốn tóc đầu tiên ở Huế khi cô Túy bắt đầu khai trương nghề uốn tóc. Trong đám cháu gái của Dì, tôi lại được hân hạnh giống Dì nhiều nhất, nên vì vậy mà tình Dì cháu lại càng trở nên đậm đà, thân mật. Về sau khi Dì được qua Mỹ đoàn tụ với đại gia đình, mặc dù chúng tôi ở xa nhau, Dì và tôi vẫn thường xuyên liên lạc qua điện thoại hoặc bằng thư từ. Nếu có dịp thuận tiện, tôi lại đi thăm Dì.

Khoảng đầu thập niên 1950, một hôm đang chăm chú ngồi học bài, bỗng dưng tôi nghe tiếng ồn ào ngoài đường, rồi thấy Mạ tôi hớt hơ hớt hải chạy ra mở cửa nhà. Dì Tân, một bên mặt tím bầm, bước chân khập khễnh, người thì run bần bật, dựa vào vai Mạ tôi đi vào nhà. Trên chiếc áo dài trắng ngà Dì đang mặc, ẩn hiện một vài vết rách, thậm chí lấm chấm những vệt nhỏ như giọt máu. Hóa ra Dì tôi đi chụp bóng với mấy người bạn, sau đó thuê xích-lô về nhà và gặp tai nạn. Hình như Dì không bị gãy xương hay thương tích chi trầm trọng. Cũng chẳng có gì lạ, xe xích-lô ở Huế thời đó thường chạy chậm, chỉ khi mô xuống dốc cầu Trường Tiền mới phải tăng tốc độ ngoài ý muốn. Khi đã lại hồn, Dì giật bắn mình và tự than thân trách phận là vô ý vô tứ, để quên chiếc máy ảnh trên xe xích-lô. Thời đó một chiếc máy ảnh trị giá phải tương đương với mấy tháng lương của Dì tôi. Ai cũng xúm vào khuyên Dì Tân là "của đi thay người". May mắn thay gặp đúng bác đạp xe lương thiện, chỉ vài giờ đồng hồ sau, đã thấy bác đến gõ cửa mang trả máy ảnh. Vậy là "của và người lại tái hợp", Dì Tân của tôi mừng biết mấy. Tôi thấy Dì đi vô nhà trong, lấy cái xắc nhỏ đeo tay có trang trí những đường kẻ sọc dọc, móc ra một ít tiền và đưa biếu người đàn ông quê mùa mà tốt bụng. Không biết Dì tôi thưởng bao nhiêu tiền cho bác đạp xe biết tự trọng?

Cái xắc nhỏ nói trên và dây chuỗi đeo cổ là hai món trang sức thường tháp tùng Dì tôi ngày ấy. Trong số các cô, dì, bác, mợ, v.v... Dì Tân có lẽ là người phụ nữ yêu thích đeo dây chuỗi ở cổ. Nếu tôi nhớ không lầm, tôi đã bắt chước Dì, cũng cố sắm cho mình một sợi chuỗi tương tự. Những chiếc vòng đeo cổ đã mấy chục năm trời trôi qua theo dòng thời gian, tuy là vật vô tri vô giác, nhưng chan chứa biết bao kỷ niệm, tình nghĩa, có nói cũng không cùng. Biết bao lần nó cùng Dì Tân xuất hiện trước tấm gương soi. Ngày lại qua ngày, có bao giờ nó lắng nghe được, từ một ngõ ngách sâu thẳm nào đó, những suy nghĩ, những ước mơ của Dì tôi? Phải chăng bao nhiêu hạt là bấy nhiêu tâm sự, mà chủ nhân nó tìm cách gửi gắm cho đời, như người ta thường hay ví von? Nếu thế thì Dì tôi cần bao nhiêu chuỗi cho đủ?

Nằm chung trong truyền thống đại gia đình, cũng như của người dân xứ Huế, tuy sợ nhưng thích nghe và kể chuyện ma, Dì tôi cũng không phải là nhân vật ngoại lệ. Có lần nghe Dì kể về các con ma trường Đồng Khánh, đôi khi xuất hiện vào lúc trời đang chạng vạng tối, làm Dì tưởng là học sinh nghịch ngợm không chịu về nhà sau giờ tan học, khiến Dì bước ra cửa sổ, từ phòng làm việc nhìn xuống sân trường la mắng. Mấy o nữ sinh e thẹn cúi đầu như biết lỗi, rồi nắm tay nhau tan biến vào cõi hư vô. Đến lúc đó giám thị nhà trường mới giật bắn mình, vì chợt nhận ra là mấy em nữ sinh này di chuyển như những chiếc bóng, chân không chạm đất. Hóa ra ma trường Đồng Khánh cũng không khác chi người dân xứ Huế, cũng mặc áo dài tươm tất, cũng hiền lành, duyên dáng, thùy mị và nhất là biết vâng lời giám thị không thua gì nữ sinh. Cái câu "nhất quỷ, nhì ma, thứ ba học trò" chắc không thể đem áp dụng ở vùng sông Hương núi Ngự.

Tôi thật phục trí nhớ phi thường của Dì. Mặc dù đã lớn tuổi, mỗi lần gặp một học sinh cũ, Dì không những nhớ tên mà còn nhớ cả họ, đọc lên vanh vách, khiến ai cũng ngạc nhiên.

Dì là người đã dạy dỗ cậu út Phan Văn Vỹ của bà ngoại tôi, và cũng là người đã chăm sóc đời sống tinh thần lẫn học vấn của cậu em họ tôi Nguyễn Văn Sơn cho đến khi thành tài. Đôi khi Dì cũng tỏ ra nghiêm khắc nhưng cậu út và em họ tôi chắc chắn chẳng bao giờ có thể quên được công ơn dạy dỗ của Dì.

Về sau này, mặc dù bị bệnh tật hành hạ thể xác, Dì vẫn còn can đảm sống một mình, không chịu phụ thuộc vào bất cứ ai. Đến ngày cuối cùng, Dì còn tự gọi 911, còn ghi giấy để lại nhờ người nhà chỗ Dì trọ, liên lạc với bà con cho biết chỗ Dì sẽ đến. Dì còn khóa cửa phòng cẩn thận trước khi ra đi. Dì còn nhờ y tá gọi điện để liên lạc với em họ tôi là Hoàng Ngọc Biên cho biết tên bệnh viện rồi mới chìm đắm vào giấc ngủ ngàn thu để không bao giờ thức dậy với chúng tôi nữa!

Nghe tin như sét đánh ngang tai, tôi đã lặng người rơi vào một trạng thái hụt hẫng. Từ đó áp huyết của tôi cứ trồi sụt thất thường, khi lên thật cao, khi xuống thật thấp. Ông xã tôi lại đang ở Việt Nam, tôi cảm thấy bơ vơ lạc lõng, và lại càng cảm thấy đau buồn hơn nữa là đã không thể có mặt để được nhìn Dì lần cuối!

Tuy nhiên, tôi cũng cảm thấy mừng cho Dì là tang lễ đã xảy ra rất trọng thể. Các cậu, mợ, dì, và các anh chị em trong đại gia đình dù ở xa xôi, bận bịu công việc cũng cố gắng đến với Dì. Bà con xa gần cũng có mặt đông đủ. Cảm động nhất là các cựu giáo sư, và học sinh Đồng Khánh, Khải Định cũng đến đưa tiễn Dì lần cuối. Trong số ấy lại còn có hai cựu nữ sinh trường Lê Văn Duyệt của tôi nữa. Thật cảm động biết bao khi đến bữa giỗ 49 ngày của Dì, một lần nữa nhóm Đồng Khánh-Khải Định San Jose lại đến với Dì tôi. Tôi thì không thể tham dự vì lý do sức khỏe.

Vì vậy nên khi hộp tro cốt Dì được đưa về chùa Liên Hoa, chúng tôi, những bà con và học trò cũ, lại một lần nữa tổ chức buổi tưởng niệm cho Dì. Hà Thị Xuân Lan, em gái của cô Hà Thị Hòe, đã tuyên bố rằng nếu chúng tôi không làm thì Xuân Lan cũng tự động đứng ra tổ chức 49 ngày cho Dì Tân. Ôi quý hóa thay tấm tình đáng ghi nhớ ấy! Hôm làm lễ, Xuân Lan đã mang theo một ly cà phê đen. Nàng bảo rằng, Dì Tân trăng trối sau khi Dì mất đi, nếu muốn cúng Dì thì đừng quên ly cà phê. Thế là Xuân Lan đã làm theo lời, và đứng suốt buổi bên cạnh tôi, trước bàn thờ Dì. Các bạn của em tôi và của tôi mặc dầu rất bận công việc gia đình, cũng chịu khó đến và ở lại dùng cơm cho đến khi tan buổi lễ. Một hình ảnh rất cảm động là chuyện bà Khoái, bạn của Dì Hảo, cựu học sinh Đồng Khánh, đi không nổi phải chống gậy, thế mà cũng bảo người con trai chở đến dự lễ.

Chúng tôi chân thành cảm tạ tấm lòng quý báu của bạn bè đã vì quý mến Dì và thương chúng tôi mà có mặt trong những buổi lễ kể trên. Chúng tôi rất ân hận đã không thể thông báo cho tất cả thân bằng quyến thuộc và bạn bè để có thể tổ chức các buổi lễ cho thật chu đáo hơn. Đứng dưới di ảnh của Dì, tôi bỗng sực nhớ đến hai câu thơ trong bài "Chuyến xe cuối cùng" tác giả là bạn thi văn với cậu Cả của chúng tôi mà cảm thấy xót xa:

"Đã biết có sinh thì có tử ...
Sao buổi chia ly vẫn não nùng"

Ngô Thị Vân và Ngô Khắc Trí
California ngày 22/7/2007 - Canada cuối tháng 7/2017

LƯƠNG TÂM CỦA MỘT Y SĨ

Luật Nhân Quả Hiển Nhiên

Kính dâng hương hồn Ông tôi: Thi sĩ Kỉnh Chỉ Phan Văn Hy. Xin tri ân tất cả những ai đã trực tiếp hoặc gián tiếp giúp tôi có đủ tài liệu để viết nên bài này.

Nhân đọc lại tập thơ của Ông Ngoại tôi, Kỉnh Chỉ Tiên Sinh, tôi thấy có bài thơ "Nói chuyện với Bạn Đồng nghiệp Bác sĩ Thái Can" sau đây:

Hai cụ lang già ngồi bảo nhau:
Xưa nay có Phúc quý hơn giàu.
Trót đà chịu tiếng làm thầy thuốc,
Thôi chớ đem nghề chẹt kẻ đau.
Biển Thước, Hoa Đà tên vẫn đó,
Thạch Sùng, Vương Khải của còn đâu!
Gắng công ta hãy trồng 'cây đức',
Con cháu ta rồi hái quả sau.

Tôi nhất quyết phải viết bài ca tụng lương tâm nghề nghiệp của Ông tôi, mặc dù trước đây khi còn sinh tiền, Mẹ tôi đã bác bỏ ý kiến này. Mẹ tôi bảo rằng: "Để thiên hạ khen Ông, chứ mình khen, mọi người sẽ bảo là khoe khoang."

Dạo ấy, sau khi suy đi nghĩ lại, tôi đồng ý và đành bỏ ý định trên. Bây giờ, nghĩ kỹ hơn, tôi thấy cần phải nêu vấn đề này lên để cho chúng tôi, những cháu chắt của Ông, cố gắng noi theo đức độ của Người.

Chính nhờ "cây đức" đó mà tất cả con, cháu, chắt, chiu của Ông tôi đã vượt qua được bao nhiêu hiểm nghèo với cái chết gần kề bên cạnh.

Thầy Nguyễn Văn Đãi đã có lần cho tôi ý kiến là không có ai nói về Ông tôi trung thực bằng con cháu trong nhà. Vậy tại sao tôi lại không dám đề cập đến vấn đề này? Hơn nữa, tôi mong rằng, sau khi đọc xong bài này, quý vị sẽ không nghĩ rằng tôi khoe khoang, mà chỉ muốn mang một thông điệp thức tỉnh lương tâm của một số bác sĩ đã coi trọng quyền lợi cá nhân của mình hơn sinh mạng của bệnh nhân.

Tôi tin rằng luật nhân quả thật quá hiển nhiên, không ai có thể chối cãi được. Sau đây, tôi xin trích dẫn một đoạn trong bài viết của Chú Dì tôi là Ông Bà Tôn Thất Lưu và Phan Thị Như, để dẫn chứng cho thuyết nhân quả này:

"Một thời gian ngắn sau ngày chúng tôi thuyên chuyển về Ninh Thuận, một cuộc thăm viếng rất đặc biệt đã xảy ra. Một người đàn bà nhà quê mà chúng tôi chưa hề biết mặt, phục sức thật đơn giản, đã đến gặp chúng tôi. Bà tự giới thiệu:

- Tôi tên Bổn, ở Tân Thành, được biết Cô là con Cụ Đốc, đổi về đây làm việc, tôi đến thăm Thầy Cô.

Chúng tôi chưa kịp bộc lộ sự thắc mắc, không biết người đàn bà này là ai mà tỏ ra có nhiều thiện cảm với chúng tôi, thì bà ta tiếp:

- Cách đây hơn 10 năm, tôi bị phong đòn gánh. Ở nhà quê, tụi tôi có biết gì đâu. Khi tay chân bắt đầu giựt giựt, chồng tôi mới thuê xe chở đến bệnh viện tỉnh. Ở đấy người ta từ chối chữa trị và cho rằng đã quá muộn. Chồng tôi đưa đến phòng mạch Ông Cụ của Cô. Ông Cụ bảo dù đã đến giai đoạn nguy kịch, nhưng còn nước còn tát. Ông Cụ cho toa và bảo chồng tôi đi ngay ra Viện Pasteur Nha Trang mua thuốc. Chồng tôi thiệt thà thưa với Ông Cụ là không có tiền. Không do dự, Ông Cụ móc túi đưa ngay cho chồng tôi đủ số tiền mua thuốc. Thấy chồng tôi vẫn đứng tần ngần chưa chịu đi, như có điều gì muốn nói mà còn ngại, Ông Cụ giục: "Mau lên kẻo không kịp cứu vợ anh đó." Chồng tôi ấp úng thưa là không có tiền xe đi Nha Trang. Ông Cụ đưa thêm tiền, vừa đẩy chồng tôi ra cửa vừa bảo: "Đi ngay!" Chồng tôi mua thuốc trở về để Ông Cụ cứu sống tôi.

Bà kết thúc: "Cha mẹ sinh tôi lần thứ nhất. Ông Cụ sinh tôi lần thứ hai. Cũng từ ngày ấy gia đình chúng tôi làm ăn khá giả hơn. Tuy nhiên tôi vẫn còn buồn là từ đó đến nay, tôi chưa có cơ hội đền ơn cứu mạng của Ông Cụ..."

Năm 1970, thân phụ chúng tôi qua đời. Sau khi chúng tôi ở Saigon thọ tang về, bà Bổn đến thăm ngay. Sau vài câu chia buồn mộc mạc với chúng tôi, bà xin phép được để tang thân phụ chúng tôi. Những tiếng nấc ngắt quãng mấy âm sau cùng, bà khóc không thành tiếng. Đôi vai khẽ rung, nước mắt chảy dài trên má. Bà kéo vạt áo lau nước mắt.-

Quan hệ giữa bà Bổn và chúng tôi tiếp tục trong tình trạng tốt đẹp, và có lẽ chẳng có gì đáng nói nếu không có vụ Cộng sản Bắc Việt cưỡng chiếm miền Nam.

Đầu tháng 4/1975, Nha Trang rồi Phan Rang hỗn loạn. Các chuyến bay Phan Rang-Saigon của Hàng không Việt Nam hoàn toàn đình chỉ. Đường bộ bị Việt Cộng cắt đứt khu vực phía Nam Bình Tuy. Chỉ còn đường biển. Chúng tôi về quê bà Bổn, được gia đình bà tiếp đón thật nồng hậu.

Số quân nhân từ miền Trung vào tập trung ở đây khá đông. Số ghe thuyền địa phương có hạn, không đủ để di chuyển số quân nhân này, thế mà ai cũng muốn được lên ghe đi ngay. Chở quá tải chắc chắn vô cùng nguy hiểm. Các chủ ghe đành bỏ trốn. Một chủ ghe định đang đêm lén đưa một số gia đình đi. Bà Bổn tìm đến điều đình để họ nhận thêm gia đình chúng tôi.

Thoát được về Saigon an toàn bấy giờ, không thể chối cãi được là chính bà Bổn đã giúp gia đình chúng tôi. Trong trường hợp bà Bổn, thân phụ chúng tôi không những chỉ tận tâm điều trị mà còn cho mượn cả tiền mua thuốc lẫn tiền xe, cốt để có thể kịp thời cứu sống bệnh nhân. Cụ đã làm việc này với tất cả lương tâm của một y sĩ. Hơn thế, Cụ đã làm một cách tự nhiên như hít thở, không tính toán, không cân nhắc hơn thiệt, xem như chuyện đương nhiên...

Khi chữa trị cho bà Bổn, chắc Cụ không nghĩ con cháu hái được quả tốt đẹp đến thế. Lúc tâm sự với Bác sĩ Thái Can, chắc Cụ cũng không ngờ quả lại đến cụ thể và nhanh chóng thế."

Ngoài ra, tôi còn được nghe nhiều mẩu chuyện về Ông tôi do mẹ tôi và các cậu, dì kể lại. Dạo Ông tôi làm Giám đốc Bệnh viện Quảng Trị, hằng đêm, dầu đã tạm hết trách nhiệm, có thể yên nghỉ với gia đình, nhưng Ông tôi vẫn thường xuyên đi vào bệnh viện để thăm bệnh nhân và kiểm soát công việc của các y tá trực đêm. Một hôm, Ông tôi bắt gặp một y tá trong giờ trực đã đánh bài trong phòng gác. Sáng hôm sau, người ấy khăn đóng, áo dài đen đến lạy Ông tôi, khóc lóc xin hối cải. Ông tôi chỉ la mắng như người cha đối với con mà không phê điểm xấu vào hồ sơ. Từ đó về sau, người này đã làm việc chăm chỉ, tích cực, không bao giờ dám xao lãng trách nhiệm của mình nữa.

Ông tôi còn chữa cho một bệnh nhân rất nghèo khổ, chồng thì chết, con lại đông, phải sống nhờ cha già, nhà lại ở rất xa thành phố. Nửa đêm, người cha đến đấm cửa nhà Ông tôi xin cứu mạng cho con gái. Ông tôi đi theo người này, lội qua nhiều ruộng nương mới đến được nhà. Ông tôi mang theo chai thuốc trụ sinh (do người cháu đi Pháp mua về tặng) mà Ông tôi trân quý như vàng, để chữa cho bà này khỏi bệnh. Về sau, để đền ơn cứu mạng, ông cha và người đàn bà này, mặc dầu nhà nghèo vẫn cố mang đến biếu Ông tôi nào là nếp, bắp, trứng gà... lần nào Ông tôi cũng từ chối và ép mang trở về.

Ngoài ra, Ông tôi còn chữa trị cho những người Mọi ở trên núi, chẳng quản đường sá xa xôi, hiểm nghèo, băng rừng lội suối mới đến được nhà sàn họ, không quản ngại xa xôi và khó khăn như trường hợp sau đây:

Ông tôi đã cứu sống vợ một người Thượng vì nửa đêm chồng bà này đến đấm cửa nhà Ông tôi, quỳ lạy xin cứu mạng vợ anh ta. Bà ta sinh khó mà lại không chịu xuống tỉnh nên đứa bé đã chết trong bụng mẹ.

Đường đi lên núi Du Long ở Phan Rang chỉ có một phương tiện là bằng ngựa, không có đường cho xe cộ, nhưng Ông tôi vì lương tâm nghề nghiệp và lòng nhân đạo đã bất chấp mọi hiểm nguy, bằng lòng đi theo người chồng và đã kịp thời cứu sống người vợ. Ông chồng mừng rỡ chạy ra vườn bắt một con gà rồi quỳ dâng lên cho Ông tôi. Ông tôi cười và bảo lấy con gà đó đi nấu cháo cho vợ anh ta vì bà này cần được tẩm bổ.

Khi Ông tôi ở Ba Lòng, mặc dầu tuổi đã lớn, Ông tôi vẫn hằng đêm không quản ngại tuổi già sức yếu, cố đem tài Biển Thước để mong cứu nhân độ thế. Vậy nên nhà văn Lê Cao Phan, trong bài ca Nam Bình, đã ca tụng Ông tôi như sau:

Nặng ơn cùng Cụ lương y
Mãi còn ghi
Phố phường thôn xóm
Nề khó khăn chi
Đức độ ai bì.
Nhớ đi về
Chốn sơn khê,
Ba Lòng, Đá Nổi, trăm bề,
Mái lều y xá,
Chén ngô khoai giữa rừng cây lá
Tóc bạc da mồi
Vẫn không thôi
Đem tài cứu mạng bao người.

Ông tôi luôn luôn xem trọng bổn phận của mình đối với bệnh nhân, như trường hợp sau đây, đã được nhà văn Hoàng Long

Hải ghi lại trong tập truyện 'Quê Ngoại', đã xảy ra tại chiến khu Chà Cá năm 1948:

"Tây chiếm ngoài thung lũng, bên bờ sông. Hôm sau, họ theo đường mòn vào trong khe tìm bệnh viện. Việt Minh rút lui hết, chẳng đánh chác gì. Khi Tây vào tới trong khe thì Cụ Đốc ra gặp họ...

Biết Cụ là bác sĩ và nói tiếng Tây lưu loát, Tây rất kính trọng và yêu cầu Cụ về. Cụ đồng ý về nhưng với điều kiện là phải đem hết thương bệnh binh của Cụ về theo. Cụ không thể bỏ họ lại được. Thế là Tây biểu mọi người rời khe núi ra ngoài bờ sông, sẽ có ghe tàu đưa về thành phố, ai không đi được thì Tây sai lính của họ khiêng, cáng mà ra...

Tới trưa thì ghe tàu về tới thị xã. Dân chúng đang buôn bán ở chợ, ở phố, nghe tin Cụ Đốc về, thiên hạ bỏ buôn bỏ bán chạy ra bến sông đón Cụ. Có người mừng quá, xông tới nắm tay Cụ mà khóc, cảnh tượng thật cảm động..."

Ngoài ra, chúng tôi còn nhận được nhiều bài viết và những lá thư của người thân, kể lại những kỷ niệm quý báu đối với Ông tôi. Tôi chỉ xin trích ra một vài trường hợp để chứng minh rằng bất kỳ ai đã từng tiếp xúc với Ông tôi cũng đều có một ấn tượng rất tốt đẹp đối với vị lương y này:

- Cố BS Tạ Thúc Phú, tức nhà văn Phụng Hồng, đã nhắc đến Ông tôi trong bài "Đường lên Thiên Đường" đăng ở Tạp Chí Hồn Việt như sau:

"Thầy thuốc thi sĩ" có cặp mắt dịu hiền cứu tử – nhưng không kém phần thơ mộng – của đấng từ phụ hiện rõ trong trí tôi như một khúc phim thời sự nóng hổi. Tôi đã hai lần thoát chết, rồi có những kỷ niệm đẹp cũng nhờ vị lương y này mà tôi từng xem như là một ân nhân hiếm có trên đời của một kiếp người mang ơn vĩnh viễn."

- Cố Khoa Trưởng Giáo sư Nha sĩ Trịnh Văn Tuất chỉ gặp Ông tôi một lần, cũng tỏ ý ngưỡng mộ khi viết thư cho cô em Nha sĩ Ngô Thị Vĩnh: "Thơ của Cụ hay lắm, Cụ lại là một bác sĩ có tiếng đồng thời là một nhà thâm nho về đạo đức..."

- Trong bức thư gửi em tôi, anh Nguyễn Khoa Điềm đã cho biết liên hệ giữa hai gia đình như thế nào:

"Cụ Cố Ngoại là bác sĩ gia đình đã chữa bệnh cho cha mẹ tôi và cũng là bác sĩ đã tổng quát lo cho Mẹ tôi sinh tôi ra. Do đó, trong thời gian gia đình cha mẹ tôi ở Quảng Trị đã vô cùng thọ ơn Cụ Cố Ngoại! Suốt đời chúng tôi không quên ơn Cụ Cố."

- Ngoài ra, anh Tôn Thất Quỳnh Loan, bạn cùng khóa tại Trường Khải Định cũng đã diễn tả thời thơ ấu khi nhớ lại Ông tôi: "Ngày xưa khi tôi còn nhỏ, đã từng xem Cụ Bác Sĩ như một ông tiên xuống trần để cứu giúp nhân loại. Cảm nghĩ đó đối với vị thầy thuốc đáng kính ấy tôi vẫn giữ nguyên vẹn, cho tới về sau. Hồi nhỏ, mỗi khi tôi đau ốm được người lớn đưa tới nhà thương, lần nào tôi cũng đòi cho được "Cụ Đốc" chữa trị, vì chỉ tin tưởng ở tài năng của Cụ."

Đọc tập truyện "Quê Ngoại" của Hoàng Long Hải, tôi nhận thấy rằng chẳng ai diễn tả chính xác về lương tâm một y sĩ của Ông tôi bằng nhà văn này:

"Thời Cụ Đốc, không có những sáo ngữ như "lương y như từ mẫu" nhưng với Cụ Đốc, nghề của Cụ là nghề giúp người, cứu người. Thành ra, hễ có ai kêu cứu thì xa xôi cách trở mấy, Cụ cũng đi cứu người cho thỏa cái lương tâm của mình. Có phương tiện di chuyển nào thì Cụ dùng phương tiện đó, không ngần ngại hay chê bai: xe tay (xe kéo), xe đạp, đò, đi bộ và kể cả người ta võng Cụ đi qua những đường làng xa xôi hiểm trở.

Miễn làm sao Cụ có thể tới được nơi người bệnh nằm chờ Cụ đến cứu. Thậm chí đối với tù nhân ở Lao Bảo, Cụ vẫn thường tới với họ."

Trong những dẫn chứng kể trên, có lẽ quý vị cũng để ý đến hai chữ "Cụ Đốc" khi mọi người nhắc đến Ông tôi. Mặc dù có nhiều bác sĩ đồng thời, nhưng danh từ "Cụ Đốc" là tên độc nhất mà dân Quảng Trị thường thân mến dùng để gọi Ông tôi.

Những câu chuyện dính dáng đến lương tâm nghề nghiệp của Ông tôi còn nhiều, nhưng tôi chỉ đưa lên đây vài câu chuyện tiêu biểu để mọi người, nhất là cháu chắt của Ông tôi trong đại gia đình Kỉnh Chỉ hiểu thấu đáo về luật nhân quả. Nhiều thành viên của đại gia đình chúng tôi đã tránh được những tai nạn thảm khốc trong đường tơ kẽ tóc trên đường đời. Đấy cũng nhờ cái Đức mà Ông tôi đã tích lũy để lại cho chúng tôi vậy.

Chúng tôi mong sẽ noi gương của Ông tôi sống làm sao trồng được "Cây Đức" để tặng lại cho con cháu mình về sau.

Ngày 25-3-2014

NHỮNG NGÀY CUỐI CÙNG CỦA THANH TÂM

Trong những tháng cuối cùng của Thanh Tâm, em đã can đảm đương đầu với số mệnh, chịu đựng nỗi đau đớn thể xác đang hành hạ em. Mỗi bận chúng tôi đến thăm em, em vẫn cố gắng mở mắt thều thào vài ba tiếng rồi lại lịm dần vào cõi hôn mê.

Tôi còn nhớ ngày mồng 9 tháng 8 năm 2007 đến thăm em, gặp hầu hết đại gia đình của em ở đấy vì bác sĩ đã cho biết ngày cuối cùng của em chẳng còn bao xa. Tôi bước vào, nhìn thấy em đang nằm thiêm thiếp trên giường bệnh, bà cụ của em ngồi cuối giường ôm mặt cố nén nỗi sầu ai oán vì biết con mình không tránh khỏi lưỡi hái của tử thần. Bội Anh – người con gái nuôi có một không hai trên cõi đời này – thấy tôi liền lay Thanh Tâm tỉnh dậy.

- Má Tâm ơi, có cô Vân đến thăm má nè, your favorite teacher đó, Má có nhớ không?

Thanh Tâm mở mắt và nhoẻn miệng cười. Ôi! Có nụ cười nào đẹp bằng nụ cười của em! Tôi cầm tay em, em nắm chặt lấy tay tôi. Tôi không ngăn được nước mắt tuôn tràn, thương xót cho em mà đành bất lực.

Tôi hỏi em:

- Em có đau lắm không?

Em mỉm cười chịu đựng rồi trả lời:

- Dạ không.

- Em có nhận ra cô không?

Thanh Tâm cố gắng thều thào:

- Mạ Vân, my favorite teacher.

Tôi nghe chữ được chữ mất, nhìn nụ cười của em mà đau xót trong lòng. Tôi cũng biết tất cả giáo sư trường Lê Văn Duyệt, em đều xem là 'favorite teachers' của em, ai em cũng yêu kính. Tình cảm của em thật là bao la!

Bà cụ của em cho tôi biết bác sĩ chẩn đoán em chỉ còn nhiều lắm là một tuần nữa mà thôi. Bà bỗng nấc lên, tôi vội ôm chầm lấy bà, và cũng đã khóc òa trước mặt em. Tự nhiên tôi có cảm nghĩ kỳ lạ khi nhìn Thanh Tâm nằm đó thiêm thiếp trong giấc ngủ giả tạo vì thuốc chống đau và tưởng tượng chỉ vài ngày nữa em sẽ vĩnh viễn rời bỏ chúng tôi, thân xác không còn sinh khí, sẽ lạnh ngắt như băng giá, sẽ là một vật vô tri vô giác, chẳng biết chúng tôi nói gì với em. Em sẽ không bao giờ còn thốt lên hai tiếng thân thương gọi tôi là 'Mạ Vân'.

Thật thế sao? Giữa sự sống và chết có cái gì ngăn chia? Tôi đến bên em, mắt em vẫn nhắm nghiền. Tôi vuốt tay em, em bỗng nắm chặt lấy tay tôi, nhưng không mở mắt. Vừa lúc ấy ông xã tôi bước vào. Tôi gọi em:

- Thanh Tâm, thầy vào thăm em đấy.

Em bỗng mở choàng mắt, cố ngóc đầu dậy, hai tay chắp lại rồi vái như muốn tỏ lòng cảm tạ, xong rồi lại nhắm mắt ngủ tiếp.

Từ đấy cho đến ngày cuối cùng của em, tôi đã không còn cơ hội trở lại thăm em lần nữa, trước khi bố mẹ em, hay Gary chồng em, vuốt mắt cho em lần cuối cùng, vì sức khỏe của tôi bỗng nhiên lại 'trở chứng' như dạo tôi được tin người dì yêu quý của tôi thình lình lìa bỏ cuộc đời. Huyết áp khi tăng thật cao, khi xuống thật thấp, có những cơn mệt chợt đến bất ngờ, nhói cả lồng ngực, nên tôi chẳng dám đi đâu xa. Ngay sau ngày em ra đi, tôi phải nhập viện để làm 'cardiac angiogram' đâu có biết tôi đã vĩnh viễn mất em! Mặc dầu trước đó ngày nào tôi cũng lên mạng để biết tin tức về em, hoặc gọi điện thoại để nói chuyện với bố, mẹ của em, Gary hoặc Bội Anh hoặc em gái của em. Biết được có ngày em rất tỉnh táo, nói đùa với các Cô và bạn bè, còn hát những bài hát cũ. Em thích nhất là bài 'Trường Làng Tôi' mà em và các bạn em đã thay đổi lời, trong đó có câu: 'Trường làng tôi ao rau muống vây quanh...'

Tôi rất may mắn mỗi lần gọi điện thoại cho em, khi Bội Anh cho em biết, em đều cố gắng trả lời. Tôi vẫn khuyên em hãy cố gắng chờ tôi đến thăm em lần nữa và hai cô trò sẽ cùng nhau hát Trường Làng Tôi, em vâng dạ rồi lại thiếp đi. Bốn ngày sau khi em mất, giáo sư Thu quyết định báo cho tôi biết tin buồn về em. Tôi thật chết điếng cả cõi lòng, tôi rơi vào một trạng thái hụt hẫng, buồn vô hạn. Tôi nhớ lại thảo nào hôm 13 tháng 9, tôi cảm thấy bồn chồn, đứng ngồi không yên, ruột gan nóng như lửa đốt. Tôi cứ ngỡ mình lo sợ ngày mai phải nhập viện, không ngờ đấy là ngày em lìa bỏ cõi đời. Phải chăng em đã đến từ giã tôi? Đêm hôm ấy, tôi không chợp mắt. Hình ảnh em và những kỷ niệm với em lại trở về trong tôi. Làm sao tôi có thể quên được dạo em còn ở miền Bắc Cali, dầu xa xôi cách trở, có bận em nghe tôi bệnh, đã bắt con gái nuôi, Bội Anh, lái xe cho em xuống thăm tôi, sáng đi chiều đã về ngay. Những lần em đi Hawaii về, thế nào cũng có quà cho tôi, có bận em biết tôi thích mít, em đã mua cả quả mít, ngồi gỡ từng múi làm đông lạnh để mang về làm quà cho tôi. Em còn đan và móc những chiếc khăn xinh xắn dùng ở bếp để tặng bà cụ tôi. Cụ cũng yêu thương em như cháu ruột. Thanh Tâm ơi! Em sẽ sống mãi trong tâm trí của gia đình em cũng như các giáo sư và bạn bè của em.

Suốt đêm hôm ấy tôi đã sống lại với những kỷ niệm với em, mà dẫu có viết đến bao nhiêu trang giấy cũng không đủ. Bỗng nhiên tôi làm được bài thơ sau đây để đến hôm đưa tiễn em lần cuối, tôi đã nghẹn ngào đọc tặng cho đại gia đình của em và nhất là chồng em và con em:

TO MY BELOVED THANH TÂM

Thanh Tâm! Though you're gone
You still live forever in our hearts and souls.
You're not dead, you're still alive!
All the souvenirs that we shared
Will be cherished through our lives.
Even on your deathbed
While your body was terribly aching
You wanted to show us your beautiful smile.
We could not hold our tears,
Watching you make great effort
In cracking good jokes and singing old songs.
All your life you had tried your best
To bring us closer and help those in distress
Dear Thanh Tâm! Join the other angels
Because you are one of them!
You are the most beautiful gem!
We all adore you and greatly admired your good deeds.
Please Rest In Peace! (*)

(*) *Bản dịch tiếng Việt là của em Nguyễn Tuyết Nga, cựu Hội trưởng Hội Cựu Nữ sinh Lê Văn Duyệt, và đã được đọc trong buổi tiễn biệt Thanh Tâm.*

Tôi chưa bao giờ chứng kiến một người bệnh nào có đủ can đảm và sức chịu đựng mãnh liệt như em. Mấy chục năm trời bệnh hoạn và cả lúc cuối đời, em đã vào ra bệnh viện như đi chợ. Nhiều bạn bè đã tưởng em bỏ cuộc, nhưng chỉ vài tuần sau lại thấy em tươi cười có mặt bên cạnh các giáo sư và bạn bè để ủng hộ cho cái hội tuy nhỏ bé nhưng đầy tình thương mà em là sáng lập viên. Em là tấm gương sáng cho mọi người noi theo. Em đúng là một 'chiến sĩ kiên cường' nhưng than ôi cuối cùng cũng đành thua số mệnh!

Thanh Tâm ơi! Nghìn thu vĩnh biệt.

Thousand Oaks, 20-9-2007

TÔI HỌC THÔI MIÊN

Tôi là đứa con gái chịu thiệt thòi nhất trong gia đình bảy anh em. Tôi không có chị, cũng chẳng có em. Trên tôi là sáu anh trai. Mẹ tôi lại sinh năm một. Gia đình tôi thuộc hạng trung lưu, nhưng cũng chẳng lấy gì làm khá giả. Mẹ tôi chủ trương tiết kiệm tối đa, nên đứa sinh sau phải dùng lại quần áo của đứa sinh trước.

Lên chín, tôi vẫn còn phải mặc áo quần của các anh thải ra, tóc lại húi cao - Mẹ bảo để vậy cho nó mát - nên thiên hạ mỗi lần thấy tôi vẫn gọi tôi là "thằng cu". Khi tôi được mười tuổi, người tôi bỗng cao vụt hẳn lên. Mẹ cho tôi để tóc, mặc áo đầm. Thế là tôi thoát nạn làm "thằng cu" từ đấy!

Nhưng, mặc dầu được lột xác, tôi vẫn cảm thấy làm sao ấy! Tôi có mặc cảm xấu xí, người cao nhồng mà chẳng có bề ngang. Nhìn trước mặt cũng giống như sau lưng, không có đường cao đường thấp như những con bạn cùng lứa với tôi, đã đến kỳ thân hình bắt đầu nảy nở. Cũng vì vậy mà tôi cảm thấy chẳng được thoải mái trước đám đông. Mỗi lần nhà có khách, tôi lại trốn vào phòng ngủ, đóng kín cửa, giả vờ học bài.

Có một bận, tôi nghe lỏm bà hàng xóm nói chuyện với mẹ tôi. Mẹ tôi than: "Tôi chỉ có một mụn con gái, mà sao nó giống như thằng con trai." "Chị nói vậy chứ tôi thấy cháu nó cũng dịu dàng đấy chứ. Chị có để ý cháu nó có đôi mắt đen láy, cứ như hai hạt nhãn!"

Mắt tôi đẹp thật sao? Tôi vội chạy vào phòng lấy gương ra soi. Chẳng biết có giống hai hạt nhãn thật không, nhưng cũng nhận thấy rằng đôi mắt mình chẳng đến nỗi nào. Bắt đầu từ đấy tôi có được một tí tự tin. Mỗi bận nói chuyện với ai, là chớp chớp đôi mắt, cố làm cho thiên hạ chú ý đến "hai hạt nhãn" của mình.

Nhờ tôi cao lớn trước tuổi, nên thoát nợ mặc quần áo con trai, nhưng cũng có điều bất lợi: từ đấy tôi bị các anh sai bảo suốt ngày. Ngày nào tôi cũng phải làm việc cho các anh tôi, không có thì giờ rảnh rỗi làm gì khác nữa. Từ sáng sớm cho đến chiều tối, lúc nào cũng nghe giọng các anh réo gọi:

"Út rót cho anh cốc nước!"

"Út quét cái phòng hộ cho anh!"

"Út lấy cho anh cái đồng hồ!"

"Út lên gác lấy cho anh cái khăn tắm!"

"Út là cho anh cái áo!"

"Út vá cho anh cái quần!"

Vân vân và vân vân...

Suốt ngày tôi như con vụ, bị các anh búng liền tay không nghỉ. Đôi khi phàn nàn với mẹ tôi, bà lại binh các anh tôi, "con là con gái, con làm hộ các anh ấy một tí". Tôi có con bạn học cùng lớp, tên Xuân. Một hôm nó gọi tôi vào góc phòng thì thầm: "Tao vừa học được phép thôi miên, tao có thể thôi miên bất cứ ai và bắt họ làm bất cứ chuyện gì tao muốn. Mày muốn học không, tao dạy cho?" Tôi chợt nghĩ đến các anh tôi, nên trả lời ngay: "Tao muốn, tao muốn. Mày dạy cho tao đi," tôi năn nỉ. Thế là trên đường về nhà, nó truyền bí quyết cho tôi. Ngay đêm hôm ấy, đợi tất cả mọi người ngủ say, tôi rón rén đến bàn thờ lấy một cây nhang, rồi lùi nhanh xuống bếp. Tôi thắp cây nhang, cắm nó trên cửa sổ, lùi vào góc bếp, ngước mắt đăm đăm nhìn cây nhang, cố không chớp mắt. Nhìn mãi đến nỗi đôi mắt cay sè, tôi vẫn cố gắng theo dõi chấm đỏ trên cửa sổ, không rời nó cho đến khi cây nhang cháy tàn, mới rón rén trở về phòng ngủ.

Cứ như thế, đêm nào tôi cũng phải giả vờ đi ngủ sớm, đợi mọi người yên giấc lại lén xuống bếp. Đêm nào cũng phải chống chọi với nỗi sợ ma và cơn buồn ngủ, nhưng ý chí muốn thành công để thôi miên các anh không được sai bảo tôi nữa, đã thắng. Gần hai tuần lễ trôi qua, vẫn chẳng thấy kết quả gì. Tôi cảm thấy mệt mỏi vì thiếu ngủ, đã định bỏ cuộc. Gặp con Xuân, tôi hỏi nó, nó bảo phải kiên nhẫn mới thành công.

May mắn thay đến đêm thứ bảy của tuần thứ nhì, khi tôi đang đăm đăm nhìn vào chấm đỏ, tôi bỗng thấy hình như nó đang di động. Tôi lẩm nhẩm trong miệng "lên" thì lạ thay chấm đỏ vâng lời tôi từ từ tiến lên. Khi tôi bảo "xuống", vui mừng xiết bao khi chấm đỏ lần này từ từ đi xuống. Thoạt đầu, tôi chưa tin tài của mình, nên phải thử lại nhiều lần, lần nào tôi cũng được như nguyện. Nỗi vui mừng thành công đã làm tôi quên hết mệt mỏi.

Đêm hôm ấy thao thức không ngủ được, chỉ mong sao cho chóng sáng để thí nghiệm trên sinh vật đầu tiên tôi sẽ chọn, là con Mực. Vừa hừng sáng, mọi người vẫn còn yên giấc vì hôm ấy là Chủ nhật, tôi vội chạy ra vườn tìm con Mực. Mực đang nằm ngủ dưới gốc cây xoài, thấy tôi, nó nhổm dậy ve vẩy đuôi chờ đợi. Tôi bắt con Mực đứng ngay trước mặt tôi, rồi nhìn chăm chăm vào mắt nó và quát: "Ngồi xuống!"

Thay vì ngồi xuống nó lại nhảy chồm lên người tôi. Tôi nghĩ thầm, có lẽ vì khoảng cách quá xa nên không có hiệu lực. Thế là tôi quỳ xuống, hai tay chống lên bãi cỏ ngay trước mặt nó. Hai mắt tôi nhìn thẳng vào hai mắt nó. Con Mực có lẽ không hiểu tôi đang định diễn trò quỷ quái gì đây, nên nghiêng nghiêng cái mõm nhìn lại tôi. Tôi cố nhìn để thôi miên nó và quát: "Ngồi xuống!"

Thay vì vâng lời, con Mực sủa vang rồi nhảy chồm đến liếm mặt tôi, khiến tôi mất thăng bằng té nhào trên bãi cỏ. Thất vọng vì lần đầu tiên thí nghiệm trên sinh vật đã bị thất bại, tôi cảm thấy thân thể tôi rã rời. Điều làm tôi hốt hoảng hơn cả là bỗng nhiên tôi thấy đến hai con Mực.

Trưa hôm ấy khi ngồi vào bàn ăn, tôi thấy trước mặt tôi có hai bát cơm. Khi đưa tay lấy bát đũa, tay tôi đã chụp vào khoảng không. Mọi người đang bận nói chuyện nên chẳng ai để ý đến hành động kỳ quặc của tôi. Tôi phải mò mẫm đưa tay chọn lựa giữa hai bát cơm. Khi đã chụp được bát cơm thật, tay tôi phải giữ chặt lấy nó không dám buông ra nữa. Khi đưa đũa gắp thức ăn, đầu đũa phần lớn rơi đúng mặt bàn. Mẹ tôi mắng tôi, không hiểu tại sao tôi lại nghịch ngợm như vậy. Thế là tôi đành ăn cơm không có thức ăn, chẳng dám gắp nữa. Ăn xong bát cơm, tôi đành bỏ bát đũa xuống bàn, mặc dầu bụng vẫn còn thấy đói.

Tôi chạy vội vào phòng lấy gương soi. Tôi suýt thét to khi nhìn thấy bóng ai đang nhìn lại mình trong gương. Đôi mắt bà hàng xóm khen ngợi, giờ đây đâu còn nữa! Bây giờ "hai hạt nhãn" chỉ còn là hai vành trăng khuyết đang cố chui tuốt vào sau sống mũi. Đôi mắt chỉ còn lại tròng trắng mà thôi!

Tôi giận con Xuân, biết nó chơi xấu tôi. Khi đến trường, tôi gây với nó, nó cười to, rồi vừa chạy vừa đưa tay lêu lêu: "Ê, con lé, con lé".

Thế là cả trường biết tôi lé mắt từ đấy. Tôi khổ sở vì đôi mắt lé, suốt ngày chỉ cúi gầm đầu, chẳng dám nhìn ai. Mẹ tôi cũng buồn tủi không hiểu tại sao con gái mình lại bị mắt lé? Nhưng may mắn không phải lúc nào tôi cũng thấy một thành hai.

Thầy Toán lớp tôi nổi tiếng dữ, học trò không thuộc bài, Thầy bắt lên quỳ trên bục. Hôm ấy Thầy bắt tôi đọc cửu chương tám. Tôi đọc đến: "Tám lần ba là ..." bỗng nhiên đầu óc tôi trở nên trống rỗng, chẳng nhớ gì nữa cả. Tôi đâm ra cà lăm: "Tám lần ba là hăm mươi, hăm mươi, hăm mươi ..."

Thầy đứng trên bục nhìn xuống, có lẽ Thầy hết kiên nhẫn nên quát: "Hăm mươi mấy?" Tôi không dám nhìn thẳng vào mặt Thầy nữa vội cúi mặt nhìn xuống chân Thầy. Lạ lùng thay, tôi thấy Thầy có đến bốn chân, tôi bỗng nhớ ra nên đáp ngay: "Thưa Thầy, dạ tám lần ba là hăm mươi bốn". Đấy là lần đầu tiên tôi cảm thấy rất may mắn đã có đôi mắt lé!

MẸ TÔI: MỘT NỮ SĨ

Thật là một thích thú bất ngờ khi em tôi trao cho tôi một tập thơ của Mẹ tôi mà từ lâu bà đã giấu kín. Tôi khám phá được rằng Mẹ tôi không những là một phụ nữ giàu tình cảm và bình dị đối với mọi người, mà đặc biệt hơn cả người còn là một "nữ sĩ".

Những kỷ niệm đẹp của chúng tôi đối với người nhiều không kể xiết. Người có biệt tài chế biến các món bánh trái mới lạ, ngoài những món ăn bất hủ, nên mỗi lần có những món mới do người sáng chế ra, chúng tôi không biết gọi bằng tên gì, đành nói đùa là "bánh không tên số 1", "bánh không tên số 2" ... Người còn tận dụng thời gian rảnh để đan cho chúng tôi những chiếc áo len đẹp để khi mặc vào ai cũng khen ngợi.

Với cái tuổi quá "cổ lai hy", người vẫn còn nhớ vanh vách thơ của Lamartine hoặc Trương Tử Anh (người đã bị Việt Cộng hành quyết một cách dã man, nguyên là bạn thân của Vũ Khắc Khoan, anh họ của mẹ tôi và là tác giả "Thần Tháp Rùa", "Thành Cát Tư Hãn"). Chúng tôi thật không ngờ người cũng biết làm thơ, nhưng chưa bao giờ người đọc cho chúng tôi nghe. Qua bút tích của người, hồn thơ rất lai láng. Mặc dù số lượng thơ phát hiện được không bao nhiêu (có thể còn nhiều do mẹ tôi giấu kín đâu đó mà em tôi chưa tìm thấy), nhưng đề tài, nội dung, và thể loại thật đa dạng và phong phú.

Bàng bạc qua nhiều bài thơ mà phần lớn theo thể thất ngôn bát cú (phần còn lại thơ 5 chữ theo kiểu thơ mới), Mẹ tôi đã chứng tỏ là người con chí hiếu, dù song thân của người đã qua đời từ lâu. Người luôn nghĩ đến ơn sinh thành dưỡng dục của song thân và lòng thương nhớ cha mẹ của người không bao giờ nguôi ngoai:

Nhớ ơn dưỡng dục suốt đời con

hoặc

Hồn thiêng mãi mãi ngự trong con
Thương nhớ bao năm cũng vẫn còn

Người tỏ ra ân hận đã không đền đáp được công cha nghĩa mẹ cho xứng đáng:

Phận con đền đáp mấy cho vừa

hoặc

Gang tấc chưa đền ơn biển cả

Là một phụ nữ chỉ biết sống cho gia đình, người không có một tham vọng hão huyền nào ngoài mong ước được hưởng một cuộc đời đạm bạc cạnh con cháu:

Danh lợi chẳng màng tuồng ảo mộng
Áo cơm thanh đạm buổi can qua
Chỉ mong luôn được gần con cháu
Vui thú điền viên suốt tuổi già.

Tuy sống thoải mái trên vùng đất tự do và sung túc, người luôn nhớ thương và đau xót cho số phận những người thân còn lại ở quê nhà:

Thương em, nhớ cháu lòng chua xót
Trông về cố quốc lệ thầm rơi.

Tuy chỉ là một phụ nữ thường tình, nhưng người đã luôn canh cánh một nỗi ưu tư cho số phận của quê hương tổ quốc đến nỗi phải thống thiết than:

Bao giờ quê cũ thanh bình lại
Ra tay cứu nước hỡi ai người?

Ngoài ra, người cũng thường cảm thấy lạc lõng và cô đơn không hội nhập được vào xã hội Hoa Kỳ, một đất nước văn minh, giàu có và rộng lớn:

Đất khách nương thân dạ hững hờ

hoặc:

Đất nước mênh mông... của xứ người

vì:

Mối sầu vong quốc biết sao nguôi.

Người luôn hướng tâm hồn về chốn chôn nhau cắt rốn nên bất cứ một hình ảnh nào, một cảnh vật gì dính dáng đến quê hương cũng làm người u buồn, thương nhớ day dứt khôn nguôi:

Nhìn màn mưa giăng mắc
Nước mắt theo mưa rơi

hoặc:

Ngắm áng mây trôi chợt nhớ nhà

bởi vì:

Quê hương thương nhớ sầu vô tận

Đôi khi nỗi nhớ thương quá chất ngất khiến người không kìm hãm được phải bật lên bằng những lời than thống thiết:

Cố hương ơi hỡi! Cố hương ơi!
Bao Xuân cách biệt mấy phương trời

Chỉ với hai câu thơ ngắn gọn sau đây mà người đã diễn tả được nỗi cô đơn day dứt của những kẻ đang mang trong lòng một nỗi buồn vong quốc:

Một thoáng mây bay ở cuối trời
Cũng làm thương nhớ đến chơi vơi.

Trước viễn ảnh ngày về quê cũ còn xa xôi diệu vợi, với hy vọng quá mong manh, người chỉ biết gởi hồn mình theo mộng:

Trông về cố quận đường hun hút
Trở lại nên nhờ một giấc mơ

Điều kỳ diệu là người còn tỏ ra am hiểu triết lý của cuộc đời khi nhận định:

Thác về, sống gởi kiếp phù vân

chỉ vì người đã kinh nghiệm thấy:

Bôn ba rốt cuộc hai tay trắng

Nhắm mắt là xong hết nợ trần.

Tóm lại, chỉ qua một số bài thơ mà em tôi tình cờ phát hiện, Mẹ tôi đã cho thấy người có nhiều tâm trạng và suy nghĩ khác nhau về bản thân, gia đình, và quê hương. Hơn nữa, người còn chứng tỏ là một người con chí hiếu, một phụ nữ gương mẫu, một người Việt Nam dạt dào lòng yêu quê hương. Tất cả đều ẩn náu trong một con người mà thoạt nhìn ai cũng có thể tưởng là một người bình thường như muôn ngàn phụ nữ khác. Những điều đó cho phép tôi cảm thấy rất hãnh diện được làm con gái của người! Người thật sự đã không hổ danh là ái nữ của ông ngoại tôi, tức là cố thi sĩ Kỉnh Chỉ: một hội viên của Hương Bình Thi Xã và Tao Đàn Diêu Trì!

TẠP GHI

Tôi nhớ 25 năm về trước, khi Tập San Khải Định 48-55 sắp ra số đầu tiên, anh Tôn Thất Ngự đã viết cho tôi lá thư, nhắn nhủ nên viết bài để đăng vào TS này. Bây giờ 25 năm sau, cũng chính anh Ngự 'email' dặn dò phải viết một bài dài, vì đây là số báo cuối cùng, số 25, của khóa chúng tôi. Nghe mà não cả lòng!

Hầu như trong suốt 24 số trước đây, tôi đều có bài viết, trừ những trường hợp bất khả kháng. Đã lâu lắm không cầm lại cây bút để ghi lại cảm nghĩ của mình trong những bài văn xuôi - trong những số cuối cùng tôi chỉ gửi đăng những bài thơ, mặc dầu biết rằng thơ của mình cũng chỉ thuộc loại 'con cóc trong hang nhảy ra, nhảy vào' mà thôi - tôi sợ rằng không còn hứng thú để viết nữa!

Tuy nhiên đã lỡ hứa với anh Ngự, tôi phải cố gắng ghi lại những câu chuyện xảy ra trong quá khứ cho đến ngày nay, gọi là tản mạn, vì nó không có đầu có đuôi, nhớ được gì thì ghi xuống đó, thời gian không nhớ rõ và cũng chẳng theo thứ tự ngày tháng.

Trước tiên tôi xin bật mí cái tính khá kỳ cục của tôi là người thì 'bé hạt tiêu' (đây là danh hiệu cô bạn thân Tôn Nữ Mộng Hà đã tặng cho tôi) mà lúc nào cũng đòi làm 'chị' làm 'cô' thiên hạ. Cũng vì lẽ đó mà nhà văn Nguyễn Trung Hối đã biên thư cho bạn bè, bảo rằng tôi giống Diệp Nhị Nương mẹ của Hư Trúc trong Thiên Long Bát Bộ của Kim Dung, khi nào cũng đòi làm chị hai của mọi người dù tuổi nhỏ, vai vế nhỏ, khi tôi đòi làm 'chị Tư' của anh Hối.

Nguyễn Thị Kim Soa, bạn học cùng lớp với cô em tôi, tôi không nhớ rõ vì lý do gì mà tôi viết thư cho nàng, gọi em và xưng chị? Vài ngày sau tôi nhận được thư của Kim Soa như sau: "Mụ Vân ơi, mụ với tui cùng tuổi với nhau, cớ chi mụ dám kêu tui bằng em và xưng chị?"

Thật sự tôi không biết Kim Soa cùng tuổi với tôi, nhưng những trường hợp sau đây, mặc dù biết mình nhỏ tuổi hơn mà vẫn cứ đòi làm chị.

Đây là trường hợp của giáo sư, kiêm văn thi sĩ Tạ Quang Khôi bằng lòng làm 'em Tư' và tôi là 'chị Ba'. Bây giờ 'em Tư' của tôi đã thành người thiên cổ! Bác sĩ Tạ Thúc Phú, kiêm nhà văn, thi sĩ Phụng Hồng cũng đã làm em khi gọi điện thoại, hoặc gởi cho tôi những tài liệu văn thơ có liên quan đến Ông Ngoại tôi là Cố Thi sĩ Kỉnh Chỉ. 'Em' tôi cũng đã từ giã vợ con, bạn bè đi về miền miên viễn!

Đấy chỉ là mới chức 'chị', nhưng tôi lại còn tham lam hơn nữa, muốn làm nhiều chức to hơn! Đó là chức 'cô'. Mặc dù chức này tôi đã có sẵn, vì các em học sinh của tôi phải gọi tôi bằng cô! Thế mà tôi đã dám xưng cô với những người tôi chưa bao giờ được hân hạnh dạy họ một giờ nào cả!

Số là các em cựu học sinh của tôi đã mở một diễn đàn cho trường Lê Văn Duyệt. Thầy Cô và các học sinh của trường thường vào đấy để tâm sự, chia sẻ những vui buồn, thăm hỏi nhau và để giới thiệu những sáng tác về văn, thơ, nhạc, hoặc dịch thơ tiếng Anh, tiếng Pháp, ra thơ tiếng Việt... Ngoài nhóm thầy cô và cựu nữ sinh Lê Văn Duyệt, diễn đàn còn chào đón các thân hữu như các văn sĩ, thi sĩ, nhạc sĩ, và các cựu học sinh của các trường bạn. Cũng nhờ đó, chúng tôi lại có cơ hội gặp gỡ nhau ở ngoài đời. Tôi cũng không nhớ rõ từ lúc nào tôi đã xưng 'cô' với các em nam học sinh trường Hồ Ngọc Cẩn và ngay cả một thi sĩ nổi tiếng về sau này tôi được biết là một sĩ quan Hải Quân mà chắc cấp bậc không phải là nhỏ (?)!

Tôi không có con cái, nhưng hầu như các học sinh của tôi đều gọi tôi là 'Mạ Vân' và cũng nhờ đó mà tự động tôi được lên chức 'Bà Ngoại', 'Bà Nội', 'Bà Cố'. Mặc dù tôi có rất nhiều chức, thế mà con người này đã làm những điều ngốc nghếch. Bây giờ nghĩ lại thấy thật xấu hổ.

Đại gia đình chúng tôi được hai vợ chồng Nha sĩ Kenneth Swanson và Rotary Club bảo lãnh về thành phố Thousand Oaks. Dạo ấy người Việt Nam còn hiếm, nên người Mỹ rất quý mến dân tị nạn. Hầu như tất cả những người trong thành phố này đều tận tình giúp đỡ chúng tôi. Ngay cả gia đình Ông Kendall làm ở Thị Xã và bà mẹ vợ ông cũng xem chúng tôi như người thân. Bà mẹ vợ đã nhận mẹ tôi làm con nuôi, người vợ nhận mẹ tôi là chị. Chúng tôi gọi bà là 'Aunt Cecilia' và cho đến bây giờ vẫn còn giữ mối dây liên lạc với nhau. Vừa mới đây tôi nhận được thư của bà, báo tin bà phải vào Viện dưỡng lão. Chúng tôi định đi thăm bà thì lệnh cách ly vì bệnh dịch Vũ Hán không cho phép. Chúng tôi rất quý mến gia đình này, và mặc dù họ không phải là người bảo lãnh chúng tôi, chúng tôi vẫn thường được ông bà mời qua nhà. Tôi đã có lần được đánh bóng bàn với ông Kendall. Thế mà để đền đáp lại tâm tình quý báu đó, tôi đã làm một chuyện cho đến bây giờ nghĩ lại vẫn còn hối hận.

Ông này có tật lé mắt, tôi lại vô ý gởi cho bà mẹ vợ của ông bài 'Tôi Học Thôi Miên' trong đó có đoạn tả kết quả cuối cùng học thôi miên là đôi mắt trở thành lé. Nguyên nhân là vì bà đã hỏi tôi thú vui của tôi là gì. Khi tôi bảo là tôi thích viết văn, thế là bà bảo tôi đưa bài tôi viết cho bà đọc. Tôi phải dịch bài đó ra tiếng Anh và đưa cho bà, mới xảy ra cớ sự! Tôi nghĩ bà đã đưa bài đó cho cả nhà đọc, vì mấy ngày sau, tôi cảm thấy cách cư xử của ông Kendall đã đổi khác. Ông không còn đánh bóng bàn với tôi nữa, và ông cũng tránh không ra tiếp mỗi lần chúng tôi đến nhà.

Trường hợp thứ hai là tôi đã mời một người điếc đi nghe nhạc. Charles Nagy là người Hung Gia Lợi, rất thân với ông xã tôi, vì hai người là dân cựu chiến binh. Hơn hai mươi năm về trước, cậu chúng tôi giúp vốn cho mua máy Hot Food đặt tại các xưởng ở Ventura County để làm ăn. Thường thì ông xã tôi đi thay thức ăn và lấy tiền ở máy về, nhưng có một ngày vì bận việc nên phải nhờ Charles chở tôi đi thay thế. Khi đi, tôi phải cố nghĩ ra nhiều chuyện để nói (mặc dù Charles bị điếc tai nhưng có đeo máy nên vẫn có thể nghe được) đến khi trên đường về, tôi hết chuyện để nói. Bỗng Charles bật nhạc trong xe. Tôi mừng quá mới nói với Charles rằng, tuần sau có cuộc hòa nhạc ở Hollywood Bowl, Charles có muốn đi thì vợ chồng tôi sẽ mua vé mời. Tôi thấy Charles quay qua nhìn tôi với nét mặt rất lạ lùng. Tôi sực nhớ ra là anh chàng này bị điếc, tôi lại mời anh ta đi nghe nhạc, như chế giễu sự tàn tật của anh ta! Tôi đành cúi gằm mặt xuống, không dám nói thêm điều gì nữa. Từ đó về nhà tôi phải giả vờ như đang nghe nhạc, im lặng không hở môi.

Còn câu chuyện sau đây nữa, tôi cũng không hiểu sao tôi có thể ngốc nghếch đến như vậy. Cô tôi có người con trai tên là Tuấn, sắp lấy vợ, đám cưới sẽ được tổ chức tại Pháp. Cô gọi điện thoại báo tin cho mẹ tôi hay. Tôi trả lời điện thoại, cô nhắn:

"Cháu thưa với mẹ ngày mai cô và hai em Thơ, Gấm sẽ đi Pháp."

"Thế Tuấn có đi không?"

"Tuấn đi tuần trước rồi."

Tôi bỗng nhận ra là mình đã hỏi một câu ngớ ngẩn nên vội nói chữa ngay:

"Cháu cứ tưởng Tuấn sẽ đi cùng một lần với cô và hai em chứ?"

Thật là hú vía, cô đã không nhận thấy lầm lỗi lố bịch của đứa cháu này.

Các bạn ơi, các bạn ở Huế nhưng có bao giờ các bạn biết được tiếng Huế của mình hay lắm không? Sau đây tôi xin kể các bạn nghe vài mẩu chuyện lý thú để thấy tiếng Huế thật tuyệt vời.

Chuyện ấy và ấy

Hôm ấy có người bạn rất thân của chúng tôi đến chơi và kể cho tôi nghe rằng:

"Trưa hôm qua tui mới đi ăn với hai vợ chồng H."

"Tui nghe nói hai vợ chồng đó đã ly dị nhau rồi mà?"

"Ủa, ấy không biết hả? Hai vợ chồng ấy, ấy nhau mà chừ ấy lại rồi."

Chuyện răng với răng

Chị dâu tôi làm việc tại bệnh viện Nguyễn Văn Học, Gia Định. Một bữa nọ có một người Nam có thai, xin vào khám. Chị dâu tôi hỏi:

"Bà đau răng mà khám?"

"Tôi không đau răng, tôi đau bụng đẻ."

Lại tiếng Huế

Bà ngoại tôi người Hà Nội, nhưng từ ngày làm vợ ông tôi vào ở miền Trung lâu năm, bà hầu như quên hết tiếng Bắc nên chỉ nói rặt tiếng Huế. Một hôm, cháu họ của bà, người Bắc, đến thăm bà và thưa:

"Thưa bác, tháng này bác có thể cho cháu mượn một nghìn đồng được không ạ?"

"Làm răng mà đòi mượn nhiều tiền rứa?"

"Không phải ạ, cháu mượn tiền làm nhà, không phải làm răng ạ!"

Chuyện chót

Câu chuyện này do một em học sinh của tôi kể lại. Cô ta được tin một người bạn té giập môi sưng vù, vội vã 'email' hỏi thăm:

"Răng có bị răng không?"

"Răng không răng cả!"

Bây giờ tôi xin kể chuyện những người bạn láng giềng của chúng tôi. Các bạn chắc chẳng quên trận động đất khủng khiếp xảy ra ở Cali năm 1994? Mack Valance là bạn láng giềng ở phía bên trái nhà của chúng tôi, hôm đó đã vội vã chạy qua hỏi thăm ba mẹ chúng tôi mặc dù lúc bấy giờ một đứa con của ông ta bị chảy máu ở trán vì chiếc máy phát thanh rơi trúng đầu. Khi nghe tin ba tôi bị bệnh, ông đã cấm các con của ông không được chơi nhạc vào buổi trưa và buổi tối để cho ba tôi được ngủ yên giấc trong lúc các con ông cần thực tập cho ban nhạc của chúng. Hôm nào ông cũng qua ngồi ở patio nhà chúng tôi cùng với ông xã tôi hút thuốc, uống cà phê và nói chuyện gẫu đến khuya mới về nhà.

Khi ông mất vì đột quy, cả gia đình chúng tôi đều dự đám tang, và tôi phải lên nói lời chia buồn với gia đình ông. Lúc tôi kể đến đoạn chúng tôi rất cám ơn ông vì ông đã dạy cho chồng tôi biết cách xây hàng rào (chính ông và ông xã tôi đã tự xây lấy hàng rào cho khu vườn đàng sau), không hiểu tại sao mà mọi người trong phòng đều cười rộ lên. Cho đến bây giờ tôi cũng không biết rõ lý do vì sao.

Về vụ ai điếu này, từ dạo qua Mỹ đến giờ, tôi phải gồng mình lên nói ba lần. Sau lần trên là khi tôi phải đại diện gia đình lên nói lời vĩnh biệt người bảo trợ gia đình chúng tôi, Nha sĩ Kenneth Swanson, vừa từ trần. Sau khi tôi dứt lời, không ngờ có nhiều người bạn của ông bà Swanson đến tỏ lời cám ơn, cho biết tôi đã làm cho họ rất cảm động và mong tôi sẽ là niềm vui cho bà Swanson sau này. Thế mà lúc bà mất, tôi không hay biết gì cả, vì người con nuôi của bà không thông báo. Mãi về sau không thấy tin tức, tôi biên thư hỏi thăm mới được cho biết sự thật thì đã quá muộn rồi!

Lần thứ ba là lúc em Trần Thị Thanh Tâm, người sáng lập Hội Cựu Nữ sinh Lê Văn Duyệt từ giã cõi trần. Tôi đã đau buồn đến tột độ vì trong suốt thời gian em làm Hội trưởng, em đã cùng các Giáo sư của trường và tôi cùng nhau hoạt động rất tích cực để cố nâng cái hội tuy nhỏ bé, sinh sau nở muộn, nhưng đầy ắp tình thân thương giữa thầy trò, lên ngang hàng với những hội của các trường đàn anh đàn chị. Hầu như cứ một tháng hay hai tháng một lần, em thường bảo cô con gái nuôi là Bội Anh, lái xe xuống thăm tôi lúc em còn ở trên miền Bắc Cali. Có khi sáng đi chiều về, chỉ để hai cô trò tâm sự hoặc bàn tính với nhau về dự tính tương lai cho Hội, ngay cả khi em phải từ chức để nghỉ ngơi do cơn bệnh quái ác hành hạ thân thể em. Thời gian em dọn qua Hawaii, đôi khi có dịp vẫn về thăm tôi.

Lúc nghe tin em mất, tôi đã quá xúc động, đến nỗi chỉ một đêm thức trắng vì nhớ thương em, tôi đã sáng tác được một bài thơ bằng tiếng Anh là "My Beloved Thanh Tâm" để đến ngày đưa tiễn em, tôi đọc tặng gia đình cha mẹ và anh chị em của em, nhất là chồng em, Garry Bradshaw, cùng hai con, khóc đưa tiễn em lần cuối.

Hội Lê Văn Duyệt của tôi qua bao đời các Hội trưởng và Ban Chấp Hành vẫn duy trì mãi phương châm của em là "tôn sư trọng đạo", "lá lành đùm lá rách", và vác ngà voi không biết mệt.

Hội tuy nhỏ bé nhưng tình thương yêu giữa các đồng nghiệp và tình thầy trò thật là bao la thắm thiết. Hai trong số những người bạn thân của tôi là Vũ Thị Ngọc Mai và Nguyễn Thị Thu cùng với tôi đã lập nên 'Ban Tam Ca MTV', tức là Mai, Thu, Vân. Chúng tôi thường trình bày cho các em và các thân hữu, vào những buổi tổ chức Đại Hội của Hội mình, thưởng thức những bản nhạc đổi lời. May mắn là những tác giả của các bản nhạc này đã không nỡ kiện chúng tôi.

Tôi còn nhớ khi ông xã tôi phải vào bệnh viện vì căn bệnh quái ác, hậu quả của mấy chục năm trời hút thuốc. Thuốc vào phổi và sau đó tôi đã bằng lòng đưa anh về nhà để được săn sóc những ngày cuối đời. Ngoài anh chị em, bà con thân thuộc, các bạn cũ của các trường Đồng Khánh, Khải Định, Chu Văn An, Văn Khoa, Đại Học Sư Phạm ban Anh Văn, những người bạn tị nạn, những thân hữu khắp nơi, có những bạn thân ở rất xa như Quỳnh Hoa, Quế Hương, vợ chồng Mark, Nguyệt, Hoài Nam, Mỹ Trang, Bạch Vân, những người ở gần như Giang, Mộng Hà cùng các con cháu, Dạ Khê, Đỗ Đình Kỳ, Bích Hà, Thanh Hà, Kim Tri, Lệ Thủy, Diệu Uyển... những người bạn Không Quân và lẽ dĩ nhiên không thiếu mặt các bạn đồng nghiệp và các em cựu học sinh của tôi đã thường xuyên thăm viếng hoặc điện thoại và cầu nguyện cho ông xã của tôi.

Tình thân giữa đồng nghiệp và thầy trò Lê Văn Duyệt của chúng tôi còn được thể hiện khi ông xã tôi từ giã cõi đời. Ngày đám tang chồng tôi hầu như tất cả các bạn và các em cựu nữ sinh, các con nuôi của tôi, nhất là các em Hội trưởng và Ban Chấp Hành, các cựu Hội trưởng đã có mặt đông đủ để an ủi tôi và cả gia đình hai người bạn thân của tôi đều có mặt.

Con trai trưởng của Ngọc Mai là Bùi Bằng Trình cùng với Nguyễn Thị Kiều, (một trong các con gái nuôi đi từ Virginia bay qua CA) để tang cho chồng tôi, thay mặt tôi trong suốt những ngày tang lễ, quỳ lạy trước bàn thờ và lạy trả những khách thăm viếng.

Nguyễn Thị Kiều

Gia đình của Nguyễn Thị Thu và nhất là Phạm Quỳnh Thư -con gái nuôi của Thu - hầu như suốt thời gian đám tang đều có mặt bên cạnh tôi, đã cho chiếu một video rất cảm động về chồng tôi mà Quỳnh Thư đã cố gắng thực hiện trong một thời gian kỷ lục, thức khuya dậy sớm chỉ trong một ngày trời.

Nguyễn Túy Vân con gái nuôi từ San Jose cũng xuống dự. Túy Vân cũng đã ở cạnh tôi để nâng đỡ tôi, chỉ sợ Mạ Vân đói và ngất xỉu vì quá xúc động. Các con gái nuôi ở Orange County và San Diego cũng lên giúp đỡ và an ủi tôi rất nhiều. Thời gian đen tối nhất của tôi là đời sống đơn côi, buồn chán sau khi mất đi người bạn đời, nhất là khi tôi phải nhập viện và bị chuyển về trung tâm phục hồi.

Nếu không có những tấm lòng quý báu, những buổi thăm viếng, an ủi tận tình của gia đình, bạn bè, các cựu nữ sinh và các con nuôi thì tôi tin chắc rằng đã không thể tồn tại cho đến ngày hôm nay.

Tôi lại đi lạc vấn đề, đành xin lỗi bạn đọc vì như đã viết trong phần đầu, đây chỉ là tạp ghi (hay ghi tạp nhạp!), nhớ chuyện gì ghi xuống chuyện đó, chẳng có đầu có đuôi.

Tôi lại xin kể tiếp những người láng giềng của chúng tôi. Sau khi Mack từ trần, vài tháng sau tất cả gia đình Valance dọn đi nơi khác. Tuy nhiên chúng tôi vẫn giữ liên lạc với nhau. Vài năm sau Frances (vợ của Mack) lại dọn về con đường kế cận đường nhà chúng tôi. Frances hằng ngày dẫn chó đi dạo lại có dịp ghé vào nhà nói chuyện với chúng tôi. Năm vừa qua tôi nhận thấy Frances có vấn đề về trí nhớ, đôi khi còn quên cả tên của chúng tôi. Đầu năm 2020, nghe tin các con của bà đã gửi mẹ vào nhà dưỡng lão vì bị bệnh Alzheimer khá nặng. Gần cuối tháng Giêng tôi có đến thăm Frances rồi từ đó không còn gặp nhau nữa.

Sau khi Mack Valance mất đi, căn nhà được bán lại cho gia đình Neil McConnell gồm hai vợ chồng và hai con, một trai một gái. Gia đình này rất tử tế, vẫn thường giúp đỡ chúng tôi khi cần thiết. Có một kỷ niệm mà tôi chắc Neil chẳng bao giờ quên được là khi chúng tôi mời gia đình anh ta qua dự tiệc. Neil rất thích thú thưởng thức những món ăn đặc biệt của Việt Nam. Khi anh ta sắp ăn đến món bánh cuốn, ông xã tôi bảo nếu muốn ăn món này đúng cách, phải chấm bánh vào nước mắm có cà cuống và hỏi Neil có dám thử hay không. Anh ta bằng lòng, nhưng vừa bỏ miếng bánh vào miệng, Neil trợn mắt nhả miếng bánh ra khỏi miệng ngay lập tức và từ đó mất hứng không dám ăn món gì nữa.

Bây giờ gia đình Neil cũng đã dọn đi và gia đình hai vợ chồng Rick và Heather cùng bốn đứa con dọn đến. Gia đình này cũng rất đáng mến. Heather thường mang những thức ăn tự làm qua tặng chúng tôi.

Gia đình láng giềng bên phải chúng tôi là người Mễ. Chủ nhà là Orlando, rất tử tế với gia đình chúng tôi, thường giúp chặt những cành cây to ở đàng trước cũng như ở sau vườn. Có đêm đã khuya còn cho xe chở chồng tôi lên tận phi trường Los Angeles để đón người cháu, vì dạo đó anh ấy không được khỏe, còn tôi lại không dám lái xe ban đêm. Bây giờ gia đình Orlando cũng dọn đi nơi khác. Những người bạn láng giềng mới cũng rất dễ chịu, vẫn thường giúp chúng tôi khi có những công việc nặng nhọc.

Đối diện ngay trước mặt nhà chúng tôi là vợ chồng Greg và Karen, cũng hay giúp đỡ chúng tôi khi cần. Tôi sẽ nói thêm về cặp vợ chồng này ở đoạn sau.

Bên phải của nhà Greg là hai vợ chồng Rick và Peggy. Chồng là Nhật lai Mễ, vợ là Mỹ lai Đức. Mỗi kỳ Giáng Sinh hai vợ chồng lại đem kẹo bánh tặng chúng tôi. Có bận Rick nhìn thấy cô em tôi phải hì hục cưa những cành cây khô cứng của Palm Tree, đã chạy qua giành lấy công việc. Trong mùa đại dịch lại tình nguyện qua nhổ cỏ, cào đất sân trước cho chúng tôi.

Bên trái nhà của Greg là nhà của hai vợ chồng Mark và Lisa. Đây là căn nhà mà năm 1975 chúng tôi đã thuê để ở sau khi đã dọn khỏi Golf Club House do người bảo lãnh và Rotary Club thuê cho chúng tôi ở tạm những ngày đầu tiên đến cư ngụ tại thành phố Thousand Oaks. Hai vợ chồng Mark Diniakos này rất tốt với chúng tôi. Mỗi lần tôi đi xa thường đem cái carry-on đựng giấy tờ quan trọng và những kỷ niệm quý giá để gởi. Mark thường nói đùa là 'the mysterious bag'.

Năm vừa rồi Mark phải mổ xương sống, chỉ sau hơn một tháng trời khi City Hall của tỉnh ra thông cáo có xà bần ai muốn cứ việc đem xe đến chở về. Mark và Lisa đã chịu khó chở mấy chuyến xe, lại còn phải khuân từng thùng xà bần đó qua đổ trước sân nhà chúng tôi. Nhiều lần tôi đã khuyên Mark không nên làm như thế vì rất nguy hiểm cho xương sống của ông ta, thế mà hai vợ chồng vẫn tiếp tục công việc đó, lại còn nhổ cỏ và cào cho sân được bằng phẳng nữa.

Tôi thật không ngờ cái tình láng giềng đối với nhau lại cảm động đến như thế. Đấy cũng là một trong những lý do khiến chúng tôi đã do dự không muốn dọn đi nơi khác.

Bây giờ cho tôi nhắc đến những tấm lòng quý báu trong cơn đại dịch Vũ Hán này. Khi nghe tin chính phủ ban bố tình trạng khẩn trương và khuyên mọi người, nhất là những người già nên ở trong nhà, hai chị em đã đành chịu cảnh 'cấm trại 100%'. Tôi nghĩ nếu cái đà này kéo dài thì lấy thức ăn ở đâu để sống? Mặc dù các cháu con của anh chị tôi hứa là sẽ lên thăm để mang các thức cần dùng và thức ăn cho chúng tôi. Chúng tôi đã quyết liệt từ chối vì các cháu ở quá xa, có thể nguy hiểm và bất tiện cho các cháu trong lúc này.

Nào ngờ gia đình Greg và Karen, người láng giềng ở đối diện nhà chúng tôi đã mang bánh sandwich và gạo qua tặng. Sau này cứ hằng tuần lại đem bánh mì, gạo, gà đông lạnh, jambon, mì gói... qua tiếp tế. Heather, người ở phía trái nhà chúng tôi có nuôi gà, lại đem trứng cho chúng tôi bổ dưỡng.

Hai vợ chồng cậu ruột của Bé Quyên tình nguyện hai tuần một lần đi chợ hộ. Bố Mẹ của Quyên và Quyên đã nhiều lần chở từng thùng đồ dùng và thức ăn đầy xe đến tặng chúng tôi. Quyên đến đây nhưng tôi không được ôm cháu vào lòng như thường lệ. Hai bà cháu chỉ đứng cách xa nhau và nhìn nhau mà lệ ứa!

Nhân tiện đây, cho tôi được nói đôi dòng về Bé Quyên của tôi. Các bạn, nếu trong quá khứ đã đọc những câu chuyện về Bé Quyên đăng trong các Tập san Khải Định 48-55 hoặc 'Lá Thư Phượng Vỹ', có lẽ sẽ còn nhớ tôi đã 'babysit' cháu khi cháu mới ba tháng tuổi. Thấm thoắt Bé Quyên bây giờ đã trở thành một thiếu nữ 21 tuổi, thông minh, yêu kiều. Cháu sẽ tốt nghiệp sau khi đã học 4 năm tại trường Berkeley vào tháng 5 năm 2020 này. Tôi chắc cháu sẽ buồn lắm vì trong tình trạng đại dịch sẽ không có tổ chức lễ mãn khóa.

Mới đây, khi soạn đống giấy tờ cũ, tôi tìm thấy bức thư của cháu, có thể là một bài luận, viết gửi cho bố mẹ hay ông bà ngoại của cháu mà bạn tôi cho mượn đọc và giữ luôn. Tôi xin chép ra đây để các bạn biết trong những bài tôi viết về cháu, tôi đã kể rằng mỗi lần chúng tôi nói chuyện với nhau, Bé Quyên chỉ trả lời bằng tiếng Anh, thế mà về sau này tôi rất cảm động khi nghe cháu thỏ thẻ: "Bà ăn có ngon không?", "Bà có khỏe không?". Tuy nhiên tôi không thể ngờ được cháu đã viết được một đoạn bằng tiếng Việt như sau:

"Con muốn làm phụ giáo trong lớp một, tại vì con muốn tập tiếng Việt nhiều hơn. Con muốn nói nhuyễn hơn và nói truyện (chỗ này Quyên dùng sai chữ) với học sinh và thầy giáo. Con làm phụ giáo cho lớp Cô Hoa tại vì con muốn nói tiếng Việt. Hơn nữa con muốn nói tiếng Việt nhiều hơn ở nhà với ba mẹ. Lúc con học trong lớp một, lớp con không có phụ giáo để giúp con lúc con viết sai. Vì thế con muốn giúp đỡ các em nhỏ năm nay để các em học giỏi hơn."

Các bạn có thấy Bé Quyên đáng yêu không? Cháu lại làm tôi nhớ lúc cháu chỉ mới trên 4 tuổi đã biết 'sửa lưng' Bà Vân khi tôi nói giọng Huế với cháu:

"Cái NÓN chứ không phải cái NỌN." - "Con CHÓ chứ không phải con CHỌ."

Tôi xin tiếp tục câu chuyện những tấm lòng quý báu trong mùa dịch Vũ Hán. Khi biết Corona virus đang hoành hành, những người láng giềng đã ghi cho chúng tôi số điện thoại của họ và ân cần dặn dò nếu có điều gì khẩn cấp, cứ gọi họ. Khoảng vài ngày họ lại qua đấm cửa hỏi thăm. Rick Tanishita tình nguyện qua nhổ cỏ sân trước và cả vườn sau.

Mẹ của hai đứa nhỏ mà tôi đã 'babysit' cách đây hơn mười năm trời, cũng thường xuyên gọi điện thoại hỏi tôi có cần gì để hai cháu lái xe mua đem đến. Cháu đầu đã có bạn gái và cháu thứ nhì cũng đã lên đại học. Mặc dù tôi không còn giữ hai cháu nữa, nhưng gia đình này hằng năm đến dịp Tết vẫn tới thăm và tặng quà. Có những người bà con, bạn bè, ở gần hay xa, vẫn ân cần hỏi chúng tôi có cần gì họ sẽ mua và có cách gửi đến, nhưng chúng tôi chỉ cám ơn và đành từ chối. Thật là những tấm lòng vàng đáng trân quý. Chỉ những lúc hoạn nạn mới nhận thấy tình người thật cảm động như vậy.

Có người hỏi tôi bây giờ sợ cái gì nhất, có phải sợ 'cô Vy' không? Tôi trả lời cũng đúng, nhưng không sợ bằng sự đình công của cái laptop của tôi.

Hằng ngày thú vui của tôi là chỉ có làm bạn với cái laptop này. Nhờ nó mà tôi có thể liên lạc thường xuyên với tất cả bà con, bạn bè, người thân từ các nước Anh, Bỉ, Đan Mạch, Đức, Gia Nã Đại, Na Uy, Pháp, Thụy Sĩ, Việt Nam, Úc, và gần như khắp các tiểu bang trên đất Mỹ.

Đó là chị em Từ Thị Như Mai và Kim Cúc. Tôi quen hai người này trên đường hồi cư từ Dĩ Hạ về Quảng Trị nhưng phải đi qua Gio Linh. Chúng tôi ở lại đây vài ngày tại nhà thân phụ của Như Mai là Cụ Từ Bộ Tân. Kim Cúc dạo đó xinh như một con búp bê. Ai nhìn thấy cũng muốn bế vào lòng, thế mà cứ mỗi buổi trưa lại phải hối lộ cho các anh chị kẹo sô-cô-la để nằm ngủ với mình vì các anh chị còn có nhiều trò chơi hấp dẫn khác.

Dầu chỉ quen biết nhau vài ngày, thế mà khi chia tay cũng cảm thấy bịn rịn nghẹn ngào. Rời Gio Linh chúng tôi vào Quảng Trị rồi về Huế. Từ đó chúng tôi không còn gặp nhau nữa, trừ Tùng, em gái của Như Mai mà gia đình đã bị Việt Cộng tàn sát một cách dã man kỳ Tết Mậu Thân. May thay đứa bé trai sống sót, bây giờ đã trở thành một vị tướng lãnh trong Hải Quân Hoa Kỳ.

Chúng tôi bặt tin nhau mấy chục năm trời, nào ngờ lại được tái ngộ tại quê hương thứ hai này. Số là cô giáo dạy Anh Văn cho hai vợ chồng Thọ, Mai là Ruth Canfield lại là bạn quen cùng dạy Adult School chương trình Laubach tại Thousand Oaks. Về sau, ngân quỹ cạn, tôi phải nghỉ dạy.

Một đêm nọ, Ruth gọi điện thoại cho tôi kể chuyện rằng bà có dạy hai vợ chồng người tị nạn Việt Nam mà người vợ có vài nét đặc biệt làm bà liên tưởng đến gia đình tôi. Tôi hỏi tên, bà bảo là THO ĐANG và MAI TU, tôi cũng chưa nghĩ ra là ai, nhưng cũng hỏi xin số điện thoại. Nghe nói là người Việt Nam nên tôi gọi ngay. Thật là một điều bất ngờ kỳ thú, lại đúng ngay người bạn đã bặt tin hơn nửa đời người. Chúng tôi mừng rỡ hẹn gặp nhau ngày hôm sau. Đêm hôm ấy thao thức không chợp mắt được, tôi chỉ mong mau đến sáng. Buổi hội ngộ thật quá cảm động, không làm sao tả xiết nên lời. Từ đó, tình bạn của chúng tôi càng đậm đà thân thiết. Kim Cúc tị nạn ở Pháp, mỗi lần qua Cali thăm chị ruột đều ghé thăm tôi và có lúc ở lại đêm tại nhà. Mẹ tôi rất thương mến hai chị em này.

Ngoài chị em Mai, Cúc còn có các nhóm bạn như nhóm Chu Văn An mà dạo xảy ra đám cháy khủng khiếp ở Nam Cali, các anh Bích, Công, Minh đã tình nguyện lên đón hai chị em chúng tôi về Orange County để tạm lánh Thần Lửa, nhưng tôi đành xin lỗi và cảm tạ tấm lòng quý báu của các anh mà thôi. Một thời gian sau cũng chính các anh lại chịu khó chở hai bạn là chị Vân Yến và Tạ Văn Tài từ miền Đông qua thăm và đem thức ăn lên cho chúng tôi đãi khách.

Lại có nhóm Đại Học Sư Phạm ban Anh Văn, qua nhóm này tôi được thưởng thức những áng văn, thơ, nhạc, họa, khảo cứu, dịch thuật... Người tôi mang ơn nhiều nhất là anh Đinh Đức Vượng, đã chịu khó dịch tập truyện 'Như Một Giấc Mơ' của Nguyễn Thị Kim Dung qua tiếng Anh 'Like A Dream' chỉ trong vòng vài ngày vì đã nể lời giúp tôi. Anh Vượng là tác giả những bài khảo cứu bằng tiếng Anh và dịch ca dao Việt Nam qua Anh ngữ nên tôi đã mạnh dạn nhờ anh trong công việc này.

Ngoài các nhóm kể trên, hằng ngày tôi vẫn liên lạc với các nhóm Đồng Khánh, Khải Định, Hội Ái Hữu Lê Văn Duyệt, các em cựu học sinh và các thân hữu khắp nơi mà trong đó có hai nhóm thường xuyên hầu như mỗi ngày đều cho biết tin tức của nhau, hoặc chuyển cho nhau những mẩu chuyện vui cười hay cảm động, hoặc những hình ảnh đặc biệt xảy ra khắp thế giới. Đó là nhóm Lê Văn Duyệt khóa 58-64 và nhóm 'Nhà Cô Vân'. Nhóm này phần đông gồm các em từ trường Trưng Vương qua vì phải hoán đổi với các học sinh Lê Văn Duyệt, do hồi ấy trường Trưng Vương không có ban C Pháp Văn Sinh ngữ chính và Lê Văn Duyệt không mở lớp ban C Anh Văn là môn chính.

Tôi chỉ dạy lớp này năm đệ tam Anh Văn sinh ngữ phụ. Trong nhóm các em Trưng Vương, tôi biết có ba em đã dành cảm tình đặc biệt đối với tôi, ấy là Nguyễn Thị Kim Dung, Mai Thị Lan và Bùi Thị Thuận. Dầu sau này các em không học với tôi nữa, chúng tôi vẫn thường xuyên giữ mối liên lạc với nhau. Khi mất nước, chúng tôi cũng mất luôn tin tức của nhau. Nhưng Trời không phụ lòng, tình cờ cuối cùng chúng tôi: Lan, Lệ Châu, Mỹ và Thuận, lại có cơ duyên tái ngộ tại Hoa Kỳ. Từ đó chúng tôi dần dần tìm cách liên lạc lại được với nhiều em khác nữa và lập thành nhóm 'Nhà Cô Vân'. Nhóm này có em Nguyễn Thị Kim Dung là một cựu luật sư lại thích viết văn, đã xuất bản tập truyện thiếu nhi 'Như Một Giấc Mơ' như đã giới thiệu ở trên. Tôi rất cảm động khi em cho hay nhân vật chính lấy cảm hứng từ vị giáo sư chỉ dạy em có một năm trời mà thôi! Bùi Thị Thuận cũng viết về tôi và đăng lên báo khi còn ở Việt Nam.

Tôi không thể không nhắc đến 'Les Trois Mousquetaires' Hoa, Nguyệt, Vân của đệ tam sinh ngữ Khải Định năm nào, dẫu qua bao nhiêu biến chuyển của thời cuộc vẫn khắng khít với nhau. Nhất là Võ Thị Nguyệt, hầu như vài ngày lại gọi điện thoại cho tôi. Nguyệt và Hoa mỗi lần có dịp qua Cali đều tìm gặp D'Artagnan ở chỗ khỉ ho cò gáy này.

Mộng Hà, Dạ Khê, Mỹ Trang dầu không phải là 'ba chàng ngự lâm pháo thủ' cũng thường hay liên lạc với tôi. Xem như thế, mỗi ngày tôi đều nhận ít nhất là hai chục cái 'i-meo'. Tính tôi lại hay cả nể bạn bè, nhận thư ai cũng muốn trả lời, vì vậy nên thời gian ngồi trước laptop cũng chiếm trọn hết ngày giờ.

Nếu ai nhìn vào bàn phím máy của tôi chắc phải bật cười vì chữ trên bàn phím đã mờ gần hết. Tôi phải lấy giấy dán vào mỗi chữ, chứ nếu không khi đánh máy chẳng biết ở đâu mà gõ cho đúng! Tôi chỉ sợ một buổi sáng nào thức dậy, mở máy ra không dùng được nữa, và trong thời gian này chẳng biết nhờ cậy ai, thì cuộc đời sẽ buồn biết mấy!

Mặc dù tôi có thể sửa được khi bật máy lên, nó hiện chữ: "the page is not displayed" tôi chỉ việc lên gác tắt các 'router' trong vòng 15 giây, xong lại bật điện lên lại, đi xuống nhà chờ 10 phút nữa, máy lại chạy ngon lành như cũ. Đó là bí quyết nhân viên của hãng đến lắp chương trình TV cho chúng tôi đã bày cho biết cách để tự sửa. Vụ này cũng thường hay xảy ra, đôi khi cũng làm tôi gần đứng tim. Nếu máy chết thật sự, tôi sợ sẽ chẳng còn phương tiện nào để hằng ngày tiếp tục liên lạc với các nhóm kể trên nữa!

Vài tháng trước đây, tôi gọi điện thoại cho cô bạn để khuyến khích cô ta viết bài đăng vào tập san này.

"Tau mong lần ni mi nên viết bài, vì đây là lần cuối cùng các bạn mong đọc lối văn rất tếu của mi lắm đó."

"Tau chừ chẳng viết lách chi được nữa rồi!"

"Tau biết khó khăn lúc đầu, chứ sau khi mi ngồi xuống là ý tứ văn chương của mi tuôn ra ào ào."

"Chừ tau chỉ có tuôn ra trong phòng tắm mà thôi."

Vừa trả lời xong, cô nàng cười khanh khách và tắt máy cái rụp. Với cách trả lời như vậy, tôi hiểu các bạn đoán biết là ai rồi, tôi khỏi cần phải giới thiệu.

Bây giờ có lẽ tôi phải ngưng ở đây, chứ nếu cứ tiếp tục những câu chuyện không đầu không đuôi này mãi (mặc dù vẫn nhớ lời anh Ngự dặn phải viết thật dài), tôi sợ rằng tập san sẽ không còn chỗ để chứa bài viết của tôi, và các bạn chắc cũng đã chán ngán, nhất là người đã vui lòng giúp đánh máy bài cho tôi là anh Tôn Thất Diên đã quá mỏi tay rồi!

Tuy nhiên trước khi chấm dứt bài viết, tôi mong các bậc trưởng thượng, anh chị em bà con họ hàng, bạn bè, các em cựu học sinh Lê Văn Duyệt và Trưng Vương của tôi, các con nuôi của Mạ Vân, nếu có tình cờ đọc bài này, không thấy tên mình được nhắc đến, đừng nghĩ rằng tôi đã quên! Tôi vẫn nhớ và nhớ hoài những cử chỉ ân cần, những lời nói an ủi chí tình đã dành cho hai vợ chồng tôi, nhất là đối với tôi, khi người bạn đời của tôi đã vĩnh viễn rời xa.

Cũng nhân tiện đây, cho tôi xin được cảm tạ những tấm lòng vàng đã nhân danh tôi ủng hộ cho Tập San Khải Định 48-55 trong suốt mấy chục năm qua.

Đã từ lâu tôi vẫn ghi ơn các anh chị trong Ban Biên Tập và những người đã âm thầm đóng góp công lao vào việc hình thành Tập San Khải Định khóa 48-55 từ quá khứ cho đến hiện tại, đã cố gắng cho xuất bản từ số 1 đến số 25 trong suốt 25 năm trời không ngừng nghỉ. Các bạn đã chịu khó 'vác ngà voi' cho chúng tôi được thưởng thức những sáng tác đủ mọi vấn đề, những thiên hồi ký, những mẩu tâm sự, kỷ niệm... trải dài qua thơ, văn, nhạc và họa. Các bạn đã làm việc không bao giờ phàn nàn mặc dù biết rằng một khi tập san được xuất bản thế nào cũng có người khen, kẻ chê, nhưng các bạn vẫn điềm nhiên tiến bước, cố đem lại niềm vui cho các bạn cùng khóa. Bây giờ sức đã hầu cạn, lực cũng đã mòn, không thể tiếp tục công việc 'ăn cơm nhà vác ngà voi' nữa nên đành gác bút, tuyên bố tập san này là cuốn cuối cùng, dầu đã biết cuộc đời nếu có bắt đầu thì thế nào cũng phải có chấm dứt.

Tuy nhiên tôi cầu mong rằng tình bạn giữa người cùng khóa 48-55 đã từng mài đũng quần tại trường Khải Định - Quốc Học dù bất kỳ trường hợp nào cũng sẽ trường tồn mãi mãi với thời gian.

Khi bài viết đã gửi đăng, những việc xảy ra sau đây chưa xảy ra, nên tôi đã không thể cảm tạ những tấm lòng của những người đã ưu ái giúp đỡ hai chị em tôi trong thời kỳ còn dịch Vũ Hán hoành hành.

Mặc dầu có rất nhiều bà con đã đề nghị giúp đỡ nhưng tôi đã thành thật từ chối vì đường sá xa xôi phần thì gửi quà rất nhiêu khê. Thế mà Thuần Dung vẫn cứ nhất định gửi quà đến cho chúng tôi. Có những tuần xe UPS liên tục đứng trước nhà chúng tôi đổ những thùng quà, khi thì khẩu trang, khi thì hand sanitizer, khi thì giấy vệ sinh, khi lại đầy thức ăn, thức uống, không thiếu thứ gì. Thuần Dung thật quá chu đáo chỉ sợ hai bà chị này nhịn đói. Còn gửi dư khẩu trang và đề nghị chúng tôi làm quà cho láng giềng và cũng nhờ đó mà chúng tôi đã có món quà có ích để cảm tạ những tấm lòng của các vị láng giềng.

Vic Viễn thì gửi tôm khô, phở, và salad sợ hai bà chị thiếu chất bổ dưỡng. Điều ngạc nhiên thích thú nhất là một sáng thứ bảy thấy người bấm chuông, mở cửa ra thấy chị Oanh và các cháu Thúy, Thùy, Thoa xách nào là đồ ăn đã nấu sẵn, nào là thức ăn để nấu trong tương lai mà chợ Mỹ ở đây không thể có được. Thúy thấy Mẹ Vân ốm quá nên hôm sau đã order sữa Ensure lên liền. Có gặp những trường hợp này mới thấy tình gia đình thật quý hóa. Nhiều anh chị em đề nghị giúp đỡ nhưng hai chị em này cảm thấy đã quá đầy đủ rồi. Xin một lần nữa cảm tạ tất cả tấm lòng quý báu của tất cả mọi người trong đại gia đình.

Thousand Oaks ngày 5 tháng 5 năm 2020

BÀI VIẾT VỀ BÀ NGUYỄN VĂN ĐÃI HAY BỨC THƯ KÍNH GỬI GS. NGUYỄN KHOA DIỆU LIỄU

Kính thưa Cô,

Có thể Cô sẽ rất ngạc nhiên không tìm thấy bài em viết về Thầy trong Lá Thư Phượng Vỹ?

Em còn nhớ một bận khi gọi điện thoại đến Cô, Cô đã nói như muốn dặn dò: "Kỳ ni nhiều người viết về Thầy lắm đó. Thầy nói không ai hiểu Thầy bằng em". Em rất cảm động và cũng rất hãnh diện được chính Cô nói lên điều ấy. Nhưng, thưa Cô, không hiểu sao em không thể nào viết được một bài về Thầy trong dịp này, dù rất ngắn. Hoàng Oanh cũng đã nhắc nhở em: "Vân nên viết về Thầy cho tờ Phượng Vỹ kỳ ni đi". Thế mà em đành chịu lỗi với Thầy Cô. Để bù lại, em muốn nhân cơ hội này viết về Cô, người phụ nữ mà em nhận thấy lời của người xưa: hồng nhan đa truân quả là quá đúng!

Em còn nhớ dạo hãy còn cắp sách đến trường Đồng Khánh, Cô là thần tượng của nhiều nữ sinh. Bọn em thường ví Thầy Cô như một cặp tài tử màn bạc. Mỗi bận Cô đi qua lớp, nhẹ nhàng quý phái khiến bọn em không khỏi thầm thì ngưỡng mộ. Em cứ tưởng rồi đời Cô sẽ mãi mãi hạnh phúc bên cạnh Thầy. Nào ngờ đâu Tết Mậu Thân năm 1968 đã mang đến một tai biến khủng khiếp cho cuộc sống êm đềm của Thầy Cô: Thầy đã bị bọn Cộng Sản bắt đi biệt tích không biết sống chết như thế nào. Cô đã đi theo từng đoàn người đi tìm xác của thân nhân. Có ngọn bút nào có thể tả hết được nỗi đau đớn tột cùng của người vợ đi lật từng xác chết, để mà run sợ sẽ tìm thấy đấy là hình hài còn lại của người mình thương? Cô cũng đã đến nhà xác của bệnh viện để nhìn mặt từng người chết, không màng đến mùi hôi thối xông lên từ các tử thi. Chắc chắn Cô đã trải qua những năm tháng hãi hùng, sống trong phập phồng lo âu, đau khổ!

Năm 1973 ngày trao đổi tù binh tại Bến Hải, Cô cũng đã lặn lội đến đấy để hy vọng sẽ tìm thấy Thầy trong đám người được trả tự do. Nhưng than ôi, Thầy đã không có mặt trong số những người may mắn ấy. Thậm chí Cô cũng đã chạy theo một cụ già kiệt sức được hai người khiêng trên chiếc võng, hy vọng đấy sẽ là Thầy. Hy vọng mong manh để trở thành thất vọng não nề, Cô đành lủi thủi bước lên chiếc phi cơ đưa những người tù binh trở về Đà Nẵng. May mắn thay, Trời đã không phụ kẻ có lòng: Cô đã được tin Thầy qua một mảnh giấy nhỏ giấu kín trong đế giày của một người tù được trả tự do. Còn nỗi vui sướng nào bằng khi được tin Thầy vẫn còn sống! Dù chưa biết rõ địa điểm chỗ giam giữ Thầy ở đâu, nhưng vài nét chữ thân thương của Thầy trên mảnh giấy bé nhỏ cũng đủ mang lại một nguồn sinh lực và lòng can đảm để cho Cô đương đầu với cuộc sống hiện tại. Sau này được biết rằng Thầy đã có tên trong danh sách những người được trả tự do năm 1973, nhưng vì phía Quốc Gia không chịu trao trả những nhân vật cao cấp của Cộng Sản, nên Thầy đã bị họ giữ lại.

Trong suốt thời gian bị giam giữ, Thầy vẫn cố gắng tìm đủ mọi cách để nhờ người đưa tin về Huế, Đà Nẵng, Đà Lạt và Sài Gòn mong đến tay Cô, nhưng chẳng bao giờ có kết quả, mãi đến năm 1973 nhờ cuộc trao trả tù binh, niềm vui mới thật sự đến với Cô.

Năm 1977, Thầy biết được tin bà Nguyễn Khoa Diệu Hồng là bà con của Cô, đang giữ chức Chủ Tịch Hội Phụ Nữ miền Bắc, Thầy đã đánh liều viết một bức thư nhờ bà Hồng trao lại Cô. Nhờ đấy mà Cô biết được địa điểm chỗ giam giữ Thầy. Năm 1979 Cô làm đơn xin cho Thầy được ân xá về thăm gia đình vì con gái của Thầy Cô đang bị bệnh trầm trọng không qua khỏi, nhưng con người của Cộng Sản đã coi thường tình cảm thiêng liêng của gia đình, nên đã nhẫn tâm từ chối không cho phép người cha được gặp mặt đứa con yêu lần cuối.

Trong thời gian này Cô đã đi thăm nuôi Thầy. Cô đã trải qua bao nỗi nhọc nhằn gian khổ mà một người đàn bà suốt đời chỉ sống trong sự giàu sang quyền quý, tưởng sẽ không kham nổi. Thế mà Cô đã vượt qua được tất cả mọi vất vả, gian nan để đến với Thầy. Nhưng những giây phút hạnh phúc quá ngắn ngủi, Cô đã phải trở về với thực tại chán chường và Cô đã phải đương đầu với một mất mát quá lớn lao, đấy là sự ra đi vĩnh viễn của em Quỳnh.

Năm 1980 cuối cùng rồi Thầy cũng được trả tự do. Năm 1984 Cô Thầy qua định cư tại Mỹ. Tưởng rằng cuộc đời của Thầy Cô từ đây sẽ được bình yên bên nhau. Thế mà tạo hóa quá khắc nghiệt, ngày 23 tháng 11 năm 2000 Thầy đã nhắm mắt từ giã cõi đời, từ giã tất cả mọi người thân, để lại bao nỗi tiếc thương cho Cô, cho các em, họ hàng bà con, bạn bè và đám học trò cũ của Thầy.

Mấy tháng trước, khi nghe tin Thầy lâm bệnh, thứ bảy nào em cũng gọi điện thoại để được thưa chuyện với Thầy và mong Thầy vẫn lạc quan tin vào một phép lạ sẽ đến. Em chỉ ân hận một điều là những ngày cuối cùng của Thầy, em đã không có may mắn như các bạn Nguyễn T. Trâm Anh, Bùi Vân Trà, Tôn Nữ Mỹ Trang, Lê T. Bạch Yến, v.v... đã được gặp Thầy. Theo lời của Mỹ Trang khi đến thăm Thầy, Thầy bỗng nhắc "giờ ni là Vân hay kêu lên để thăm Thầy" thì cũng vừa lúc em bấm số và chuông đã reo (sau này nếu em chết đi, chắc sẽ linh thiêng lắm Cô ạ).

Dù biết rằng không còn một phương thuốc nào có thể cứu Thầy được nữa, thế mà nghe tin Thầy ra đi, em vẫn không cầm được hai hàng nước mắt. Khóc vì thương Thầy mà cả thương Cô. Khi gọi điện cho Cô, hai cô trò đã nghẹn ngào trên đầu dây nói. Em thương Cô quá mà chẳng biết nói gì để an ủi Cô. Em còn nhớ mỗi bận nói chuyện với Thầy, Thầy vẫn tỏ ra yêu đời và rất can đảm, ý chí sinh tồn của Thầy rất mạnh. Chỉ có một hôm khi đang nói chuyện, Thầy bỗng thở dài và bảo rằng nếu Thầy có mệnh hệ gì, Thầy chỉ lo cho Cô mà thôi, không hiểu Cô có chịu đựng được không? Cô ơi, trong những giây phút đau đớn cuối cùng ấy mà Thầy vẫn quên bệnh trạng của mình, chỉ ưu tư lo lắng cho Cô thì tình yêu của Thầy đối với Cô quả là vô bờ bến.

Thầy mất rồi, em không còn ai để mỗi bận viết được một bài thơ, bài văn nào lại gửi lên để được Thầy phê bình, khuyến khích và cũng không còn nhận được những tờ "photocopie" các bài Thầy viết đăng ở bất cứ tạp chí nào.

Hôm gặp lại Cô ở miền Nam Cali ngày 10 tháng hai vừa qua, trước khi từ giã, Cô đã bảo em phải hôn vào má Cô hai cái. Cô bảo: "Một cái cho Cô, một cái cho Thầy, Thầy thương Vân lắm đó". Em nghe mà ứa nước mắt, Cô ơi!

Thầy ra đi không những là một sự mất mát không hàn gắn được với Cô và gia đình, mà còn là một sự thiệt thòi lớn lao cho nền văn học hải ngoại. Dù cuộc đời của Cô có nhiều gian truân, đau khổ, Cô cũng nên tự hào là Thầy đã được mến mộ và kính trọng trong giới cầm bút và nhất là đám học trò cũ của Thầy Cô. Em cầu mong Cô được nhiều sức khỏe và nhiều can đảm.

Kính thư

Học trò của Cô: Ngô Thị Vân
Thousand Oaks, ngày 23-2-2021

VỀ NGÔI MỘ TẠ KÝ

Nhân đọc được bức thư của ông Đynh Trầm Ca viết cho ông Viên Linh trên tạp chí Khởi Hành tháng 11 năm 2000, chúng tôi mới biết mộ của anh Tạ Ký sắp bị san bằng(*).

Vì không đành lòng khi biết tin nắm xương tàn của bạn mình lại sắp sửa bị CS hành hạ thêm một lần nữa, nên chúng tôi một nhóm bạn ban Sinh Ngữ cùng lớp với anh Tạ Ký và các thân hữu đã đóng góp một số tiền 980.00$ US, ngày 7/1/2001 đã nhờ ông Viên Linh chủ nhiệm tạp chí Khởi Hành chuyển về cho người cháu của anh Tạ Ký. Cũng theo lời người cháu này, hài cốt sẽ được bốc về chôn cạnh mộ của thi sĩ Bùi Giáng tại Sài Gòn. Như vậy nếu chúng ta về thăm quê hương, sẽ có dịp viếng mộ người bạn xấu số của chúng ta vậy.

Danh sách đóng góp:

Lớp Sinh Ngữ: Phạm Chung & Huỳnh Hoa, Nguyễn Thị Diệp, Hoàng Quỳnh Hoa, Lâm Sĩ Hồng, Phạm Thị Hường, Trần Ngọc Nam, Dương Diên Nghị, Dương Thị Nghĩa, Nguyễn Thị Từ Nguyên, Võ Thị Nguyệt, Tôn Thất Phú, Nguyễn Phi Thắng, Bùi Văn Trà & Bửu Quê, Ngô Đình Tự, Đinh Xuân Vinh, Thái Anh Vinh, Ngô Thị Vân.

Thân Hữu: một vị ẩn danh, Nguyễn Thị Trâm Anh, Hoàng Thị Hạnh, Tôn Nữ Dạ Khê, Lê Trọng Ngưng, Quỳnh Tiêu, Phan Như Thạch, Phan Văn Vỹ.

Văn Nghệ sĩ: Đỗ Kim Bảng, Lê Mộng Bảo, Trần Công Phấn, Tạ Thúc Phú.

(*) *Trích từ tạp chí Khởi Hành số 49 tháng 11/2000, trang 39*

MỘ NHÀ THƠ TẠ KÝ SẮP TAN

Tuổi già và bệnh tật đã hành hạ tôi không còn đủ sức chạy xe ôm dù mỗi ngày chỉ kiếm được 10 ngàn bạc (LTS: Khoảng 70 cents). Một vài người thân như Hà Nguyên Thạch, Huy Tưởng, Cung Tích Biền thì mỗi người có mỗi kiểu sống riêng và rất ít gặp. Mới đây tôi có gặp Cung Tích Biền để nói chuyện mộ anh Tạ Ký ở Chợ Mới, An Giang có người cho biết gần như mất dấu nếu không có ai lo di dời. Cung Tích Biền bàn sẽ báo Tường Linh và anh em khác để lo, nhưng rồi cũng chỉ là nói chơi cho vui. Không biết có ai là thân nhân ông Tạ Ký còn sống ở Mỹ hay ở Sài Gòn để báo họ biết nhỉ! Cũng nên báo cho anh Phạm Phú Minh tức Phạm Xuân Đài vì anh Minh người Quảng Nam có khi anh ấy sẽ có ý kiến gì đó giúp cho nắm xương anh Tạ Ký có chỗ yên ổn. Ở đây tôi biết rõ những người đã nuôi và đã chôn anh Tạ Ký. Người chủ chốt là anh Nguyễn Quí Trượng thì cũng đã chết rồi, nhưng còn gia đình vợ con và bạn bè anh ấy mà khi anh Tạ Ký chết họ có đi chôn cất. Có nhiều điều tôi muốn làm nhưng trời đọa tôi nên thành ra thằng chẳng ra gì. Đành xin lỗi với cả người sống lẫn người chết!

Mong ông hiểu tôi và đừng buồn gì tôi. Chúc lành cho ông và gia đình cùng bằng hữu.

Đynh Trầm Ca
Sài Gòn, Việt Nam

DỰ TÍNH TẬP THƠ KỈNH CHỈ SỐ HAI

Sau buổi lễ ra mắt Tập Thơ Kỉnh Chỉ rất thành công tại chùa Việt Nam, Garden Grove, tiểu bang California tháng 7 năm 1998, tất cả mọi người trong Đại Gia Đình Kỉnh Chỉ cảm thấy phấn khởi, lên tinh thần nên hy vọng sẽ tổ chức được một buổi lễ long trọng như vậy nữa để đón chào Tập Thơ Kỉnh Chỉ số 2 trong một tương lai rất gần.

Chúng tôi dự trù trong tập thơ sau này sẽ cho in phần thơ chữ Hán, thi hành được lời hứa với mọi người và nhất là đáp ứng được lời đề nghị của cố Nữ Sĩ Minh Đức Hoài Trinh, khi bà phát biểu cảm tưởng trong buổi lễ ra mắt sách như sau: *"Điều đáng tiếc là tập thơ chỉ có phần thơ họa mà không có phần thơ xướng..."*

Điều thiếu sót này là sự cố ý của chúng tôi, vì trong lá thư mời quan khách tham dự, chúng tôi đã đề cập đến vấn đề này. Trong tương lai, chúng tôi dự định sẽ cho ra mắt Tập Thơ Kỉnh Chỉ số 2 với những bài thơ xướng và họa giữa các Cụ trong Hương Bình Thi Xã, Tao Đàn Diêu Trì, Hội Khổng Học hoặc các nhóm tao nhân mặc khách khác mà Cụ chúng tôi đã góp phần xướng hay họa.

Tuy nhiên Trời chẳng chiều lòng người, chúng tôi đã gặp rất nhiều khó khăn ngoài ý muốn khi cố gắng tìm mối dây liên lạc với hậu duệ của các Cụ. Thêm vào đấy, vì phương tiện eo hẹp, vấn đề sinh kế khó khăn, đã khiến chúng tôi nản lòng, đành bỏ dở dự định. Nhưng sau khi tình cờ liên lạc được với Học Giả Nguyễn Đức Cung, Cố Thi Sĩ Cao Tiêu, hai vị này đã hết sức nhiệt tình giúp đỡ phiên âm, diễn nghĩa và chuyển thơ chữ Hán qua tiếng Việt, hy vọng cũ lại được nhen nhúm trở lại.

Đặc biệt là Cố Thi Sĩ Cao Tiêu, qua những lá thư trao đổi và những cuộc điện đàm, Ông đã khuyên chúng tôi bằng mọi giá phải cố gắng thuyết phục Đại Gia Đình in một tập sách, chỉ chú trọng đến phần thơ chữ Hán và diễn nghĩa, khoan nghĩ đến phần thơ xướng họa, vì phần thơ chữ Hán này là cả một kho tàng văn học mà Đại Gia Đình Kỉnh Chỉ phải khai triển để chuyển lại cho con cháu cũng như hậu thế. (Chúng tôi rất ân hận vì chưa kịp thi hành thì Thi Sĩ Cao Tiêu đã trở thành người thiên cổ!).

Những bài Hán Thi này với phần phiên âm, diễn nghĩa, chuyển thơ ra tiếng Việt là nhờ công lao của Cụ Bà Vĩnh Kỳ, cụ Hoàng Mạnh Đạt (bào huynh của Cố Thi Sĩ Cao Tiêu), Cố Thi Sĩ Cao Tiêu và Học Giả Nguyễn Đức Cung.

Chúng tôi mong rằng Ban Biên Tập của Tập Thơ Kỉnh Chỉ số 1 sẽ hiệp lực với Ban Biên Tập Đặc San Gia Đình Kỉnh Chỉ 2017 – với một lực lượng giới trẻ đầy óc sáng tạo, kiên cường, không chịu lùi bước trước bất kỳ một trở ngại nào để đi đến thành công, cùng với sự hợp tác chặt chẽ đầy thiện nguyện và nhiệt tình của tất cả Đại Gia Đình Kỉnh Chỉ.

Chúng tôi tin tưởng rằng chúng ta sẽ sớm hoàn thành sứ mạng cao quý này. Vị tiền bối đáng kính của chúng ta ở trên cao đang mỉm cười chấp thuận nhìn xuống con, cháu, chắt, chiu của Người dưới dương thế.

Thousand Oaks ngày 21 tháng 7 năm 2017

PHẦN II

A/ THƠ SÁNG TÁC

NHỚ MẸ

Mẹ ơi! Con nhớ Mẹ nhiều
Ngồi đây đơn chiếc những chiều nghĩa trang
Nghẹn ngào đốt trọn nén nhang
Nhớ thương chỉ biết gọi thầm "Mẹ đâu"
Thân Mẹ nằm kín mộ sâu
Nắng mưa Mẹ vẫn dãi dầu tháng năm
Nghiến răng con khóc âm thầm
Trăm năm âu cũng một lần "tử sinh"?

Pierce Brother Cemetery
CA, 12/8/2009

MẸ ƠI

Mẹ ơi mẹ ở phương nao?
Đêm đêm con ngắm vì sao trên trời
Sao nào nhấp nháy thay lời
Trong thư Mẹ gởi xuống đời cho con?
Mẹ xa đã mấy năm tròn,
Nhớ thương chỉ biết mỏi mòn giấc mơ
Mẹ ơi! Con vẫn mong chờ
Cho con sống lại tuổi thơ ngày nào.

Thousand Oaks, 20/2/2013

NHỚ THƯƠNG

Thương ai lệ tràn mi
Bao đêm biết nói gì?
Còn mang sầu viễn xứ
Lại nghẹn ngào biệt ly!
Gió về càng thêm lạnh
Người bỏ đi sao đành?
Âm dương buồn cách trở
Trách "Con Tạo" đành hanh!
Mùa đông đến não nề
Gió chướng lại quay về
Thổi lạnh lòng cô phụ
Ôm mối sầu thiên thu.
Bao đêm rồi đấy nhỉ?
Ngồi trước đèn đối bóng
Ngẫm cuộc đời huyễn mộng
Chỉ còn lại hư không!
Tháng ngày đành khóc hận
Giờ vò võ tấm thân
Nỗi đau quặn thắt lòng
Ôi! Trống vắng mênh mông

HUẾ ƠI! XIN CỨ ĐỢI

Ngày bỏ xứ ra đi
Chỉ hai bàn tay trắng
Nước mắt là hành trang
Quê hương ôi vời vợi
Nghìn trùng quá xa xôi!
Bao giờ ta trở lại
Còn được gọi "Huế ơi!"?
Sông Hương còn ngóng đợi
Những thiếu nữ tan trường
Tóc thề mơn áo trắng
Vành nón cứ nghiêng nghiêng
Tay ngà chừng luống cuống
Khi người tình đứng đợi
Trước cổng trường trao thư?
Huế nay còn chi nữa
Hay chỉ còn tang thương?
Cầu Tràng Tiền lỗi nhịp
Chuông Thiên Mụ ngừng vang
Kim Luông còn ủ rũ
Vỹ Dạ vẫn âu sầu
Thương những người năm cũ
Giờ phiêu bạc nơi đâu?
Trải bao lần binh biến
Xin Huế hãy can trường
Chờ đàn con trở lại
Dựng xây ngày tháng cũ
Cho thỏa tình quê hương !!!!

Thousand Oaks, CA 1980

THE LONELY SEAGULL AND THE INDIFFERENT SEA

You are an unfathomed ocean
I am a lonely seagull
Flying over high and silvery waves,
Waiting desperately for the call
Of the mysterious sea.
The universe is so immense!

Why can't I have any place to rest?
The water flowing over the sand
Erases all the memories!
You are cruel and emotionless,
Why haven't you ever answered me?
You've refused to take the burden of sadness
Away from my little body.
Alas! I am only a lonely bird
Is it my destiny?

California, 10/10/1982
Cảm tác sau khi thưởng thức bài nhạc "Cánh Chim Hải Âu" của Đức Huy

CHIM HẢI ÂU CÔ ĐƠN VÀ ĐẠI DƯƠNG LẠNH LÙNG

Người là biển sâu khó dò,
Tôi như cánh hải âu lẻ loi
Bay trên sóng bạc cao vời
Đợi chờ tuyệt vọng một lời gọi kêu
Của đại dương nhiều bí mật.
Bát ngát bao la kìa vũ trụ!
Biết nơi nao trú ngụ nghỉ ngơi?
Sóng trôi xô đợt cát vùi
Xóa bao kỷ niệm một đời cưu mang!
Biển khơi tàn nhẫn vô tâm,
Sao chưa đáp lại một lần cho nhau?
Chối từ quẳng gánh u sầu
Khỏi thân nhỏ bé có đâu đổi dời.
Than ôi! Chim mãi lẻ loi
Phải chăng định mệnh an bài đời tôi?

Vũ Ngọc Mai chuyển ngữ

HẢI ÂU CÔ ĐƠN VÀ ĐẠI DƯƠNG LẠNH LÙNG

Người, đại dương vô tận
Tôi, hải âu cô đơn
Bay cao trên sóng bạc
Chờ tuyệt vọng mỏi mòn
Tiếng gọi mời của biển
Trong vũ trụ mịt mùng!
Tại sao tôi không thể
Có chỗ nào nghỉ ngơi?
Nước chảy vùi trên cát
Xóa bao kỷ niệm rồi.
Tàn nhẫn và vô cảm
Sao người không trả lời?
Người đã không cất nhẹ
Gánh u sầu cho tôi
Một tấm thân bé nhỏ
Một con chim lạc loài
Ôi, cuộc đời là thế
Một định mệnh an bài.

Thu Lê phỏng dịch 30/6/2010

Từ trái sang phải: Cô Thu Lê, Phạm Quỳnh Thư (con gái Cô Thu và con gái nuôi của Mạ Vân), Cô Ngọc Mai, Cô Ngô Vân.
Hai Cô Ngọc Mai và Thu Lê thật tài tình khi chuyển ngữ bài THE LONELY SEAGULL AND THE INDIFFERENT OCEAN thành hai bài thơ tuyệt diệu.

NHỚ VỀ ANH

Tôi nhớ anh mái tóc bồng không chải
Đôi mắt buồn như chứa cả trời thu
Vào những chiều khi nắng đổ biên khu
Anh đứng lặng nhìn chân trời xa vắng

Anh nhớ ai trong những chiều tắt nắng?
Gọi thầm ai, gọi mãi đến thiên thu?
Tiếng đàn anh não nùng trong đêm lắng
Giọng sáo buồn u uất cõi thâm u!

Tôi nhớ anh qua mối sầu vạn kỷ
Tôi nhớ anh qua giọng hát sầu bi
Tôi nhớ anh trong cung đàn tuyệt diệu
Tôi nhớ anh theo tiếng sáo cô liêu...

Tôi nhớ nữa, nhớ hoài và mãi mãi
Những câu lòng anh đã nhủ bên tai:
“Tình ngang trái bởi vì ta nghèo khó,
Người yêu ta đâu đã phải vì ta?”

Và lửa loạn lan tràn trên đất nước
Chí nam nhi anh đã quyết thi hành
Giã mẹ già theo binh nghiệp: “hy sinh”
Trên chiến trận mong cho tròn chí khí

Rồi đêm ấy bên chén quỳnh tiễn biệt
Trong quán hàng anh ngâm khẽ bên tai
Những câu nói hận đời... tôi nhớ mãi

Chếnh choáng hơi men sầu lãng đãng
Người về mang nhớ bước vương vương...

Kể từ đấy say cuộc đời chinh chiến
Theo thân tàu anh chắp cánh bay đi
Qua Quảng Trị, Khe Sanh, A Sao, A Lưới
Về Lộc Ninh, Bình Giã, Rừng Sát, Cà Mau...
Anh đã sống trên những vùng chiến thuật
Khắp phương trời, thân đâu quản gian nguy.

Tin chiến thắng vang xa từ trận tuyến
Ánh vinh quang ngụt sáng ngập quân thù
Cánh chim bằng anh xé gió tung mưa
Xua quân địch như đàn ong vỡ tổ

Nhưng đêm ấy... cánh dù anh chẳng mở
Một vì sao đang rụng cuối trời xa
Theo tin dữ bay về nơi cố quận
Đánh thức người tình phụ nhớ thề xưa

Ôi! Hối hận ngập tràn lòng mỹ nữ
Ai điên cuồng mong níu lại thời gian?
Nhưng quá muộn! Hỡi ơi tình đã mất
Lệ chan hòa, khóc ướt đẫm khăn tang.

Thousand Oaks, 6/7/1990

TIẾNG CHIM GỌI ĐÀN

Các bạn ơi! Hãy gặp nhau đi
Đừng hẹn nữa!
Ai trong ta mà chắc được tương phùng?
Bao năm qua đày thân nơi xứ lạ
Biệt quê nhà, xa hẳn mái trường xưa
Các bạn ơi!
Bốn mươi lăm năm trước
Chúng ta - những mái đầu xanh đầy nguyện ước
Quyết đem trí óc mình san sẻ cho đàn em
Nhưng chỉ mười bảy năm sau
Vận nước nổi trôi
Ngờ đâu tan đàn sẩy nghé
Lũ chúng ta tứ tán bốn phương trời
Kẻ ở lại, người ra đi
Bạn ta mất, chúng ta còn
Thảm thiết lắm!
Trời cao đâu có thấu!!!
Những mái đầu xanh
Giờ đây đà điểm tuyết
Sống lang thang trên đất lạ quê người
Hỡi những ai còn giam mình trong "ốc đảo"
Hãy dang tay đón lấy những bàn tay
Chuyến tàu suốt cuối cùng rồi cũng đến
Chúng ta sẽ mỉm cười
Dẫu âm thầm đưa tiễn bạn đồng song

Các bạn ơi! Xin gặp nhau đi
Đừng tiếc nữa!
Vì tiền tài danh vọng cũng bằng không!
Chỉ còn chăng tình bạn mấy mươi năm
Hãy hâm nóng cho tình luôn thắm đượm!

California, 30/7/2003

Chú thích của tác giả:

Nhân cảm hứng lời kêu gọi của anh Phạm Xuân Lương, người mà Ban Anh Văn Đại Học Sư Phạm khóa 3 năm 1961 tại Saigon đã bầu làm "đàn anh" cổ động họp đàn: người đầy nhiệt tâm nhiệt huyết đã đứng ra kêu gọi chúng tôi "Hãy cố gắng nắm tay nhau để cùng hội ngộ". Nhưng khi thấy rằng có một vài bạn vì lý do nào đó vẫn còn im hơi lặng tiếng, vì vậy mới có bài thơ này.

Sau khi đọc xong bài thơ "Tiếng Chim Gọi Đàn" anh Phạm Xuân Lương lại cảm tác bài thơ sau đây:

TIẾNG CHIM THẢM THIẾT

Tiếng chim thảm thiết bi ai
Tiếng nghe não ruột ngân dài trong đêm
Tiếng than xúc động bên thềm
Tiếng ai oán gọi, buồn thêm giọt buồn
Tiếng như sóng lệ tràn tuôn
Tiếng như rả rích, mưa tuôn trong lòng
Tiếng thầm thủ thỉ ngóng trông
Tiếng rung thánh thót, ứa dòng lệ vương

Phạm Xuân Lương

BUỔI SÁNG CUỐI THU

Nắng nhạt bình minh mãn tiết thu
Không gian ảm đạm cảnh mây mù
Mảnh vườn u tịch hơi sương tỏa
Góc tủ se buồn nhạc dế ru
Tịnh trí trầm tư nguồn Mỹ Thiện
Bình tâm quán niệm gốc Chân Như
Hoàng hôn cuộc sống vơi phiền não
Sớm đạt niềm vui mở khóa tù.

Tư Nguyên

BÀI HỌA CỦA NGÔ THỊ VÂN:

Hôm nay sao lại hết mùa thu?
Lạnh lẽo không gian khói tỏa mù
Vương vấn thi nhân dòng lệ đổ
Thản nhiên thiếu nữ, khúc tình ru
Cô đơn gác vắng lòng xa cách
Diệu vợi đường xưa, dạ nhất như
Rũ sạch u sầu cùng tiếc nhớ
Thoát thân ra khỏi chốn lao tù!

NGƯỜI ƠI! XIN HÃY...

Nếu tôi chết xin người đừng nhỏ lệ
Để hồn tôi bay bổng tận trời cao
Nuối làm chi thân xác đã xanh xao
Và hài cốt rã rời trong mộ chí!

Người có đến, đừng xua tan bóng tối
Để hồn tôi chìm ẩn dưới mộ sâu
Đừng thấy nữa cuộc đời đầy gian dối
Nhớ làm chi sẽ mãi mãi u sầu!

Người có đến xin nhớ đừng mạnh bước
Kẻo làm tan giấc ngủ những âm hồn
Theo kinh chiều tiếng dế trỗi nỉ non
Hòa tiếng cú, tiếng quạ xa đồng vọng.

Nếu tôi chết mang tôi về cố quận
Để tôi còn tìm được mái trường xưa
Nơi tôi sống những chuỗi ngày thân ái
Đã qua đi, không trở lại bao giờ!!!
...

California, 26/2/2003

(HỌA NGUYÊN VẬN THƠ CỦA NGÔ THỊ VÂN)

Người ơi! Xin Hãy ép khô dòng lệ
Cho thiên thần chắp cánh bay lên cao
Kiếp phù sinh, mắt biếc, lòng xôn xao
Chén hồ trường mỹ nhân cười thỏa chí!

Người ơi! Xin Hãy đến trong đêm tối
Đem lửa hồng đốt mãi đáy tim sâu,
Đời tục lụy với muôn lòng giả dối
Sẽ tiêu tan như ánh mắt dâng sầu

Người ơi! Xin Hãy nhớ thời dạo bước
Bên bờ sông hòa nhịp hai tâm hồn.
Hàng thông vút nghẹn ngào lời tim non,
Lòng phơi phới, nhắc chi tình tuyệt vọng?

Người ơi! Xin Hãy hát trên đường quận,
Trên lối mòn, rêu phủ mái nhà xưa
Bao điệp khúc thân thương niềm ân ái,
Bóng ngày qua thuở ấy đến bây giờ...

Phụng Hồng

Miền Bão Nắng, Xứ Mặt Trời
Mạnh Xuân Quý Mùi

AN ODE TO MY BELOVED THANH TÂM

Thanh Tâm! though you're gone
You still live forever in our hearts and souls.

You're not dead, you're still alive,
The souvenirs that we shared
Will be cherished through our lives.

Even on your deathbed,
While your body was terribly aching
You wanted to show us your beautiful smile.

We could not hold our tears,
Watching you make great effort
In cracking good jokes and singing old songs.

All your life you had tried your best
To bring us together and help those in distress

Dear Thanh Tâm, join the other angels,
Because you are one of them!
You are the most beautiful gem.
We all adore you and greatly admire your good deeds.
Please rest in peace!!!

Your "MẠ VÂN"
Thousand Oaks 09/16/2007

VĨNH BIỆT CON YÊU

Ngày con đi mùa Thu chưa đổ lá,
Mà Đông về vẫn bằn bặt tin xa.
Bao thu rồi mẹ mỏi mòn trông đợi
Tin thuyền nhân sẽ ghé bến bờ nào?
Cha con đã hy sinh vì nợ nước
Anh con còn giam hãm chốn rừng sâu.
Năm tuổi đời, con làm chi nên tội!
Mẹ đành lòng dứt áo tiễn con đi.
Bao hiểm nguy đang chờ trên biển cả,
Trời mênh mông, thuyền con giạt về đâu?
Thân bé nhỏ, con xa lìa quê cũ.
Mắt lệ nhòa, mẹ khóc suốt canh thâu.
Đêm chợt thức, mẹ nghe lời con gọi
Trong bão bùng giữa sóng dữ ngàn khơi
Thì hôm nay, tin về, ôi đau đớn!
Thuyền con chìm, mất xác dưới vực sâu!
Con, con ơi! Làm sao mẹ kham nổi!
Phút cuối cùng, con đau đớn gì không?
Năm tuổi đời, con làm chi nên tội?
Mà hãi hùng, chới với giữa trùng khơi!
Đêm vô cùng, đêm cay nghiệt, oan khiên,
Vì tương lai, xô con ra biển cả
Giá tự do là hai chữ thiêng liêng
Mà bao kẻ ra đi đành tuyệt mệnh!
Vĩnh biệt con rồi, đau đớn biết bao!
Mẹ muốn gào cho đất trời sụp đổ
Mẹ đã mất con rồi! Mất con rồi...
Mãi mãi con ơi!!!!

Thousand Oaks, 10/13/2011

KIẾP LÁ THU

Tôi vẫn yêu rừng thu
Trong màu tang lá phủ
Khi gió chướng quay về
Thổi hồn lá bay đi
Nghe chừng ai réo gọi
Trong rừng thẳm vô biên
Cho hồn lá đảo điên
Lá lao vào hốc đá
Lá vượt khỏi suối khe
Lá quay cuồng với gió
Rồi nằm trên thảm cỏ
Đợi tiếng gọi ái ân
Chẳng bao giờ vọng nữa!

Thousand Oaks, 29/10/2012

MƯA RƠI

Mưa rơi làm ướt mi ai?
Giọt ngắn, giọt dài thấm mãi hồn tôi
Đêm khuya thanh vắng bồi hồi,
Giật mình lại ngỡ bóng người ngày xưa!

Mưa rơi làm ướt không gian
Giọt thương, giọt nhớ não nề lòng ai?
Mưa rơi như lệ đổ dài
Bước chân người cũ lối về đã quên!

HOÀI NIỆM

Khóm trúc sân trường từ nay không còn thấy!
Ai nỡ đang tâm gây cảnh đoạn trường này?
Để đêm tối hồn trúc gào trong thinh vắng:
Tiếc một thời che bóng nắng đám học sinh
Nơi chốn đây ghi kỷ niệm biết bao tình
Của Thầy Cô cùng nữ sinh Lê Văn Duyệt!
Qua những bức hình thân thương bao diễm tuyệt
Mà giờ đây với nhiều tâm sự ngổn ngang
Nhớ trường cũ mất tên cùng khóm trúc vàng
Không còn nữa vì đã đi vào dĩ vãng!

Thousand Oaks, 6/6/2014

THÁNG TƯ ĐEN – I

Tháng tư đen lại về khơi ác mộng,
Máu thuyền nhân nhuộm đỏ sóng Biển Đông,
Bao chiến sĩ oai hùng thân gục ngã,
Cố giữ quê nhà, bảo vệ non sông.

Oan khiên nào khiến Đồng Minh bội ước?
Để dân mình đành bỏ nước ra đi?
Bao tướng lãnh oai hùng mong tuẫn tiết
Để chấm dứt uất hờn hận man di!

Con nhỏ mất cha, vợ trẻ khóc chồng!
Ai đã gây cảnh tương tàn đẫm máu?
Mẹ Việt Nam ơi! Mẹ có hờn căm?
Hay tủi nhục cho đàn con dã thú?

Hại anh em trong ngục tù khốc liệt
Khổ nạn nào hơn khổ nạn này?
Tháng tư đen, niềm uất hận tràn đầy
Sẽ nhớ mãi trong lòng người dân Việt!

Thousand Oaks, tháng 4/2015

THÁNG TƯ ĐEN – II

Tháng tư đen ngập tràn trong khói lửa
Khắp nẻo đường nhuộm đỏ máu toàn dân
Những người lính oai hùng trên chiến trận
Phải nghẹn ngào buông súng nuốt hờn căm!

Mẹ Việt Nam ơi! Ai người gây tội?
Mà đàn con đành dứt áo ra đi?
Thà chết dưới trùng dương sóng vỗ
Hay xác vùi giữa chốn rừng sâu
Còn hơn sống với loài quỷ đỏ
Nên kiếp này đành chịu cảnh lưu vong!

TẠ ƠN

Tạ ơn Trời đã cho ta
Ở trong cuộc thế ta bà nhiễu nhương,
Vẫn hay đời sống vô thường,
Cứ mong đi hết con đường khổ tu!
Cuộc đời như lá mùa thu
Gió lay lá rụng, nhưng thu vẫn về!
Biết bao tâm sự não nề
Vẫn mong đừng để ê chề tấm thân!

Thousand Oaks 8/2015

SƯƠNG THU

Sương lạnh, chớm thu lạnh thấm lòng
Trời thu phương ấy có buồn không?
Lá thu có đổi từ xuân biếc
Và ngả sang màu hoàng diệp trong?

Ta trải bao thu lệ ứa dòng
Mỗi mùa lá rụng thuở lưu vong
Quê xa vạn dặm chừng thu ấy
Vàng lá buồn reo, bước chớm đông.

10/10/2005

Có người đọc được bài thơ này và trả lời như sau:

Thu lạnh phương này ta nhớ lắm
Một mùa thu cũ ngọn thu phong
Trải bao lá rụng vàng muôn nẻo
Vàng thắm vào tim một bóng hồng

Sương lạnh hôm nay dường nhắc nhở
Người xưa mấy độ biết còn không?
Ta mơ gặp được người trong mộng
Đẹp tựa hơi thu ngập cõi lòng

AN ODE TO MY BELOVED AUNT

The sad news reached us suddenly: "You're gone!"
How shocked we were over the phone
We still remember your face adorned with beautiful hair
The sad songs you loved to sing still echo in the air
You used to blame those leaving without saying "good-bye"
Now we dare to reproach you
for bringing sorrows to our minds
All your life you had helped those in distress
You had healed their heartache with your loving caress
You're a gem that all of us have always yearned
May Buddha bestow you with peace
to leave this worldly earth.

Your niece that has admired you and loved you:
Ngô Thị Vân

TÌNH NGHĨA PHU THÊ

Yêu nhau chẳng quản giàu nghèo
Con thuyền Nước Nhược vững chèo chẳng lay
Thương nhau nắm lấy bàn tay
Đưa nhau đến chốn đắm say Non Bồng
Ai ơi, đấy nghĩa vợ chồng
Trăm năm vẹn một Chữ Đồng khắc ghi

TẾT TA

Tết ở quê người nhớ Tết xưa
Biết bao thương nhớ mấy cho vừa!
Cây đào năm cũ giờ đâu tá?
Nước mắt đêm dài vẫn như mưa.

Trách ai gây mãi cảnh đoạn trường
Khiến Tết u hoài vọng cố hương
Ước gì kẻ ác không còn nữa
Để Chúa Xuân về khắp bốn phương

VUI BUỒN TRÊN ĐẤT MỚI

Quê hương xa vời vợi
Có nhớ cũng muôn trùng
Chiều CALI nắng quái
Lại thấy Sài Gòn xưa
Hiện về trong ký ức
Chập chờn theo kỷ niệm
Nước mắt bỗng chan hòa

Bao năm sống xa nhà
Bên những người xa lạ
Tuy chẳng cùng màu da
Vẫn thân thương tận tình

Còn hơn ở quê nhà
Cảnh nồi da xáo thịt
Các con cùng một mẹ
Đem nhau ra pháp trường

B/ THƠ NỐI TIẾP VẦN THƠ

(trích từ Lều Văn của GS. Vũ Ngọc Mai)

"THƠ NỐI TIẾP VẦN THƠ" tưởng dễ mà hóa ra khó. Dễ là vì sau khi "chủ quán" ra đầu đề, thành viên không cần phải làm một bài thơ dài, chỉ cần 2 câu thơ trở lên là được. Cái khó là phải check mail hằng ngày. Bao giờ thấy thuận tiện, là phải "đột kích" ngay. Đưa mấy câu thơ của mình nối tiếp những câu thơ trên, nhưng cái quan trọng là phải hợp vần, hợp điệu, hợp ý.

Bài thơ lưu niệm của tác giả Đỗ Hữu Tài, với tên những tác giả tham gia "Nối Tiếp Vần Thơ"

CHÍCH CHÒE hót rộn vui chùa Thiên Mụ
MAI vàng xinh hé nụ đẹp yêu KIỀU
VÂN vê nón một chiều bên cây PHƯỢNG
TÀI tử nhìn o, mượn nét mùa THU
TẦN ngần ngắm áng mây dài TẤT MỸ
HÀ cớ chi Thôn Vỹ ngỡ lầu HOÀNG?
CỐI CHÀY gõ nhịp mùa LAN, ĐÓA
NGA dịu dàng cùng gió gọi Huế thương

Với đề mục "HUẾ THƠ", tác giả CỐI CHÀY, tức Nguyễn Văn Sơn (một thành viên trong gia đình Kỉnh Chỉ) nối tiếp vần thơ của mọi người như sau:

Ôi Sông Hương dài là bao cây số?
Đàn Nam Giao về có vướng lối chân đi?
Qua Đông Ba ta viếng kẻ xuân thì
Trời tháng bảy, hương hồng đầy trước ngõ
Con gái Huế chi mô mà quá ngộ!
Để ta về thương nhớ suốt đường đi
Lòng vấn vương thương tóc xõa nhu mì
Mơ áo trắng học trò, ôi nhớ quá!

Sau đây là những thí dụ mà thành viên Ngô Thị Vân đã cố đột kích vào mục Thơ nối tiếp vần thơ cho đúng.

HUẾ THƠ

Cánh phượng hồng trên bến vắng lả lơi,
Dòng Hương vẫn yêu kiều trong nắng quái.

VÀO THU

Anh đi từ độ thu tàn
Bao mùa lá rụng ngập tràn trước sân
Đêm nằm nghe tiếng dế ngân
Giật mình lại tưởng bước chân ai về
Biết bao tâm sự não nề
Anh ơi! Còn giữ lời thề năm xưa?

TÌNH CHA

Mong nuôi con cho tròn công dưỡng dục
Khi đêm về cha đối bóng đèn khuya
Thân trai tráng mà lệ tràn khóe mắt
"Mẹ đâu rồi?" - Cha biết trả lời sao?

CHÙM HOA PHƯỢNG VỸ

Nhớ làm sao những con đường đáng mến
Cánh thư hồng vội vã lúc chia tay
Bụi phấn nào còn vương vấn tóc mây
Chùm hoa máu nhớ thương người năm cũ.

Bước chân sáo nhịp nhàng như muốn nhảy
Gió theo vào lồng lộng tóc nào bay
Chồng sách vở gói tròn bao ước mộng
Để quên rồi theo cánh phượng hồng lay!

TÌNH THẦY TRÒ

Xuân qua rồi lại đến hè
Nhớ thầy nhớ bạn ê chề tâm can
Xin cho ngắn bớt thời gian
Mà sao nỗi nhớ vẫn mang nét buồn?
Tình thầy, cô, vẫn nhớ luôn
Như sông, như suối cứ tuôn về nguồn.

GIÁNG SINH

Tôi là người ngoại đạo
Vẫn mong Chúa trên trời
Cứu giúp cho nhân loại
Thoát cảnh đời gian lao.

Chúa ơi, con vẫn nguyện
Nếu thỏa được lời nguyền
Chúa, Phật con đồng kính
Trước ánh đèn Giáng Sinh

Noël tháng mười hai
Em nhớ về Sài Gòn
Những ngày xưa thân ái
Bên giáo đường cùng ai!
Nguyện cầu ơn cứu rỗi
Cho thế giới bình an

TÌNH THU – I

Mùa thu ngồi trông đợi
Nghe nỗi buồn chơi vơi
Gió luồn qua khe cửa
Thương nhớ mấy cho vừa!
Người ra đi không về
Người mỏi mòn trông đợi
Ôm mối sầu vời vợi
Cho cõi lòng tái tê!

TÌNH THU – II

Ai đi từ dạo ấy
Lá ngập chất đầy sân
Tiếng chim sầu khắc khoải
Lá thu vàng phai dần?
Bao mùa thu đấy nhỉ?
Tiễn người đi không về
Nép mình bên khung cửa
Ôm mối sầu lê thê!
Gió thu buồn hiu hắt
Làm cay mắt người mong
Ai xa ngoài biên ải
Ai vẫn mãi chờ trông?
Mùa thu ngồi trông đợi
Nghe nỗi buồn chơi vơi
Gió luồn qua khe cửa
Thương nhớ mấy cho vừa

TỪ GIÃ QUÊ HƯƠNG

Quê hương ơi! Đã nghìn trùng cách biệt
Quá xa rồi những đường phố thân yêu
Là chứng tích cuộc tình không đoạn cuối
Người ra đi xin hãy gắng quay về
Vì nhung nhớ ngập tràn lòng mỹ nữ!

SÀI GÒN KỶ NIỆM

Sài Gòn ơi!
Nhớ làm sao những con đường ngập nắng
Khi đêm về vọng tiếng hát Liêu Trai
Ai ra đi mà đành không trở lại?
Để Sài Gòn nhức nhối buốt con tim!

Nhớ những nàng thiếu nữ má hây hây!
Những chàng trai oai hùng trong áo chiến
Ngày phép về hạnh phúc với người thân
Cố quên đi những hãi hùng nguy biến
Đang chực chờ từng bước của chinh nhân

HÀ NỘI TRONG TRÁI TIM TA

Tiếng rao hàng nghe đâu đây bịn rịn
Trong lòng người, giữa phố vắng đìu hiu!
Những năm tháng lỡ làng bao luyến tiếc
Hà Nội ơi! Ta nhớ mãi khôn nguôi!
Đừng quên đi những lời thề non nước
Đã bao lần khơi dậy mãi trong tôi!

MƯA RƠI

Mưa rơi làm ướt mi ai?
Giọt ngắn, giọt dài thấm mãi hồn tôi
Đêm khuya thanh vắng bồi hồi,
Giật mình lại ngỡ bóng người ngày xưa!

Mưa rơi làm ướt không gian
Giọt thương, giọt nhớ não nề lòng ai?
Mưa rơi như lệ đổ dài
Bước chân người cũ lối về đã quên!

MÙA ĐÔNG

Mùa đông đã đến rồi sao?
Nhìn qua khung cửa ơi chao là buồn!
Ngoài trời gió hú mưa tuôn
Không gian đẫm lệ bắt nguồn từ đâu?
Hàng cây trụi lá héo sầu
Chờ mong người đã bao lâu không về!
Ngổn ngang tâm sự não nề
Đành chôn nỗi nhớ chẳng hề đổi thay

Đêm đông gió rít lạnh lùng
Đàn ai áo não buông chùng phím tơ
Giật mình chợt tưởng giấc mơ
"Nhớ ai? Ai nhớ? Bây giờ nhớ ai?"
Ngoài kia mưa vẫn lai rai
Giọt thương, giọt nhớ chẳng phai nỗi sầu!

SÔNG NƯỚC CỬU LONG

Chưa hề ghé bến Hậu Giang
"Hội Trùng Dương" vẫn mơ màng gặp nhau
Những con đò đã qua mau
Hẹn làm chi để nỗi sầu đeo mang!
Hương Giang xa cách muôn trùng
Hai dòng nước chảy sao cùng gặp nhau?
Tiền Giang rướm máu đỏ ngầu
Hương Giang nước biếc in màu mắt ai?
Có em dệt chiếu canh thâu
Tương tư nên phải ôm sầu dở dang!

ĐÀ LẠT

Đà Lạt đẹp não nùng trong sương sớm
Gió đồi thông chùn bước khách nhàn du
Hồ Than Thở chôn mối tình dang dở
Để khối sầu còn mãi với thiên thu!

C/ THƠ DỊCH TỪ TIẾNG VIỆT RA TIẾNG ANH VÀ NGƯỢC LẠI

(Trích từ "TÂM TÌNH BUỔI SÁNG", chủ quán GS. THU LÊ)

GRANDMA'S HEART

Toni Kane

When I heard you were on the way,
I smiled and wiped a tear away.
I cried the tear because I knew,
My heart had held a place for you.
As each day your Mommy grew,
I thought and thought and thought of you.

I wondered if you were a girl or a boy,
And what would be your favorite toy.
I wondered what games we'd play,
And how we would spend a day.
Would we talk or read or bake?
Oh, what special friends we'd make!
Would we dance or skip or sing?
What would be your favorite thing?

Would we cuddle, kiss and hug?
What would give my heart a tug?
When you were born I held you close,
It's what I'd dreamed of most,
I touched your tiny fingers and toes,
I kissed your head, your cheek and nose.
Hello little grandchild, it is me,
My heart as happy as can be,
I wish for you the sun and moon,
I wish for you a happy tune.
Know that Grandma's always near,

I’d do anything for you my dear.

When I heard you were on the way,
I smiled and wiped a tear away,
I cried the tear because I knew,
My heart would always belong to you.

QUẢ TIM CỦA BÀ

Khi được tin con sắp sửa chào đời,
Môi mỉm cười, tay thấm dòng lệ rơi.
Bà đã khóc vì chưng bà thấu hiểu,
Trái tim này dành trọn gửi con yêu.
Con mỗi ngày lớn dần trong bụng mẹ.
Bà nghĩ hoài, nghĩ mãi hướng về con.

Chẳng biết con sẽ là trai hay gái,
Đồ chơi nào con sẽ chụp vào tay?
Và suốt ngày sẽ đùa nghịch gì đây?
Trò chơi nào bà cháu mình cùng dự?
Sẽ làm bánh, đọc sách, hay trò chuyện?
Bà cháu mình sẽ làm bạn vong niên.
Chúng ta sẽ hát, múa, nhảy triền miên
Cuộc chơi nào làm con ưng ý nhất?

Bà cháu mình ôm, nựng nhau da diết
Bất cứ gì làm xúc động con tim!
Khi chào đời bà ôm con thật chặt,
Đây là điều bà mong ước đầu tiên
Mân mê những ngón tay chân xinh xắn
Hôn đầu, hôn má, hôn mũi triền miên.

Cháu bà ơi! Đây nè bà của cháu!
Tim của bà rộn rã tiếng reo vui
Bà ước mong trời, trăng cho con nhỉ!
Giai điệu tưng bừng dìu bước con đi.
Con hãy nhớ, bà luôn luôn kề cận
Bà sẽ làm, làm hết... cũng vì con!

Khi được tin con sắp sửa chào đời
Môi mỉm cười, tay gạt dòng lệ rơi.
Bà đã khóc vì chưng bà quá hiểu
Trái tim này dành trọn tặng con yêu!

Phỏng dịch để thương tặng "Bé Quyên" và tất cả các Bà Nội Ngoại
18-12-2010

ONE SMALL ROSE

Author Unknown

I would have one small rose
From the garden of a friend
Than to have the choicest flowers
When my stay on earth must end

I would rather have one pleasant word
In kindness said to me
Than flattery when my heart is still
And my life on Earth has ceased to be.

I would rather have a loving smile
From friends I know are true
Than tears shed round my casket
When this world I've bid Adieu.

Bring me all your flowers today
Whether pink, white or red
I'd rather have one blossom now
Than a truckload when I'm dead

MỘT ĐÓA HOA HỒNG BÉ NHỎ

Tôi thà nhận một đóa hoa hồng bé nhỏ
Ngắt từ khu vườn của người bạn thân thương
Còn hơn nhiều cánh hoa chọn lựa khác thường
Khi "Cõi Tạm" tôi đành nói lời giã biệt!

Hãy nói cho tôi một tiếng nói ân cần
Bạn rót vào tai tôi với bao đằm thắm
Hơn tán tụng khi máu tim tôi ngừng chảy
Và thế giới này tôi đã phải chia tay!

Tôi thà nhận một nụ cười đầy trìu mến
Của những kẻ mà tình bạn thật rất bền
Còn hơn trước quan tài sụt sùi ủ rũ
Khi tôi phải nói lời ly biệt nghìn thu.

Hôm nay hãy mang cho tôi những bông hoa vừa hái
Dầu đấy là những màu hồng, trắng, đỏ đầy màu sắc
Thà bây giờ tôi chỉ nhận một đóa hoa vừa nở
Còn hơn cỗ xe đầy hoa phủ kín xác thân người!

DO NOT STAND AT MY GRAVE AND WEEP

Mary Elizabeth Frye - 1932

Do not stand at my grave and weep
I am not there I do not sleep
I am a thousand winds that blow
I am a diamond glint on snow
I am the sunlight on ripened grain
I am the gentle autumn rain
When you wake on morning hush
I am the swift uplifting rush
Of quiet birds in circling flight
I am the soft starlight at night

Do not stand at my grave and weep
I am not there I do not sleep

LỜI TRĂNG TRỐI

Đứng trước mồ em, xin anh đừng nức nở
Thân xác em không nằm đấy đâu anh!
Em là muôn ngàn ngọn gió đang lên
Là kim cương phản chiếu mảng tuyệt vời

Ánh mặt trời trải dài đồng lúa chín
Là giọt mưa thu âm thầm rả rích
Khi buổi sáng âm thầm em thức giấc
Em sẽ vội vàng nối bước đàn chim

Đang êm ái lượn vòng không mệt nghỉ
Em sẽ là ánh sao đêm dịu dàng bền bỉ
Đứng trước mồ em, xin anh đừng thổn thức
Đấy không là nơi em yên nghỉ đâu anh!

TỐNG BIỆT HÀNH

Đưa người, ta không đưa qua sông
Sao có tiếng sóng ở trong lòng?
Bóng chiều không thắm, không vàng vọt
Sao đầy hoàng hôn trong mắt trong?

Thâm Tâm

A FAREWELL ODE

While not crossing the river when I said to you goodbye
Why does the sound of waves
Keep echoing in my mind?
My clear eyes are damp
Due to the twilight
Though its hues
Are neither shallow nor bright!

14/8/2013

ƯỚC MƠ

Lưng đồi nắng xuống rưng rưng
Níu tay em lại xin đừng hoàng hôn

Phan Khâm

THE DREAM

Over the slope of the hill
The sunrays are spreading
Like the tears flowing
I grab your hands begging
"Never leave me, please
Don't ever show me
The evening twilight of our love"

14/8/2013

BÀI THƠ CỦA GS. THU LÊ

Flapping its wings, away the time has flown
With more than thirty years away from home,
And more than forty years far from dear old school.
We teachers-and-students have gathered here,
the wandering souls.
A short moment together here,
In reminiscence of memories and souvenirs,
Beautiful and memorable ancient times,
Unforgettable days that were far behind:
The youthful days with dreamy aspirations,
The heartfelt friendship
and deep affectionate teacher-student bond.
The many rises and falls of the world we share
The joys we nurture as well as sorrows we mourn.
Though the "temporary refuge" has built our life halfway,
The love for Lê văn Duyệt alumnae has never faded.
With constant worries and continual struggle
for family and life success
Has your mind ever been at rest?
Despite the confusing road of adjustment you tread,
Your Vietnamese culture is still shining,
Keeping the strong emotional teacher-parent ties going,
In this corner of the world,
We still have our Viet souls and feelings.

Thu Lê
(2008)

NGÔ THỊ VÂN
CẢM TÁC VÀ PHỎNG DỊCH

I.

Thời gian đã vỗ cánh vù bay
Hơn ba thập niên xa lìa quê cũ
Quá bốn mươi năm giã biệt mái trường
Thầy trò chúng ta những kiếp sống tha hương
Gặp lại nhau đây, trong khoảnh khắc này
Mà nhớ mà thương quãng đời bao thắm thiết
Những ngày tháng trẻ trung tràn đầy nhiệt huyết
Với những mộng ước chưa thành
Tình bạn cũ thâm niên
Thêm với ân tình thầy trò lưu luyến
Đã san sẻ bao nhiêu cuộc thế thăng trầm.
Ước vui cùng hưởng, có buồn cùng chia
Dầu "cõi tạm" có nửa chừng dang dở
Tình cảm nữ sinh Lê Văn Duyệt vẫn tràn đầy

Trí óc các em có bao giờ yên nghỉ?
Với nỗi lo lắng triền miên
Cùng sự tranh đấu không ngừng
Cho gia đình, hay ước muốn thành công trong cuộc sống?
Dẫu con đường "hội nhập" có hoang mang bất định
Thì nền văn hóa Việt vẫn ngàn đời rạng rỡ
Để cho mối giao tình giáo sư - phụ huynh
còn mãi với thời gian
Trong góc nhỏ của cuộc đời nơi xứ lạ
Thì tâm hồn, tình cảm con người đất Việt
vẫn còn mãi trong ta.

Thousand Oaks, 6/6/2011

II.

Cánh thời gian có bao giờ bắt được!
Mái trường yêu chỉ còn thấy trong mơ
Ôi quê hương đã nghìn trùng cách trở
Gặp nhau đây để ôn kỷ niệm xưa.

Tình thầy trò vẫn keo sơn gắn bó
Nhớ làm sao "thời áo trắng" ngây thơ
Trong cuộc sống bôn ba nơi xứ lạ
"Hồn Người Việt" còn mãi mãi trong ta.

Thousand Oaks, 9/6/2011

III.

Thời gian chắp cánh bay đi
Bao nhiêu năm đã xa lìa cố hương
Mái trường xa ngút ngàn phương
Cô đơn một kiếp tha hương dạn dày

Gặp nhau ở khoảnh khắc này
Bao nhiêu kỷ niệm vơi đầy về thăm
Ơn thầy, nghĩa bạn, tình thâm
Vèo qua lắm cuộc thăng trầm thê lương
Quãng đời niên thiếu yêu thương
Yên vui cùng hưởng, đoạn trường cùng mang
Dù cho cách biệt đôi đàng
Tình Lê Văn Duyệt đá vàng còn nguyên.

Các em lo lắng triền miên,
Gia đình, công việc, bạc tiền con thơ
Đất người khác hẳn quê xưa
Khó khăn hội nhập sớm trưa dập dồn
Nền văn hóa Việt vẫn còn
Sáng ngời rạng rỡ tâm hồn chúng ta
Tình sư phụ vẫn đậm đà
Dù cho đất khách bôn ba dặm trường
Trong lòng người Việt tha phương
Vẫn còn sống mãi quê hương thuở nào.

Oaks Park, CA 14/6/2011

IV.

Thời gian vùn vụt bay
Quê hương ôi vời vợi
Mái trường cũng mù khơi!
Tha hương kiếp Thầy Trò
Hôm nay gặp nhau đây
Cùng ôn lại chuyện cũ
Có bao giờ quên được
Những ngày tháng sum vầy
Tình thầy trò khắng khít
Ngọt bùi cùng sẻ chia
Dẫu "cõi tạm" chưa tròn
Thì tình Lê Văn Duyệt
Vẫn ngàn đời không phai!

Các em lo sinh kế
Có bao giờ ngơi nghỉ
Vì gia đình, sự nghiệp
Trí óc chẳng yên bình
Dẫu con đường hội nhập
Còn vất vả hoang mang
Thì nền văn hóa Việt
Vẫn mãi mãi trường tồn
Tình Sư - Phụ thâm giao
Trong góc nhỏ cuộc đời
Tâm hồn người đất Việt
Vẫn thắm thiết biết bao!

Thousand Oaks , 19/6/2011

TA VÀ MÌNH

Hôm nay TA tập một mình
Bâng khuâng chợt nhớ lúc MÌNH với TA
Còn đâu êm ái MÌNH, TA
Nhìn quanh chỉ thấy có TA vắng MÌNH
GS. Nguyễn Ngọc Đường

Thầy Cô Nguyễn Ngọc Đường

ME AND MINE

We used to share the same exercise
Today only the loneliness almost makes me cry
I can't see whatever I want to find
Alas! You are not here by my side
However you will be always in my mind

BẠT

Kính thưa quý độc giả thân ái,

Được viết lời bạt cho tác giả quyển sách này thật là một vinh hạnh cho tôi, với sự đề cử của bạn Trần Thị Nguyệt Mai khiến tôi khá bất ngờ. Trân trọng cảm ơn bạn đã dành cho tôi sự kiện quan trọng này mà tôi không hề nghĩ đến. Sự tế nhị của bạn không sai vì tôi đã được hân hạnh viết lời giới thiệu lần thứ nhất cho nhà văn Nguyễn Văn Ba và phu nhân của ông là Nguyễn Bạch Mai với tập sách chung mang tên "Phận đàn bà" do Phù Sa xuất bản năm 1989. Hôm nay vào tháng Tư năm 2022, gần đến ngày kỷ niệm chúng ta mất nước VNCH mãi mãi còn ghi nhớ trong ký ức lưu vong, tôi lại viết lời vinh danh cho tác giả văn chương Ngô Thị Vân.

Cô Vân là giáo sư Anh Văn bậc Trung học ngày xưa tại trường nữ Lê Văn Duyệt tọa lạc ở tỉnh Gia Định. Ngày xưa tôi học môn Anh Văn là ngoại ngữ phụ từ năm Trung học đệ nhị cấp với thầy Toàn. Tuy tôi đã không học trực tiếp với cô Vân, nhưng quý độc giả sẽ biết lý do vì sao có mối liên hệ đặc sắc giữa "cô và trò" trong phần phụ lục trang "Duyên kỳ ngộ".

Khi đọc sách, tôi được biết tác giả đã từng được các giáo sư khen tụng tài văn chương trội bật trong môn học này. Điều cốt yếu của một nhà văn hầu như phải là khả năng này trước tiên, sau đó sự phát triển và lưu dụng nó tùy theo tương lai của vị này tự quyết định. Cô Vân viết văn lưu loát dễ dàng như khi ta trò chuyện. Và có đặc điểm cá nhân trội bật không giống ai. Tất cả truyện viết trong quyển sách này mang lại cho độc giả hai ấn tượng đặc sắc nói trên.

Chưa hết, bài văn kể lại buổi lễ ra mắt tập thơ của ông ngoại cô Vân làm tôi nhận ra thêm một người làm phóng sự tường trình sâu sắc kèm theo hình ảnh phong phú. Bài viết độc đáo đan cử nhiều nhân tài danh tiếng đa dạng lúc ấy đã tham gia.

Bài phóng sự này liên quan đến một hồi ký ghi chép rõ ràng về cụ bác sĩ ông ngoại của cô Vân, một nhân tài đáng kính bị bắt buộc theo Pháp nhưng đạo đức nổi bật. Quyển sách chứa đựng một bầu trời đêm tinh tú lấp lánh, ngôi sao của cụ Kỉnh Chỉ đã không còn ánh sáng nhưng các trang giấy làm chứng nhân vẫn trải dài ra đó khi độc giả nhìn qua.

Một trong những chi tiết thú vị khác là cô Vân đã viết về loài hoa tỏa sáng trong đêm như đom đóm vùng nhiệt đới. Thật lạ lùng và khi tôi tìm tài liệu trên Internet đã khám phá ra cô gái trẻ tên là Aglia với mục tiêu thương mại. Cô này dùng "serum nutritif" (dung dịch bổ dưỡng) chừng 10 ml như một ống thuốc bổ nhỏ ta vẫn dùng bơm vào cây hoa hấp thụ. Thuốc bổ có chất huỳnh quang sẽ thấm vào bên trong tế bào và đêm đến hoa sẽ phát chùm tia sáng thu hút mắt nhìn. Ống thuốc này giúp chừng 3 bông hoa phát sáng trong vòng từ 10 đến 20 ngày sau khi cho vào chậu cây chừng 30 phút. Trên thực tế, vậy là loài hoa bí ẩn do cô Vân khám phá có thật, hay hoa đã tuyệt chủng. Cô Vân gọi tên là hoa lồng neon. Thân cây thẳng như chiếc đũa mang trên đỉnh chùm lông trắng tròn. Hoa mọc ở làng Mai Xá, tỉnh Quảng Trị (xem bài "Buổi sáng sau vườn").

Về Thơ, tác giả sáng tác hay dịch thuật cũng như họa lại thi hữu đều có đủ. Đặc sắc nhất là bài thơ Seagull diễn tả thẳng với Anh ngữ của cô Vân khiến độc giả phải trầm trồ khen ngợi (Chim hải âu). Bài tuy ngắn nhưng được dịch ra Việt ngữ thật quá dễ thương lạ lùng vì gần gũi hơn gốc Mỹ.

Tôi xin để cho quý vị thưởng thức thêm tính hài hước như nét chấm phá huyền ảo xuyên qua tập sách của tác giả, hầu ngừng lại nơi đây.

Nguyễn Thị Ngọc Diễm
Pháp quốc, ngày 30 tháng 4 năm 2022.

PHỤ LỤC

DUYÊN KỲ NGỘ

Giai thoại bắt đầu từ khi tôi đã mạo hiểm "tự xuất bản" (auto-édition) được cuốn sách đầu tiên của mình một cách dễ dàng với phong trào này do nạn Covid-19 hoành hành. Nhiều tác giả ở không buồn chán đã thành nhà văn tự do và tha hồ in ấn với bất kỳ đề tài nào cũng được miễn là tuân theo luật đạo đức bên Pháp. Các cơ sở nhà in mọc lên như nấm và giá thành không quá đắt cùng với những điều kiện dễ dàng hoàn thành tác phẩm. Bìa đã được làm mẫu tha hồ chọn hay tự thiết kế lấy và khổ sách cũng như màu sắc hay hình ảnh đều ghi rất rõ. Giao dịch thương mại toàn qua mạng lưới điện tử và người đặt hàng nhận sách mau chóng khiến công chúng rất phấn khởi. Tôi xung phong nhận làm quyển sách cho cô Vân khi nhận thấy mình nắm chắc trong tay phần kỹ thuật (tu nghiệp một năm ngành Thông Tin và Truyền Tin hiện đại) cũng như là sáng tạo hình bìa, và tiếng Việt không hề cản trở nhà in Pháp tiến hành dịch vụ thương mại. Sách in xong là họ tự động khai báo cho người viết và nộp bản lưu chiểu luôn thể. Lại cho kiểm soát kỹ lưỡng từng trang sách trước khi in.

Thế rồi tôi được cô Vân đồng ý do sự liên lạc nối lại với cô sau khi cô hăng hái ủng hộ tiêu thụ sách và băng nhạc CD của tôi (cô thật đặc biệt sốt sắng ủng hộ trực tiếp học trò cũ của trường LVD giống như cô Tịnh là mối duyên thứ nhì). Tôi nhìn vào cuốn sổ tay địa chỉ mới thấy ghi tên cô ở trang chữ V từ năm nào đó rồi mà tôi xin lại vì đã quên mất đi. Phải, có dịp gì đó, tôi nghĩ là mình đã liên lạc với cô vì ra mắt băng nhạc dưới dạng cassette năm 1992. Sau này là năm 2019 tôi sản xuất lại băng đó và thêm vào album số 2 dạng CD. Không liên lạc với cô gần 30 năm vì xa xôi Pháp-Mỹ.

Ngày xưa tôi học Anh văn sinh ngữ hai năm lớp 10A4 với thầy Toàn. Thầy hầu như không có chút gì tình cảm trao đổi với nữ học sinh, chỉ chăm lo giảng dạy.

Trở lại chuyện cô Vân, nhờ cô dặn dò tôi mới khám phá ra tài văn chương của cô trên mạng với website Ái Hữu Lê Văn Duyệt. Các bạn LVD, tôi xin vinh danh các bạn luôn thể cùng lúc với cô Vân. Không có sự ưu ái của các bạn với cô, chắc chắn quyển sách của cô Vân sẽ không bao giờ ra mắt quý độc giả yêu thích văn chương.

Lúc đó, vào "chiến trường thực tế" mới biết khó khăn dẫy đầy. Sau khi thu góp được khoảng 15 bài văn xuôi của cô và thơ lai rai, cô thấy ít quá nên bàn luận với tôi sẽ tìm thêm nhiều bài khác đăng trên vài tập san trong vòng 25 năm (Phụ lục). Khổ thay, mới biết là do trình độ kỹ thuật chưa phát triển nên trên mạng Internet không hề có bài viết của cô còn lưu trữ như hiện giờ rất dễ tìm tài liệu nhờ bộ máy tìm từ khóa (moteur de recherche, mots "clé").

Cô tất bật liên lạc với bạn cũ bên VN là thầy Cao Văn Duy để tìm cách chụp hình các bài viết trong tập san Khải Định cô đã có khoảng hơn 20 bài. Thầy Duy cùng bạn chụp lại có thấy cả đầu ngón tay trên trang giấy khi giữ cho chặt mép bài. Công lao của thầy và bạn cũng vô cùng to lớn nhưng không thể in sách có bài dạng chụp ảnh. Thế rồi, anh Trí xuất hiện đúng lúc vì cần có người gõ lại bài cho cô Vân dựa theo hình chụp tài liệu.

Anh Trí nhận đánh máy và do sự mệt mỏi chờ đợi lâu lắc tôi có nói với cô Vân là em sẽ quên cách làm, tôi đề nghị anh nhận tiếp tay công việc vì anh nắm vững software Word. Bài vở trong tay anh, vậy thì khỏi emails qua lại mất thì giờ. Thật vậy cô Vân là chị ruột của anh, cô đã giới thiệu anh Trí giúp một tay mạnh mẽ.

Cũng trong khi tiến thoái lưỡng nan vì sự việc kéo dài khá lâu từ giữa năm 2021 đến nay, lại thêm vấn đề cước phí nếu in sách xong sẽ gửi bưu điện cho cô Vân thì rất đắt tiền. Chi phí gửi đắt gấp ba lần giá thành sách. Thế là cô Vân đã liên lạc được với bạn Nguyệt Mai thật diệu kỳ nhờ mối duyên lành do bạn kể lại. Bạn đã từng biên tập giúp sách của một số tác giả, đồng thời cũng là cựu nữ sinh LVD, ban B và học trực tiếp với cô Vân. Thêm bài thơ đặc sắc tặng cô vẫn còn đó rõ ràng kỷ niệm hiếm có vô cùng, quả đất chẳng những tròn mà còn ưu tiên cho sự "đồng thanh tương ứng, đồng khí tương cầu" giữa những người yêu thích văn chương. Cô và bạn cùng cư ngụ ở Hoa Kỳ, thật tuyệt!

Nguyệt Mai từng được giải nhất về Thơ và giải ba về Văn năm học lớp Đệ nhị (lớp 11 hiện nay) niên khóa 1970-1971 tại Trung học Huỳnh Khương Ninh, lại xuất hiện sớm trong tờ Tuổi Hoa trước 75. Hiện giờ khi ta gõ từ khóa tên bạn, Internet cho ngay trang viết hoạt động rất phong phú của Nguyệt Mai. Nhiều tác giả có tiếng trong văn học, nghệ thuật... gửi bài cho Blog Trần Thị Nguyệt Mai. Vào đây là tha hồ thong dong dạo bước tìm thấy những gì ta thích thú được chọn lọc bởi người gửi cho Mai. Hay thật, tôi rất nể phục cô bạn cứ lặng lẽ xây dựng danh tiếng người làm Blog tài giỏi.

Sau cùng, phải công nhận là dù bọn học trò đã giúp đỡ cô hết mình, chính cô đã liên lạc và đốc thúc mọi người làm việc với tinh thần bất bại.

Nguyễn Thị Ngọc Diễm
2022

DUYÊN HẠNH NGỘ

Thời trung học, tôi học ở Huỳnh Khương Ninh, một tư thục rất gần nhà. Năm 1971, thi đậu Tú tài I với hạng Bình, tôi có thể dễ dàng nộp đơn xin học ở các trường công lập như Gia Long, Trưng Vương... Tôi không quen ai học Gia Long, nhưng Trưng Vương thì có mấy người bạn, như Trần Thị Hậu – bạn văn ở Tuổi Hoa, Thu Hương – quen trước và học chung với nhau tại lớp Toán của thầy Lê Hà Quảng Lan, Quỳnh Hương – bạn mới quen hồi hè nơi lớp luyện thi trường Nguyễn Công Trứ... Nhưng tại sao lại nộp đơn xin học ở Nữ Trung học Lê Văn Duyệt - Gia Định thì chịu. Không còn nhớ nổi! Có thể vì gần nhà chăng???

Năm đó Lê Văn Duyệt mở lớp 12 B đầu tiên. Và cũng là năm đầu tiên thời Việt Nam Cộng Hòa, Bộ Giáo dục chuyển đổi cách gọi các lớp trung tiểu học sang số thứ tự của năm học từ lớp 1 đến lớp 12 thay vì cách gọi như trước đó (Năm, Tư, Ba, ... , Đệ Tam, Đệ Nhị, Đệ Nhất). Tôi là "ma mới" trong số những "ma mới" của lớp học này vì cũng có một số bạn khác từ trường ngoài vào. Nhưng các bạn đều rất dễ thương, không phân biệt trường gốc hay trường ngoài. Tất cả hòa đồng với nhau, cùng học, cùng vui, cùng giỡn (rất đúng với câu "Nhất quỷ, nhì ma, thứ ba học trò") dưới sự "lãnh đạo" của trưởng lớp Đỗ Thị Hậu. Hậu học rất giỏi và tính cũng rất "tếu". Những lúc thầy cô chưa lên lớp, nàng hay đùa giỡn, nói câu nào là cả lớp cứ cười thỏa thuê!

Tôi vẫn còn nhớ cô Mảnh người miền Nam dạy Toán, thầy Kính người Huế dạy Lý Hóa, ... Và đặc biệt là cô Vân người Huế, dáng nhỏ, rất dịu dàng và dễ thương, dạy môn Anh văn. Trong ngày cuối cùng của niên học, tôi đã nhìn thấy những dòng nước mắt của cô lăn trên má. Về đến nhà, vẫn còn nguyên xúc cảm, tôi ghi lại một mạch bằng thơ.

CÒN MÃI TRONG TIM

Kính tặng Cô Ngô Thị Vân – Giáo Sư Anh Văn
Trường Nữ Trung Học Lê Văn Duyệt – Gia Định

Với chúng em, đây là niên học cuối
một cuộc thi chấm dứt thuở học trò
chỉ còn lại chút dư âm tiếc nuối
những tháng ngày rất đẹp, rất nên thơ...

Ngày cuối cùng Cô giảng xong bài học
dặn những điều cần thiết lúc đi thi
em đã thấy, ở Cô, dòng lệ ngọc
biết bao tình trong giây phút biệt ly

(Em vẫn biết còn học trò áo trắng
là vẫn còn giữ những nét dễ thương
đời mai sau sẽ có nhiều bóng nắng
tìm đâu ra khoảng mát chốn học đường?)

Và Cô ơi, suốt đời em mãi nhớ
dòng lệ nào tràn ngập những thương yêu
một khoảng trời màu hồng trong tim nhỏ
bục gỗ, bàn thầy, bóng dáng chắt chiu...

1972

Bài thơ vẫn ở với tôi, và tôi vẫn xúc động mỗi lần đọc lại. Có lần khi vào trang nhà trường Lê, thấy lời kêu gọi đóng góp bài cho Giai Phẩm, tôi đã định gửi, nhưng không thành. Sau đó, tôi đã post trên trang blog của mình và của bạn bè, mong nhờ sức mạnh của internet, bằng cách nào đó, cô Vân sẽ đọc được bài thơ của học trò làm tặng năm xưa. Và hy vọng đã được nhen lửa. Và ước mơ đã trở thành sự thật. Ngày 18-11-2020, nhân ngày Hiến Chương Nhà Giáo Việt Nam, Quang Võ đã cho post lại trên trang blog của em:

https://tuoihoandmore.blogspot.com/2020/11/con-mai-trong-tim.html

May mắn sao lần này bài thơ được lọt vào mắt xanh của bạn Nhã Đảo (Thuận) và bạn chuyển đến Cô Vân. Cô đã ứa nước mắt khi đọc thơ học trò và nhờ Nhã Đảo tìm ngay địa chỉ của tôi để liên lạc. Cảm ơn Quang Võ và Nhã Đảo nhiều lắm. Các bạn đã giúp cho Cô giáo và học trò "gặp" lại nhau sau gần 50 năm! Tuy chưa thực sự được gặp nhau bằng xương bằng thịt, được ôm (hug) nhau, nhưng tôi vẫn như đang được ở gần Cô, được nghe Cô kể chuyện về đời sống của Cô bây giờ nhờ những links Cô chia sẻ các bài viết. Và đây đã là món quà lớn nhất của tôi trong mùa Lễ Tạ Ơn năm 2020...

Khi đọc những bài Cô gửi, tình cờ thấy Cô nhắc đến tên Hoàng Ngọc Biên, nên tôi hỏi Cô, "Cô ơi, có phải đây là Nhà văn Hoàng Ngọc Biên không?" Thật bất ngờ khi được Cô xác nhận đó là người em họ mà Cô rất thương quý. Quả đất thật tròn! Tôi được hân hạnh quen với anh Hoàng Ngọc Biên vào năm 2017 khi chúng tôi cùng thực hiện cuốn sách *"Tuyển tập I - Chân dung Văn học Nghệ thuật & Văn hóa"* của Bác sĩ / Nhà văn Ngô Thế Vinh. Anh Vinh đã đặt cho nhóm bốn người cộng tác là "dream team" gồm Ngô Thế Vinh, Hoàng Ngọc Biên, Lê Hân và Nguyệt Mai. Khi biết anh Biên là bạn với Thầy Lê Hà Quảng Lan, tôi đã xin anh cho gọi là Thầy, nhưng anh không cho và dặn cứ gọi là anh. Tôi cũng chia sẻ với Cô Vân bài thơ "Tiễn anh Hoàng Ngọc Biên" tôi viết năm 2019 khi anh đi xa cũng như tác phẩm cuối đời *The Train - a novella and selected writings* của anh, do Nhân Ảnh xuất bản năm 2019. Cô ngỏ ý muốn có một cuốn, nên tôi đã nhờ anh Lê Hân in tặng Cô.

Một lần Cô chia sẻ ý muốn gom tất cả bài viết từ trước đến nay để in sách làm kỷ niệm. Cả anh Lê Hân và tôi đều rất vui được Cô tin tưởng giao cho nhiệm vụ này. Do đó, tôi đã có dịp được cùng làm việc với bạn Nguyễn Thị Ngọc Diễm và anh Ngô Khắc Trí. Tôi vẫn còn nhớ Ngọc Diễm, trưởng lớp 12 A4 niên khóa 1971-1972, nước da rất trắng, tóc quăn, xinh xắn và học rất giỏi. Chắc chắn Ngọc Diễm không thể hình dung ra tôi vì nào biết tôi là ai trong số học sinh đến lớp Diễm trong giờ ra chơi ngày ấy, khi thỉnh thoảng tôi ghé thăm Lê Nguyễn Mai Trắng (Lê Thị Bạch Mai) – một bạn văn ở Tuổi Hoa. Sau này, được biết Ngọc Diễm là một văn nghệ sĩ nhưng tên tuổi của bạn nổi bật hơn trong lĩnh vực âm nhạc, và cũng là em của nhà văn Phan Thị Trọng Tuyến và chị của nhà văn Nguyễn Thị Ngọc Nhung. Có lần tôi đã xin anh Trịnh Y Thư email của chị Trọng Tuyến để viết thư nhờ chị chuyển đến Ngọc Diễm, hỏi thăm về tin tức hai người bạn trong lớp 12 B mà chúng tôi đã mất liên lạc từ sau biến cố Tháng Tư Đen... Nay có dịp "gặp" lại Ngọc Diễm trong "project" này. Thật vui. Trước đây, Ngọc Diễm đã giúp cho Cô Vân tập họp phần lớn bài vở trong cuốn sách này, và nay anh Ngô Khắc Trí là em trai của Cô tiếp tục những phần còn dang dở. Anh Trí từ lâu cũng đã âm thầm lưu giữ những bài viết của Cô và giờ đây đánh máy lại toàn bộ văn thơ để thực hiện ước mơ của người chị thân yêu...

Từ trái: Cô Vĩnh, Cô Vân, Nguyệt Mai & Anh Lê Hân

Nhân chuyến nghỉ hè ở miền Nam California năm nay, tôi ngỏ ý nhờ anh Lê Hân chở giúp đến thăm Cô. Anh Hân rất sốt sắng, vui vẻ nhận lời. Hẹn hò email trước với Cô, Cô chọn ngày thứ Năm 7/7/2022. Sốt ruột, mong ngóng, đợi chờ... Rồi ngày đã đến... Niềm vui thật khó tả! Cô giáo và học trò được trùng phùng tái ngộ không phải nơi ngôi trường mang tên vị đại thần của hai triều vua Gia Long và Minh Mạng, cũng là người duy nhất hai lần được đề cử giữ chức Tổng trấn Gia Định Thành, mà ở thành phố Ngàn Cây Sồi (Thousand Oaks), California, Hoa Kỳ sau đúng nửa thế kỷ (1972 – 2022). Cô vẫn như xưa, dáng nhỏ dịu dàng, không chút thay đổi, ngoại trừ những nét thời gian mà không ai có thể tránh khỏi. Lần này, tôi được dịp gặp Cô Vĩnh, là nha sĩ, em của Cô. Thật thương hai Cô thức dậy từ sáng sớm, nấu bữa tiệc hội ngộ rất thịnh soạn đãi chúng tôi. Làm sao có thể quên được buổi này, cảm động lắm hai Cô ơi! Nhân đây, Nguyệt Mai xin cảm ơn anh chị Hân – Châu thật nhiều. Không có anh chị, chắc chắn buổi gặp gỡ này khó có thể thành sự thật.

Thưa Cô rất kính thương, hôm nay cuốn sách đang trên đường hoàn tất... *Những kỷ niệm để nhớ để thương* của Cô sẽ được lưu giữ và chia sẻ với tất cả những người thương yêu. Một đời Cô hết lòng với gia đình cũng như tận tụy dạy dỗ, lo lắng cho học trò, nên Cô được tất cả mọi người yêu quý. Cuốn sách này được thành hình từ những tình cảm quý mến yêu thương Cô của những người thân trong gia đình và các cựu nữ sinh. Riêng với em, có một câu ngạn ngữ mà em rất thích, "Những Thầy Cô giỏi nhất dạy bằng trái tim, chứ không từ sách vở". Cô chính là một trong những người Thầy như thế. Để em luôn mang ơn và nhớ đến...

Trần Thị Nguyệt Mai

22.10.2022

GÓP Ý CỦA MỘT NGƯỜI BẠN

Một ngày giáp tết Nhâm Dần (2022), tôi nhận được email chị Vân như sau "*... Nếu được, xin anh giúp tôi, chụp hình lại tất cả bài viết của tôi trong Tập San Khải Định 48-55 để tôi nhờ em học trò in lại thành sách...*" (chị Vân biết tôi có đủ 25 bộ TSKĐ).

Tôi biết chị Vân khi học Đệ nhị B2 niên khóa 1953-1954, lớp tôi sát lớp Đệ nhị C của chị. Nhưng ngày đó tôi chỉ nhìn 3 chị (chị Vân, chị Nguyệt, chị Quỳnh Hoa) đi qua lớp và ngưỡng mộ, không dám làm quen.

Đến năm 2000, nhờ bạn Trần Văn Sơn và bạn Quỳnh Tiêu tôi liên lạc được với bạn bè ở Mỹ, trong đó có chị Vân.

Qua email trao đổi và qua những việc chị Vân làm, tôi rất quý mến chị vì tính đôn hậu, luôn muốn tốt cho bạn bè và tấm lòng thiện nguyện của chị (những ngày đầu dịch Covid, chị đã gởi tiền về nhờ tôi giúp cho bữa cơm từ thiện miễn phí dành cho người nghèo...).

Chuyện chụp lại các bài viết của chị chỉ là chuyện nhỏ. Được giúp phần nào cho sách lưu niệm này làm tôi thấy vui. Nhất là được đọc kỹ lại các bài viết của chị trong Tập San Khải Định để thấy được bạn bè cùng khóa thật tình cảm và dễ mến.

Cao Văn Duy

CÀ KÊ DÊ NGỖNG – THAM GIA "LÀM SÁCH" CHO NGƯỜI CHỊ RUỘT

Sau một thời gian dài chăm chỉ viết bài cho Tập San Khải Định 48-55, cũng như tham gia tích cực vào Diễn Đàn mạng của quý cựu thầy cô và học sinh trường nữ Trung Học Lê Văn Duyệt, chị Ngô Thị Vân khoảng giữa năm 2021, bỗng có ý định xuất bản một quyển sách. Đây là ước nguyện chính đáng của chị tôi, làm sao tập hợp được tất cả mọi đứa con tinh thần, về chung một mối, dưới mái ấm gia đình. Những đứa con, dù không bỏ nhà bỏ cửa ra đi, nhưng suốt bao nhiêu năm qua, hầu như sống kiếp "lưu lạc giang hồ".

Thật ra ước nguyện nói trên, ban đầu cũng còn khá mơ hồ, nhưng may mắn thay, chị tôi đã được một cựu học sinh trường nữ Trung Học Lê Văn Duyệt, chị Nguyễn Thị Ngọc Diễm, hết lòng giúp đỡ. Thật ra chị Ngọc Diễm không chỉ viết văn mà còn sáng tác nhạc v.v... Xin quý bạn đọc xem trang *Bạt* và *Duyên Kỳ Ngộ*, hai bài viết của chị Ngọc Diễm in trong sách này. Với việc chị Ngọc Diễm đi tiên phong, cái ước nguyện, hay cái kế hoạch còn lờ mờ ấy, dần dần thành hình, như bào thai con chim non tuy yếu ớt, nhưng đến ngày đến tháng vẫn đủ sức dùng mỏ đục thủng vỏ trứng xông ra hít thở khí trời.

Tôi xin mạn phép chị Ngọc Diễm, trích điện thư chị viết ngày 14 tháng 5 năm 2021 gửi cô Vân như sau: *"Thưa cô kính thương, Em gửi cho cô xem bản tạm để cô muốn sửa chữa hình thức hay có gì không vừa ý trước khi em làm design bìa và sẽ in ra hai cuốn cho cô giữ làm kỷ niệm. Em sẽ còn ghi thêm vào vài tấm hình đen trắng, bài của cô viết lúc ra mắt tập thơ cụ Kỉnh Chỉ quá dài vì hình cắt ngang nên không vào sách. Em có ghi lại tất cả URL (địa chỉ trên website) để tìm ra dễ dàng. Thương kính, em D"*. Qua nội dung này, chúng ta thấy rằng, cho đến giữa năm 2021, chị Ngọc Diễm trên nguyên tắc vẫn còn đơn thương độc mã, một mình "tả xung hữu đột" giúp đỡ cho cô Vân.

Chúng ta thử quay ngược bánh xe thời gian, trở lại mốc điểm chừng 60 năm trước, vào lúc chị Ngô Thị Vân trở thành giáo sư dạy Anh văn tại trường nữ Trung Học Lê Văn Duyệt, Gia Định. Ngày lãnh lương tháng đầu tiên, bà chị trích ngay một phần lương, hứa mua quà tặng các em nhỏ. Tuy rằng đây không phải lần đầu, cũng không phải lần cuối, bà chị tặng quà cho các em, nhưng sự kiện lãnh lương tháng đầu tiên, một biến cố trong đời người, khiến việc chị Vân dẫn đám nhóc xuống phố, trở nên trang trọng và mang ý nghĩa đặc biệt.

Bên nhận quà đã nêu cụ thể "thỉnh nguyện thư" là một đĩa hát của Elvis Presley - ông vua nhạc rock 'n' roll Mỹ - lấy cớ vừa nghe nhạc, vừa học tiếng Anh, một công đôi việc. Bên tặng quà, nghe khá bùi tai, chắc cũng vì bản thân là giáo sư Anh văn, ký tên đóng dấu ngay cái rẹt vào "công văn", chấp nhận yêu cầu. Thế là hai bên rủ nhau dung dăng dung dẻ xuống phố. Ngày nay nhớ lại, tôi không hiểu tại sao, chúng tôi lại mê cái anh chàng Elvis Presley đến thế.

Ba tôi thì trái ngược hẳn. Trong đĩa hát nói trên có bài Tutti Frutti với lời mở đầu mang ý nghĩa triết lý cao siêu không giống ai *"Wop-bom-a-loowah, belah-bam-boom - Tutti Frutti"*. Ba tôi cố lắng tai nghe, nhưng dĩ nhiên chỉ nhận ra được vỏn vẹn 2 chữ: *Tutti Frutti*, hát theo điệu nhạc kích động nghe như *Chúi Chúi* tiếng Việt. Từ đó cứ mỗi khi nghe tiếng hát Elvis Presley trỗi lên, ba tôi càu nhàu: "Lại cái thằng Chúi Chúi!!!". Mạ tôi, đôi lúc cặm cụi ngồi trước chiếc máy may Singer, ngẩng đầu lên nhìn ba tôi và mỉm cười, như muốn nhắc nhở rằng: "'Bên Nớ' bực mình làm chi, rồi lại đau bao tử". Cũng may ba tôi chỉ phàn nàn chung chung trừu tượng, chứ không la mắng chị tôi hay đám lâu la.

Chị Vân mê đọc truyện từ nhỏ, tuy rằng không thể đem ra so sánh với giai thoại cụ Trạng nguyên Mạc Đĩnh Chi, thuở thiếu thời nhà nghèo nên đêm đêm phải đi bắt đom đóm cho vào vỏ trứng thay đèn mà đọc sách. Nhưng cứ theo lời mạ chúng tôi kể lại, chị Vân mỗi khi được giao nhiệm vụ trông em nhỏ, lập tức leo tót lên ngồi dựa lưng vào thành giường, mắt không bao giờ rời cuốn sách đang cầm trên tay, dùng mấy ngón chân quặp vào bất cứ thứ gì có thể níu kéo được trên người đứa nhỏ: ống quần, lưng, tay áo, khiến "nạn nhân", chỉ có thể bò tới bò lui trong phạm vi chiếc giường chật hẹp. Phải chăng vì thế mà những đứa em về sau khi đã trưởng thành, hầu như cũng chỉ quanh quẩn trong nhà không đi đâu xa, chẳng gây thất điên bát đảo hay chọc trời khuấy nước?

Sau khi tham gia vào nhóm "làm sách" (giữa năm 2021), tôi còn hân hạnh được biết thêm chị Trần Thị Nguyệt Mai, và anh Lê Hân (Nhà Xuất bản Nhân Ảnh). Chị Nguyệt Mai cũng là cựu học sinh trường nữ Trung Học Lê Văn Duyệt. Xin quý bạn đọc xem *Duyên Hạnh Ngộ*, bài viết của chị Nguyệt Mai in trong sách này. Dĩ nhiên văn nghiệp của chị Nguyệt Mai đa dạng hơn, so với những gì chị hé lộ trong bài viết nói trên. Cho tôi đơn cử chỉ một thí dụ, phần nhận định của tác giả Hai Trầu trên Blog của chị Trần Thị Nguyệt Mai theo địa chỉ mạng:

https://tranthinguyetmai.wordpress.com/2021/04/03/tro-chuyen-voi-tran-thi-nguyet-mai-tac-gia-cac-bai-tho-tren-ban-nguyet-san-tuoi-hoa-sai-gon-1970-1975/

Phần tôi càng thêm yên bụng, rõ ràng là chị Vân thật may mắn đang được hai cô học trò cũ có kinh nghiệm về chữ nghĩa, in ấn, v.v... không ít thì nhiều âm thầm giữ vai "tả phù hữu bật" khi có "sự cố".

Một nguồn trợ lực quý báu khác lại đến từ khá xa, nằm cách nửa vòng trái đất. Số là bà chị tôi liên lạc được với thầy Cao Văn Duy. Tôi xin trích một đoạn ngắn từ bài của thầy Duy đăng trong sách này, *Góp Ý Của Một Người Bạn*: *"Một ngày giáp tết Nhâm Dần (2022), tôi nhận được email chị Vân như sau "... Nếu được, xin anh giúp tôi, chụp hình lại tất cả bài viết của tôi trong Tập San Khải Định 48-55 để tôi nhờ em học trò in lại thành sách..."* Người ở Mỹ, người ở Việt Nam, người ở Pháp, người ở Gia Nã Đại, nhờ toàn cầu hóa, vẫn tương đối dễ dàng cùng chung tay "làm sách".

Đứa con tinh thần của chị Vân như thế nhè nhẹ vào đời dưới ánh sáng một ngôi sao lấp lánh trên vòm trời rất quang đãng. Và tôi đứa em trai, đã bao lâu nay rất muốn giúp bà chị mình, với tâm trạng - như tôi sẽ mô tả chi tiết hơn ở dưới đây - cảm thấy đúng lúc cờ đã đến tay, phải cầm lên mà phất.

Có lần tôi vô tình được đọc Quốc-Văn Giáo-Khoa Thư lớp Sơ-Đẳng, do Nha Học-Chính Đông-Pháp xuất bản năm 1930, câu chuyện *"Lòng Kính Yêu Chị"*, mà tôi xin phép trích nguyên văn một đoạn như sau: *"Ông Lý-Tích làm quan to đời xưa. Ông đã già mà vẫn yêu kính chị một cách khác thường. Một hôm, bà chị ốm, ông thân hành đi nấu cháo cho chị ăn. Chẳng may gió quạt ngọn lửa cháy cả râu. Bà chị nói rằng, "Nhà thiếu gì đầy tớ mà em lại khổ thân như vậy?" - Ông đáp lại rằng: "Nay chị đã già, mà em cũng già rồi, dẫu em có muốn nấu cháo cho chị ăn mãi, phỏng đã dễ mà được hay sao?"*

Tôi không được làm quan to, cũng chẳng có bộ râu dài, với lại hiện tại đi tìm mua cái bếp than, bếp củi mà chẳng thấy ma nào nó bán, nên đành bó tay trước màn bày vẽ ra việc nấu cháo lụp chụp để cháy trụi râu như ông Lý-Tích bên Tàu đời nhà Đường ngày xưa. Nói cho đúng, tôi chưa bao giờ nấu cho bà chị một món nào cả, chỉ được ăn Bún Thịt Xáo do bà chị nấu, ui chà răng ngon chi mà lạ rứa. Xin quý bạn đọc đừng lẫn lộn với bún thịt xào! Bún Thịt Xáo là món đặc sản Huế, họ hàng xa gần với Bún

Bò Huế. Ai muốn thử nấu món này, xin liên lạc thẳng với bà chị tôi. Phần mình xin bày tỏ *"Lòng Kính Yêu Chị"* một cách đơn giản, qua việc chịu khó ngày qua ngày, ngồi đánh máy lại toàn bộ văn thơ của bà chị.

Ngồi trước bàn phím máy điện toán vào đầu thế kỷ XXI khác nhiều so với việc dùng máy đánh chữ cách đây 35-40 năm. Thời đó máy điện toán chưa phổ biến lắm, với lại nhu liệu viết tiếng Việt, không phải ai cũng biết cách cài đặt vào. Bà chị tôi vừa là độc giả lâu đời của Tập San Khải Định 48-55, nhưng đôi khi cũng tham gia Ban biên tập, giữ nhiệm vụ dò, sửa lỗi chính tả, trách nhiệm quảng cáo. Nói cho đúng người Huế không rành về vụ dấu hỏi dấu ngã, nhưng bà chị tôi ngày trước còn được ông xã là người Bắc tư vấn cho. Cũng như tôi bây giờ khi đánh máy gặp "sự cố hỏi ngã", may mắn thay bên cạnh đã có bà xã người gốc Bắc phò trợ.

Thời trước chị Vân thậm chí vẫn phải ngồi chép tay những bài viết lên giấy, rồi gửi qua đường bưu điện đến anh Tôn Thất Diên, nhờ anh lóc cóc đánh máy lại, rất là nhiêu khê. Chị Vân nhân dịp này, một lần nữa xin gửi lời cám ơn chân thành đến Anh Tôn Thất Diên. Tôi thuộc hậu sinh "khả ố", không có hân hạnh được biết anh Diên, nhưng đoán anh phải là dân "đít đoa" (danh từ người Sài Gòn trước đây hay sử dụng để gọi tên Méthode des dix doigts/phương pháp đánh máy chữ bằng mười ngón tay).

Anh Tôn Thất Diên

Cũng nhân dịp này, chị Vân còn muốn cám ơn các thành viên Diễn đàn Lê Văn Duyệt, đặc biệt em Phú De, vì những sự giúp đỡ rất quý giá trong thời gian qua, đã khiến cho việc thu thập bài vở diễn tiến suôn sẻ.

Thành viên Diễn đàn Lê Văn Duyệt, Phú De là người mặc áo trắng.

Vào cái tuổi "cổ lai hy" khi ngồi trước bàn phím là y như rằng, ít ai tập trung ngay được đầu óc vào chuyện phải làm trước mắt. Tôi cũng mắc chứng bệnh "loãng tiền đình" như trên, cần ít nhất dăm ba phút rồ ga cho nóng máy, nhất là đôi khi nhìn qua cửa sổ được ngắm đàn chim xông vào bụi tre rậm rạp trồng trước nhà. Dễ phải chục con chim mình nâu, đầu đen, mỏ trắng như khảm xà cừ, rủ nhau mổ lấy mổ để vào những chiếc lá tre, chắc là đang bị sâu bám. Chứng kiến phút giây đàn chim ríu rít hạnh phúc, bản thân mình cũng hạnh phúc theo.

Nhưng có thật đàn chim hạnh phúc, hay tự bản thân mình suy diễn lung tung, lấy bụng ta suy ra bụng người/bụng chim? Rồi đầu óc lại vớ vẩn nghĩ đến câu chuyện cổ tích Việt Nam *"Ăn Khế Trả Vàng"* mà tôi xin tóm tắt chỉ phần đầu như sau: *"Xưa có anh chàng nghèo xác nghèo xơ, nhà chẳng có gì ngoài một cây khế, ngày ngày kiếm sống bằng cách hái trái chín đem ra chợ bán. Bỗng có con đại bàng sà xuống ăn khế. Anh nhà nghèo tốt bụng không đuổi con đại bàng, mà ra phân bua phải trái với nó như sau: 'Mi đói cần ăn khế, tau cũng đói cần bán khế. Vậy mi ăn vừa phải thôi, để tau còn có cái bán'. Ai dè chim đại bàng trả lời: 'Ăn một trái khế trả một cục vàng. May túi ba gang đem theo mà đựng.' Thế là anh nhà nghèo mang túi ba gang leo lên lưng đại bàng bay đến mỏ vàng lấy vừa đầy túi và giàu to!"*

Chẳng hy vọng gì vào cái bụi tre và đám chim non để làm giàu, tôi thầm cầu mong các chú trả ơn bằng cách hóa thân thành "đả tự viên", nhập vào 10 ngón tay cục mịch, vụng về - một phần vì lão hóa - của tôi. *Ăn một con sâu trả một chữ đánh máy*. Và như có phép mầu nhiệm, mấy ngón tay của tôi bình thường cứng ngắt, khó điều khiển; nay như những cánh chim non thiên biến vạn hóa, sau khi ăn đủ một bụng đầy sâu bọ, nhảy tót lên bàn phím, con nọ quấn quýt con kia, gõ liên chi hồ điệp, giúp tôi hoàn thành nhiệm vụ.

Cà kê dê ngỗng và lạc đề lạc điệu vậy mà đã mấy trang giấy, cho phép tôi được đưa ra sau đây một kiểu so sánh hơi "cường điệu", cũng như mong không bị chê trách là hỗn láo. Xưa mẹ Âu Cơ sinh ra 100 trứng, nở ra 100 con, 50 xuống biển, 50 lên non. Còn những đứa con tinh thần (văn xuôi và thơ cả ngắn lẫn dài) của mạ Vân, tổng cộng xấp xỉ 80, từ nhiều nơi đã tụ họp về nằm trong cuốn sách mà quý bạn đọc cầm trên tay.

Tôi chưa bao giờ đặt câu hỏi trực tiếp *"Tại sao sáng tác, làm thơ, viết truyện?"* với bà chị mình. Nhưng tôi ngầm hiểu rằng, cuộc sống nói chung là vô hạn, mà cuộc đời mỗi con người lại hữu hạn. Cầm bút viết lách, là cố gắng của bà chị tôi, mong vượt qua cái giới hạn ít nhiều bao vây chúng ta, để đi tìm ý nghĩa cũng như vươn tới giá trị cao hơn cho đời mình. Đó là con đường đáng trân trọng. Có tìm thấy, có vươn cao, có thấm vào lòng độc giả hay không, lại tùy thuộc vào bút pháp, kỹ năng, vốn sống và cả phần may mắn của mỗi cá nhân. Trong ý nghĩa đó, tôi cầu mong tác giả và tất cả những ai tham gia "làm sách" thuận buồm xuôi gió.

Đả tự viên tập tành "Méthode des dix doigts"

Phố cổ Quý Lâm/Port Coquitlam, cuối tháng 10/2022
Ngô Khắc Trí

PHỤ CHÚ

Trang mạng *"Diễn Đàn Trung Học Lê Văn Duyệt"*, trong đề mục: "*Ai Ra Xứ Huế*" có rất nhiều bài viết của Cô Ngô Thị Vân, cũng như bài viết về Cô Vân, theo đường dẫn sau:

http://www.levanduyet.net/cgi-bin/yabbSP1/YaBB.pl?board=NgoVan

Liên lạc: *ngdangmy@gmail.com*

Những bài viết khác của cô Ngô Thị Vân trong vòng 25 năm qua:

1/ LÁ THƯ PHƯỢNG VỸ, TEXAS trong TẬP SAN PHƯỢNG VỸ.

2/ TIẾNG SÔNG HƯƠNG do ông NGUYỄN CÚC điều hành.

3/ TẬP SAN HUẾ do BS VÕ VĂN TÙNG điều hành, Nam Cali.

4/ TẬP SAN HUẾ - QUẢNG TRỊ - CHICAGO

5/ KHỞI HÀNH của VIÊN LINH có một bài nhắc đến thi sĩ

Tạ Ký và nói về cô Ngô Thị Vân.

6/ TẬP SAN KHẢI ĐỊNH KHÓA 48-55 từ số 1 cho đến số cuối cùng là số 25 năm 2020.

MỤC LỤC

PHẦN II: THƠ

PHỤ LỤC

Liên lạc Tác giả:
Ngô Thị Vân
vanngoquyen2021@yahoo.com

Liên lạc Nhà xuất bản:
Nhân Ảnh
han.le3359@gmail.com
(408) 722-5626

www.ingramcontent.com/pod-product-compliance
Lightning Source LLC
Chambersburg PA
CBHW061055100726
47911CB00012B/241

9781088172070